మానవవాద జర్నలిస్ట్ ఇన్నయ్య జర్నీ

ఇండియా నుండి అమెరికా వరకు..

ఎమెస్కో

Maanavavaada Journalist Innaiah Journey
మానవవాద జర్నలిస్ట్ ఇన్నయ్య జర్నీ

సంపాదకులు : డా॥ డి. చంద్రశేఖర రెడ్డి

ముద్రణ : డిశంబరు, **2013**

మూల్యం: రూ. **100/-**
$ 8

ISBN : 978-93-83652-49-5

కవర్ డిజైన్ : జి. పురుషోత్త్ కుమార్

ప్రింటర్స్ : సాయిలిఖిత ప్రింటర్స్, హైదరాబాదు.

ప్రచురణ
ఎమెస్కో బుక్స్
1-2-7, బానూకాలనీ,
గగన్‌మహల్ రోడ్, దోమలగూడ,
హైదరాబాద్ - 500 029.
ఫోన్ & ఫ్యాక్స్ : 040-23264028.
e-mail : emescobooks@yahoo.com
www.emescobooks.com

పంపిణీదారులు
సాహితి ప్రచురణలు
54-18-50/4, మిథిలానగర్
సున్నపు భట్టీల సెంటర్
విజయవాడ.
ఫోన్ : 0866-6460633
e-mail: sahithi.vja@gmail.com
www.sahithibooks.com

ఓ జర్నలిస్టు జర్నీ

పుస్తకం పేరు, రచయిత పేరు చూడగానే అందులోని కథాకమామిషు ఇట్టే గ్రహించవచ్చు. ఇన్నయ్యగారి విషయంలో ఇది మరీ తేలిక. ప్రముఖ హేతువాది, రేషనలిస్టు ఇన్నయ్యగారు 75 సంవత్సరాల తన సుదీర్ఘ జీవితంలో చోటు చేసుకున్న అనేక ఘటనలని మనముందుంచారు. ఈ పుస్తకం ఒక రకంగా ఆయన ఆత్మకథ అని గానీ, జ్ఞాపకాలు అని గానీ, ఓ జర్నలిస్టు డైరీ అని గానీ భావించవచ్చు. ఇవి మానవతావాదిగా ఆయన అనుభవాలే – తన జీవితంలో ఎదురుపడ్డ చేదు, తీపి అనుభవాలసారమే ఈ పుస్తకం!

ఈ రచనలో ప్రతి అక్షరంలోనూ నిజాయితీ కనిపిస్తుంది. ఎవర్ని గురించి వాళ్ళు రాసుకునే అవకాశం వచ్చినపుడు కాస్త మొగ్గుతోనూ, ఇంకాస్త అతిశయోక్తి తోనూ చిత్రీకరించుకోవటం పరిపాటి. తన బాల్యం గడిచి 70 సంవత్సరాలు దాటాక ఇప్పుడు ఇన్నయ్యగారు సమాజంలో అత్యంత గౌరవనీయమైన స్థానాన్ని అందుకొన్న తర్వాత తన పదవ ఏట వారి కుటుంబం ఎంత పేదరికాన్ని చవిచూచిందో ఆయన మాటలు చూడండి ...

'మా నాన్న పొగాకు వ్యాపారంలో నష్టపడి పొలం అమ్మేయాల్సి వచ్చింది. హఠాత్తుగా పేదరికానికి వచ్చాం. ఇంట్లో ఉన్న పాడి పశువులను కూడా అమ్మేశారు. ప్రొద్దున్నే బంధువుల ఇళ్ళకు వెళ్ళి పాలు, మజ్జిగ తీసుకు రావటం నా డ్యూటీగా వుండేది. అలా కొన్నాళ్ళు జరిగింది. కాన్వెంట్‌లో చదువుతున్న అక్కయ్యకు గానీ, బయట ఊరి స్కూళ్ళల్లో చదువుతున్న అన్నయ్యకు గానీ కుటుంబ పరిస్థితులు తెలిసేవి కావు. 7వ తరగతిలో వుండగా 6 నెలల పాటు ఒకే ఒక చొక్కాతో ఉన్న సందర్భం గుర్తుంది.'

ఇందులో అక్కడక్కడ కుటుంబ సభ్యుల ప్రస్తావన వుంటుంది. కుటుంబ సభ్యుల ప్రస్తావన లేకుండా ఏ ఆత్మకథా వుండదని ఆత్మకథ గ్రంథస్థం చేసిన ప్రముఖ ఆంగ్లో ఇండియన్ రచయిత నిస్సిం ఎజికేల్ అభిప్రాయం కూడా.

ఇంత నిజాయితీగా చెప్పుకోగల నైతిక నిబద్ధత ఇన్నయ్యకే చెల్లు.

ప్రముఖ గాయని, నటి టంగుటూరి సూర్యకుమారికీ, ఇన్నయ్య అన్న విజయ రాజకుమార్‌కి కొద్దిపాటి స్నేహం వుంది. ఆమె ఏదో కార్యక్రమంలో పాల్గొనటానికి గుంటూరు వచ్చి - ఇన్నయ్యగారింటికి వస్తే తన చేతుల మీదుగా ఈయనే ద్రాక్షరసం అందించారు. 'అప్పుడు నేను లేసుతో అల్లిన కర్టెన్ కప్పుకొన్నాను.' బహుశా తన పాత చొక్కా కనిపించకుండా అలా చేసి వుంటారు.

గుంటూరులో చదువుతున్నప్పుడే ఎ.సి.కాలేజి ఇంగ్లీషు లెక్చరర్ రోశయ్యగారితో స్నేహం కుదిరి ఆయన ప్రోత్సాహంతో తెనాలి హ్యూమనిస్టులు ఆవుల గోపాలకృష్ణమూర్తి, జి.వి. కృష్ణారావు, మరికొందరు హ్యూమనిస్టుల సాహచర్యంలో హ్యూమనిస్టు ఓనమాలు దిద్దారు. ఆ తరువాత ఆవుల సాంబశివరావుగారు సూచించిన కూచిపూడి వాస్తవ్యులు వెనిగళ్ళ కోమలగారిని 1964లో ఆవుల గోపాలకృష్ణమూర్తి గారి నేతృత్వంలో మంత్రాలు, పూజలు లేకుండా హ్యూమనిస్టు పద్ధతిలో వివాహం చేసుకోవటంలో తొలినాళ్ళలోనే హ్యూమనిస్టు ఉద్యమం పట్ల ఆకర్షించబడి జీవితాంతం దేశ, విదేశాల హ్యూమనిస్టులతో అత్యంత సాన్నిహిత్యంగా మెలిగిన సంఘటనలు ఎన్నో ఈ పుస్తకంలో పలకరిస్తాయి.

తనేకాక, తన పిల్లలిద్దరికీ మతాంతర కులాంతర వివాహాలు చేసి, తను చెప్పేదీ ఆచరించేది ఒకటేనని తేల్చేశారు. అమెరికాలో ఉన్న తన కొడుకు రాజు - జర్నలిజంలో ఆసియాలోనే అత్యున్నత పదవికి చేరుకుని మరో జర్నలిస్టు 'కిమ్'ని ప్రేమించగా తన కుటుంబం దగ్గరుండి అమెరికాలో పెళ్ళి జరిపించారు. (కిమ్ అమెరికా నల్లజాతీయురాలు).

మరోసారి వెనక్కు వెళ్ళి ఇన్నయ్యగారు ఇప్పుడు చెబుతున్న ఆ ఊరి జ్ఞాపకాలను చూద్దాం. 1937లో గుంటూరు జిల్లా చేబ్రోలు పంచాయితీ పరిధిలో పాతరెడ్డి పాలెంలో ఇన్నయ్య జన్మించారు. అప్పటి నుంచి ఆ గ్రామంలో జీవితం, రాజకీయాలు, మతం, చదువులు, స్నేహాలు ఆ రోజులలో ఎలా వుండేవో, తన స్నేహితుల పేర్లు, టీచర్ల పేర్లు పొల్లుపోకుండా ఉటంకించి, అప్పటి గ్రామ సోషల్ హిస్టరీని రికార్డు చేశారు. ఆసక్తి కలిగించే ఈ సంఘటనలు చూడండి.

"మా కుటుంబం ఊరి మధ్య పెద్ద పెంకుటింట్లో వుండేది. వీధి అరుగు మీద మా నాన్న రాజయ్య ఊరివారికి పేపరు చదివి వినిపించేవాడు. పంచాయతీలు తీర్చేవాడు. మా తాతాయమ్మ (పాపాయమ్మ) ఊళ్ళో ఉన్న చర్చికి వెళ్ళేది. మేము తన వెంట రామంటే తొడపాశం పెట్టేది. మానాన్నకు చర్చికి పోయే అలవాటు లేదు. గ్రామంలో సగం మంది కేథలిక్ క్రైస్తవులే. చర్చిలో పోర్చుగీసు ప్రీస్టు వుండేవాడు.

ఒచ్చీ రాని తెలుగు మాట్లాడేవాడు. చర్చిలో లాటిన్ లో ప్రార్థనలు చేసేవాడు. క్రైస్తవులలో కుల పట్టింపులు అంటరానితనం పాటించేవారు. చేబ్రోలులో 101 బావులు, 101 గుడులు వుండేవి. ఇక్కడ వున్న బ్రహ్మ గుడి, దాని చుట్టూ కోనేరు ప్రసిద్ధి. ఇలాంటి గుడి ఒకటి ఉత్తరాదిలో మాత్రమే వుందని చెప్పుకునేవారు. గ్రామంలో పంచాయతీ వాళ్ళు వీధులలో కిరసనాయిలు దీపాలు పెట్టటానికి ఒక మనిషి ప్రత్యేకంగా వుండేవాడు."

కుటుంబ పోషణ నిమిత్తం ఈయన తండ్రి రాజస్థాన్ నుండి ఆట గుర్రాలను తెప్పించి పెళ్ళిళ్ళలో ఆడించేవారు.

2007 హైదరాబాద్ ప్రెస్ క్లబ్బులో తస్లీమా నస్రీన్ పై ముస్లిం ఛాందసులు జరిపిన దాడి హేయమైనది, భయంకరమైనిది. తస్లీమా రచనకు కోమలగారి అనువాదం 'చెల్లుకు చెల్లు' ఆవిష్కరణ సభకు ఇన్నయ్యగారి ఆహ్వానంపై ఆమె హైదరాబాదు వచ్చారు. అప్పటికే ఆమెపై ఫత్వా వుండడంతో ముస్లింలు ఆమెను తుదముట్టించటానికి వచ్చారా అన్నట్లు ప్రెస్ క్లబ్‌పై దాడి చేశారు. ఈ దాడిలో ఇన్నయ్యగారి పెదవి చిట్లింది. తస్లీమాను వారి కంటబడకుండా మరో రూములో పెట్టటం వలన గొప్ప విపత్తు తప్పింది. మర్నాడు తెలుగు పత్రికలు మొదటి పేజీలో ఈ వార్త ప్రచురించాయి. ఇంతటి భయానక సంఘటన జరిగినా ఆయన మనోధైర్యం కోల్పోలేదు.

ఆ తరువాత క్రాంతికార్ అనే ఖమ్మం జర్నలిస్టు ఇస్లాంపై పుస్తకం వేస్తూ - పుస్తకాలు లభించే చోటు ఇన్నయ్య, సుబ్బారావుగార్ల ఇంటి అడ్రసులు ఇచ్చారు. ఇందులో అభ్యంతరకరమైన అంశాలున్నాయని ఖమ్మం ముస్లింలు ఆందోళన చేయగా వీరిద్దరి ఇళ్ళల్లో సోదాలు జరిపి పుస్తకాలు లేకపోయినా అన్యాయంగా అరెస్టు చేసి, ఖమ్మం - వరంగల్ జైళ్ళలో వుంచి చాలా ఇబ్బందులకు గురి చేశారు. అయినా ఇన్నయ్య ధైర్యం సడలక హైదరాబాదులో మూఢనమ్మకాల మీద చిట్కా వైద్యాలమీద సభల్లోనూ, టి.వి.చానెళ్ళలోనూ చర్చల ద్వారా విస్తృతంగా ప్రజలను చైతన్యపరిచారు.

జూన్ నెలలో ఉబ్బస నివారిణిగా చేపమందును బత్తిన సోదరులు పంపిణీ చేస్తూ ప్రజల దృష్టిని ఆకర్షించారు. జనవిజ్ఞానవేదిక వారితో కలిసి 'చేపమందులో ఏ మందు వున్నదో చెప్పా'లని కోర్టుకెక్కారు. ప్రభుత్వం ఈ సందర్భంగా ఎగ్జిబిషన్ గ్రౌండ్స్‌లో పెద్ద ఎత్తున ఏర్పాట్లు కూడా చేస్తుంది. కోర్టువారు కేసు పరిశీలించి, చేపమందును 'ప్రసాదం'గానే ప్రచారం చేయాలని నిష్కర్షగా చెప్పింది. ఈ సంఘటన తరువాత చేపమందు తీసుకునే వాళ్ళు చాలా వరకు తగ్గారు. ఇది ఇన్నయ్య చొరవ తీసుకుని నడిపిన ఉద్యమ ఫలితమే.

ఇన్నయ్యగారికి జర్నలిజంలో ఎంతో ఎత్తుకి ఎదిగిన వాళ్ళతో కూడా సన్నిహిత సంబంధాలుండేవి. నార్లగారితో అనుభవమే తీసుకుంటే–

"ఒకరోజు నార్ల ఇంటికి మామూలుగానే వెళ్ళాను. వరండాలో కూర్చుని ఉన్న నార్ల నాచేతిలో తన రచన "నరకంలో హరిశ్చంద్ర" పెట్టాడు. అప్పుడే విజయవాడ నుంచి కాపీలు వచ్చాయి. అట్ట తెరిచి చూసి విస్తుపోయాను.

"ప్రియమిత్రులు ఇన్నయ్యకు అంకితం" అని ఉన్నది.

ధన్యవాదాలు తెలుపగా 'ఆశ్చర్యపడ్డారా!' అని నార్ల అడిగాడు."

నార్ల హైదరాబాదు వచ్చినప్పటి నుంచీ ఇన్నయ్య ఆయనతో ఎంతో సన్నిహితంగా ఉండేవారు. మరొక సంఘటన చూడండి –

"పురాణం సుబ్రహ్మణ్యశర్మ, నార్ల కాళ్ళమీద పడి భోరున ఏడవడం యాదృచ్ఛికంగా తటస్థపడింది. నార్ల క్షమించి మళ్ళీ 'ఆంధ్రజ్యోతి'లో ఉద్యోగం యిచ్చిన సందర్భం అది. అవసరాల సూర్యారావు రచనల్లో గురజాడ డైరీ గురించి అన్నీ తప్పులు రాయడం, ఆయనకు ఇంగ్లీషు ప్రావీణ్యం లేకపోవడం పట్ల నార్ల ధ్వజమెత్తాడు. ఆ వివాదంలో పురాణం కమ్యూనిస్టులను నెత్తికెత్తుకొని, సూర్యారావును సమర్థిస్తూ, నార్లను దూషించాడు. పురాణం తరువాత వచ్చి నార్లదే సరైన పాత్ర అని కాళ్ళపై పడ్డాడు."

పురాణంలాంటి సీనియర్ జర్నలిస్టు ఉదంతం బయట పెట్టడానికి ఎంతో ధైర్యం కావాలి. ఒక వాస్తవంగానీ, ఒక వార్తగానీ బయట పెట్టినపుడు జరిగే పరిణామాలకు వెరవకుండా నిజం నిర్భయంగా చెప్పటం ఇన్నయ్య రచనలల్లో మనం తరచుగా చూస్తాము.

మానవవాదులంతా చదవదగిన ఒక మానవవాది ఆత్మకథ ఇది. నిజానికి నిర్భయతను జోడించి, జ్ఞానాన్ని అనుభవాల గీటురాయిమీద సానబెట్టి జీవన గమనంలో ఎదురైన మహోన్నత వ్యక్తులవల్ల ప్రభావితులైన నరిసెట్టి ఇన్నయ్యగారు హేతువాద ఆలోచనా ధోరణిలో కొనసాగుతూ .... వెలువరించిన అక్షర సంపద ఈ పుస్తకం.

హైదరాబాదు — వెనిగళ్ళ వెంకటరత్నం

2013

ఇందులో...

మావూరు - నేను

మా వూరు పాతరెడ్డిపాలెం. చేబ్రోలు పంచాయతీలో వుండేది. కొత్తరెడ్డి పాలెం కూడా ఇదే పంచాయతీలో వుండేది. మూడు ఊళ్ళను కలిపి చేబ్రోలు పంచాయతీ అనేవారు. వాసిరెడ్డి చంద్రశేఖరరావు పంచాయితీ అధ్యక్షులుగా వుండేవారు. ఆయన, మా నాన్న మంచిమిత్రులు.

రెండవ ప్రపంచయుద్ధం రాబోయే ముందురోజులు. నేను 1937 అక్టోబరు 31న, చేబ్రోలు పాతరెడ్డి పాలెంలో పుట్టాను. (తెనాలి తాలూకా, గుంటూరు జిల్లా, ఆంధ్రప్రదేశ్, ఇండియా), మా నాన్న నరిసెట్టి రాజయ్య, తల్లి ఆంతోనమ్మ.

మా అమ్మగారి వూరు నర్సరావు పేట దగ్గర రావిపాడు గ్రామం. మా అమ్మ ఏమీ చదువుకోలేదు. అయితే పొడుపు కథలు, సామెతలు, చెప్తూ వుండేది. ఇంట్లో సులభంగా వంట చేసేది. అయితే వంటకి ఎక్కువ సమయం పట్టేది కాదు. ఆ అలవాటు ఆమెకు జీవితమంతా వుంది. నా పెళ్ళయిన తరువాత ఆమె వంటను చూసి, అందులో వున్న వేగం, చాకచక్యత గమనించి నా భార్య కోమల ఆశ్చర్యపోయింది. మా వూళ్ళో మా అమ్మ సంపన్నురాలికింద లెక్క. మంచి చీరలు కట్టుకోవటం, ఎప్పుడూ శుభ్రంగా వుండటం ఆమెకు అలవాటు. అలాగే కష్టపడి పనిచేయడం కూడా అవలీలగా భావించేది. బావిలో నీళ్ళు చేది తీసుకురావటం, పొలం పోయి రావడం, కూలిపనులు అజమాయిషీ చేయటం ఆమెకు పెట్టింది పేరు. మాకు గుర్రాలు, బగ్గీలు వుండటంతో చాలామందికి పని వుండేది. వారందరికీ మా అమ్మ అవలీలగా వంటలు చేసి పెట్టేది.

మా నాన్న కూరగాయలు, పళ్ళు, ఫలహారాలు భారీ ఎత్తున తెచ్చేవారు. అందువలన పుష్కలంగా చిరుతిండి వుండేది. ఒకసారి ఒక లారీ మామిడిపండ్లు తెచ్చి ఒక గదినిండా పోశారు. అవి ఎన్నాళ్ళు తిన్నా తరగలేదు. కూరగాయలు కూడా బస్తాలతో మా నాన్న తీసుకువచ్చేవారు. మా అమ్మకు వస్తువుల కొరత తెలిసేది కాదు. హఠాత్తుగా మేము పేదరికంలో ప్రవేశించినప్పుడు మా తిండి తిప్పలకు లోపం లేకుండా మా అమ్మ జాగ్రత్త వహించింది. మా అమ్మ వెంట పొలం వెళ్ళి ఆవిడ

జనుము కోస్తున్న తీరు మాకు కళ్లకు కట్టినట్లుంటుంది. చాలా ఆశ్చర్యం వేసేది. మానాన్నకు కాళ్ళనొప్పులు రాగా, ఎవరో చెప్పగా, పిట్టలరక్తం పూయించుకునేవాడు. మధుమేహం వలన పూరీలు, రొట్టెలు తినేవాడు. అవి తినడం నాకు సరదాగా వుండేది.

మా కుటుంబం ఊరి మధ్య ఒక పెద్ద పెంకుటింట్లో వుండేది. వీధి అరుగుమీద మా నాన్న రాజయ్య రోజూ ఉదయం కూర్చొని ఊరివారు కొంతమంది చేరగా వారికి 'ఆంధ్రప్రభ' దినపత్రిక చదివి వినిపించేవాడు. తగాదాలు తీర్చటం చేసేవాడు. ఆయన ప్రాథమిక విద్య చదువుకున్నాడు. ఒక ఎక్సర్ సైజు పుస్తకంలో పుట్టిన తేదీలన్నీ రాసేవాడు. అదే రికార్డుగా మిగిలింది. మేము పెద్దయ్యేసరికి ఆ పుస్తకం కనపడలేదు. జీవితమంతా నేను మా అమ్మతోనే గడపగలడం నా అదృష్టం.

మా తాతాయమ్మను (నాన్న తల్లిని చిన్నప్పుడు మేము తాతాయమ్మ అని పిలిచేవాళ్ళం) గురించిన జ్ఞాపకాలు నాకు ఇప్పటికీ గుర్తున్నాయి. నేను పుట్టేనాటికి మిగతా తాతలెవరూ జీవించిలేరు. తాతాయమ్మ చాలా హుషారుగా పనిచేసేది. ఆమె చివరివరకూ అలాగే వుంది. చాలా ప్రేమగా నన్ను చూచింది. ఆమెతో పాటు పొలం వెళ్ళేవాడ్ని. దూరాన వున్న మాగాణి భూమిని బాడవ అనేవారు. వరి, జనుము పండించేవారు. ఎండాకాలంలో జనుము, మినుములు పండేవి. మా తాతాయమ్మ పొలం పనులు చేయించి, వంటలు వండి, మమ్మల్ని ఆప్యాయంగా చూసుకుంటూ ప్రతీ ఆదివారం ఊళ్ళో ఉన్న చర్చికి వెళ్ళేది. మమ్మల్ని వెంటబెట్టుకుని మేము రాము అంటే తొడపాశం పెట్టేది. అయితే ఒకసారి మానాన్న దగ్గర కూర్చుని మారాం చేస్తే మాట్లాడకుండా వెళ్ళిపోయేది. మా నాన్నకు చర్చిలకు పోయే అలవాటు లేదు.

మా గ్రామం సగం క్రైస్తవులతో (కేథలిక్) ఉండేది. మా వూరి చర్చిలో పోర్చుగీసు ప్రీస్టు వుండేవాడు. ఆయన వచ్చీరాని తెలుగు మాట్లాడేవాడు. సంస్కృతంలో మంత్రాలతో బ్రాహ్మణులు క్రతువులు జరిపినట్లు కాథలిక్ చర్చిలో లాటిన్‌లో చెప్పేవాడు. లోగడ హిందువుల నుండి మతం మార్చుకొని క్రైస్తవులుగా (కేథలిక్) ఉన్నవారు కడప గండికోట ప్రాంతం నుండి వచ్చారని మా అన్న కొంత పరిశోధన చేసి రాశాడు. ఈ క్రైస్తవులలో కుల పట్టింపులు, అంటరానితనాన్ని పాటించటం గమనించాను. బైట దళిత పిల్లలతో సహా అన్ని కులాలవారు కలసి ఆడుకున్నా చర్చిలో దళిత పిల్లలు, పెద్దలు వేరే కూర్చునేవారు. ఆ విధంగా అంటరాని తనాన్ని చర్చిలో కూడా పాటించారు. ఇది అన్ని మతాల్లోనూ ఉన్నప్పటికీ మతం మార్చుకున్న క్రైస్తవులు కులం నుండి బయటపడలేకపోయారు. ఈ జాడ్యం సిక్కులలో, ముస్లింలలో సైతం

పోలేదు. ఇది జుగుప్సాకరమైన పరిణామం. నేను బాల్యదశలో గమనించిన ఈ విషయం ఉత్తరోత్తర మానవవాదిగా పెంపొందటానికి తోడ్పడింది.

క్రైస్తవులలో ఫాదరీలు కూడా కుల హెచ్చుతగ్గులను పాటిస్తున్నారు. క్రైస్తవంలో శాఖలు చాలా ఉన్నాయి. వారి మధ్య పరస్పర ద్వేషాలూ, విమర్శలూ, వర్ణనాతీతం. హిందువుల పండుగలలో పాల్గొనరాదనీ, వారి ప్రసాదాలు స్వీకరించరాదనీ, బొట్టు పెట్టుకోరాదనీ ఇలాంటి ఆంక్షలెన్నో క్రైస్తవులు భక్తులకు చెప్పేవారు. మళ్ళీ మాల మాదిగల మధ్య విపరీతంగా వైషమ్యాలూ, అంటరానితనం వుండేవి. ఇవన్నీ కూడా నాలో వారిపట్ల భిన్నాభిప్రాయాలేర్పడడానికి తావిచ్చాయి. ఇంచుమించు హిందువులలో కూడా ఇలాంటి దురలవాట్లన్నీ ప్రబలి వున్నాయి. శిక్కులలో, ముస్లింలలో సరేసరి. బహుశ వీటిని దృష్టిలో పెట్టుకుని కాబోలు సమానత్వం, మానవహక్కులు కావాలంటూ పరిష్కారమార్గంగా బి. ఆర్. అంబేద్కర్ అసలైన దేవుడు లేని మౌలిక బౌద్ధాన్ని కావాలన్నాడు. అది కూడా పాటించలేకపోయారు.

మా తాతాయమ్మ పెళ్ళి చేసుకున్నప్పుడు ఆమె తల్లిదండ్రులు కట్నంగా ఇల్లు కట్టించి ఇచ్చారు. అది చాలా పెద్ద ఇల్లు. మా చిన్నాన్నలు ముగ్గురూ మూడు భాగాలు చేసుకుని వుండేవారు. మా నాన్న పెద్దవాడు గనుక ఎక్కువ భాగం మాకు దక్కింది. చాలా కట్టుదిట్టంగా వున్న ఆ ఇల్లు పెద్ద పెద్ద ఇటుకలతో పెంకులతో అమర్చారు.

మా తాతాయమ్మ చాలా బాగా వంటలు చేసేది, పెట్టేది. ఏమీ లేకపోతే బెల్లం గడ్డలయినా పెట్టేది. మనిషి లావుగా వుండేది. కానీ ఆమె చాలా చురుకుగా పనిచేసేది. ఆ పనితీరుకు స్థూలకాయం అడ్డు కాలేదు. పొలం వెళ్ళి కూలిపనులన్నీ ఆమే చేయించేది.

మా తాతాయమ్మ 80 ఏళ్ళు బతికింది. ఒక వేసవిలో బాడవ పొలం వెళ్ళగా అక్కడ కలరా సోకగా బండిమీద తీసుకవచ్చారు. ఆమె దాహం అంటూ నీళ్ళు తాగుతూనే చనిపోయింది. అది చాలా బాధాకరం. ఆమె ఉన్నంతవరకూ ఎప్పుడూ జబ్బు పడలేదు. మంచం ఎక్కలేదు. ఆమె పోయిన తరువాత మాకు తీపి గుర్తుగా కనీసం ఫోటో అయినా లేదు. నా కుమార్తె నవీన పుట్టినప్పుడు మా అన్న ఇంటికి వచ్చి చూసి అచ్చం మా తాతాయమ్మ వలె వున్నదని అన్నాడు. ఆ మాట నిజం.

మా తండ్రికి నలుగురు తమ్ముళ్ళు. అందరికంటే చిన్నవాడు సెబస్తిన్. పోలియో వలన నడవలేక ఒక బల్ల ఉపయోగించుకునేవాడు. ఆయన చాలా చురుకైనవాడు. పిల్లల్ని బాగా ఆడించేవాడు. పిల్లలు ఆయన్ను బండిలాగి తీసుకెళ్ళేవారు. పిల్లలకు ఎన్నో కథలు చెప్పేవాడు. కొన్నాళ్ళకు ఆయన చనిపోయాడు.

మా తల్లిదండ్రులకు కలిగిన సంతానంలో నేను చిన్నవాణ్ణి. అన్న థామస్, తరవాత విజయరాజకుమార్‌గా పేరు మార్చుకున్నాడు. అక్క తెరీసా, ఆమె పెళ్ళయిన తర్వాత కమల అని మార్చుకుంది.

మా అన్న సుభాశ్ చంద్రబోసు స్థాపించిన ఫార్వర్డ్ బ్లాక్‌లో చేరాడు. వాళ్ళ శిక్షణా శిబిరాలు చేబ్రోలులో జరిగేవి. టీచరుగా ఉన్న మురహరి అందులో ఆర్గనైజర్. బాపట్ల నుండి శ్రీ ఎల్. సుందరరావు వచ్చేవాడు. వారి శిక్షణా శిబిరాలకు నేను, మా అన్న వెంట వెళ్ళేవాడిని. అక్కడ పాటలు పాడటం, ఉపన్యాసాలు, చర్చలూ వుండేవి. అందరికీ ఫలహారాలు పెట్టేవారు. మాకు అదొక అదనపు ఆకర్షణ. మా అన్న ఉపన్యాసాలు చేయటమే గాక, నాయకుల ప్రసంగాలకు తెలుగు అనువాదాలు చేసేవాడు. పాటలు రాసి పాడేవాడు. మొత్తం మీద జాతీయ భావాల ఉద్వేగం ఎక్కువగానే వుండేది. మా అన్న సుభాశ్ చంద్రబోసు జీవిత చరిత్రను రాసి, 'విప్లవాధ్యక్షుడు' అనే పేరున ప్రచురించాడు. ఆ రోజులలో రంగాగారి శిష్యులు మా యింటికి వస్తుండేవారు. అందులో పి. రాజగోపాల నాయుడు ఒకడు. ఆ విధంగా పరిచయ అనుభవాలు సంతరించుకోగలిగాను. మొత్తం మీద హైస్కూలు విద్య పూర్తయ్యేసరికి లౌకిక విషయాలు బాగానే తెలిసివచ్చాయి.

మా వూరికి డొంకదారి వుండేది. ఊరికి అత్యంత ఆధునిక సౌకర్యాలు లేవుగానీ, చిన్న గ్రంథాలయం, ప్రాథమిక పాఠశాల వుండేవి. మేజర్ పంచాయతీ గనుక రేడియో సౌకర్యం వుండేది. తెనాలి, గుంటూరు పట్టణాలకు బస్సు సౌకర్యం వుండేది. బకింగహామ్ కాలువ మా వూరి పక్కగా మదరాసు వరకూ వెళ్ళేది. అప్పట్లో ప్రత్యేక ఆంధ్రలేదు. ఉమ్మడి మద్రాసుగా వుండేది. ఆంధ్ర ప్రాంతం బాగా తమిళ ప్రభావంతో వుండేది. ఉమ్మడి మద్రాసుగా వ్యవహరించేవారు.

మా వూరికి మాగాణి మెట్ట భూములున్నాయి. వరి ప్రధానమైన పంట కాగా కోసిన తరువాత చేలలో జనుము వేసేవారు. మెట్టలో గరువు, రేగడి వుండేది. మాకు తాటితోపు వుండేది. మధ్య వున్న భూమిలో కంది, వేరుశనగ వేసేవారు. కందికాయలు కోసుకొని ఉడకపెట్టి తినటం, చేనుదగ్గరే వేరుశనగ కోసి, తంపట వేయటం తీపి గుర్తులుగా వుండేవి. తంపట వేసినప్పుడు చుట్టూ కూర్చొని తింటూ అయిపోయే సమయానికి బూడిదలో కాయలు ఏరుకొనటం ఎక్కడయినా ఒకటి దొరికితే అది ఎంతో రుచిగా అనిపించేది. చుండ్రు కులం అతను మా తాటి తోపుకి కాపలా వుండేవాడు. చెట్లకి ముంతలు కట్టి కల్లు తీసేవాడు. తాటి ముంజలు మాకు ప్రత్యేకంగా కట్టి పంపించేవాడు. అవి కూడా చేల దగ్గరే తినటం ఎంతో బావుండేది.

మాగాణిలో పంటలు అయిన తరువాత నూర్పిడి కాలం చాలా ఆకర్షణీయంగా వుండేది. తెల్లవారుజామునే లేచి ఎడ్లబండి కట్టుకుని అన్నం వండుకొని కల్లం దగ్గరకు వెళ్ళి విరామ సమయంలో కూలీలందరినీ కూర్చోబెట్టి ముద్దలు పెట్టటం గమ్మత్తుగా వుండేది. ఒక కూర ముద్ద, ఒక పెరుగు ముద్ద పెట్టేవారు. ముద్దలు చాలా పెద్ద సైజులో వుండేవి. దోసిళ్ళు పట్టి కూర్చున్న కూలీలకు ముందు కూర ముద్ద ఆ తరువాత పెరుగు ముద్ద పెట్టేవారు. నేను అరముద్దకంటే మించి తినలేకపోయేవాణ్ణి. అలా వారి సరసన కూర్చొని తినటం హుషారుగా వుండేది. పైగా పొలంలో ఆకలి ఎక్కువయ్యేది. నూర్పిడి రోజుల్లో ధాన్యం కొట్టి బస్తాలకెత్తిన తరువాత ఇంటికొస్తుంటే ఊరి వెలుపలే రెండు కోమటి కుటుంబాలు తినుబండారాలు పెట్టుకుని సిద్ధంగా వుండేవారు. ధాన్యం ఇస్తే మిఠాయి ఇచ్చేవారు. అవి తినటం ఆనవాయితీగా వుండేది.

వూళ్ళో పొలం వున్న ఆసాములతోపాటు స్త్రీలు కూడా అరమరికలు లేకుండా మెట్ట, మాగాణి పొలాలకు వివిధ పనులు చేసేవారు. చేబ్రోలులో వున్న స్త్రీలు మాత్రం వెళ్ళేవారు కాదు.

చేబ్రోలు పాటి పొగాకుకు ప్రసిద్ధి. చేబ్రోలులో కొన్ని ఎకరాలు పాటి మట్టితో వుండేవి. తెల్లగా వుండే ఆ మట్టి జిగటగా వుండేది. అందులో పండిన పొగాకు చాలా ఘాటుగా వుండేదని ప్రసిద్ధి. అందువలన దాని ఖరీదు కూడా చాలా ఎక్కువ. పాటి పొగాకు, దానితో చుట్టిన చుట్టలు తాగటం కొందరు ప్రతిష్ఠగా భావించేవారు. పాటి మట్టితో కట్టిన గోడలు ఏళ్ళతరబడి వుండేవి. అవి కోటగోడలవలె నిలిచి వుండటం విశేషం. చేబ్రోలు 101 బావులు, 101 గుడులకు ప్రసిద్ధి. అంతేగాక బ్రహ్మ గుడి, దాని చుట్టూ కోనేరు వుండటం కూడా చారిత్రక విశేషం. ఉత్తరాదిలో మాత్రమే ఒకచోట అలాంటి బ్రహ్మ గుడి వుందని చెప్పుకుంటారు. అనేక చారిత్రక గ్రంథాలలో చేబ్రోలు గుడులలో జమీందార్లు పరిపాలించిన విశేషాలు ప్రస్తావనలు వున్నాయి.

మా వూరికి నీటి సౌకర్యం లోటు లేదు. ఊరంతటికీ ఉప్పునీరే గతి. ఊరికి వెలుపల మాగాణి మధ్య బావి వుండేది. అదొక్కటే మంచినీటి బావి. ఊరందరూ అక్కడికి వెళ్ళి నీరు తెచ్చుకోవాలి. దళితులు అక్కడికి వచ్చినప్పుడు ఆసాములు నీళ్ళు తోడి వారికి పోసేవారు. వారు బావిలో నీరు తోడుకోవడానికి మాత్రం వీలులేదు. ఆ విధంగా అంటరానితనం పాటించేవారు.

బకింగహామ్ కాలువ నుండి జాగర్లమూడి వద్ద పంటకాలవ తవ్వి మా వూరి మీదుగా తీసుకెళ్ళేవారు. అందువలన పంటలకు పుష్కలంగా నీరు వుండేది. అక్కడకు వెళ్ళి, వంతెన మీద నుండి దూకి ఈతకొట్టటం, ఒకవైపు నుండి మరొక వైపుకి ఈదటం మాకు ఆటగా వుండేది. పిల్లలకి ఈత కొట్టటానికి సంవత్సరం పొడవునా అవకాశం వుండేది. నీరు మురికిగా ఉన్నదా, లేదా అని చూసేవాళ్ళం కాదు. గేదెల్ని తీసుకువచ్చి అందులో కడగటం కూడా నిత్యకృత్యంగా జరిగేది. పిల్లలు ఇవేవీ పట్టించుకునేవారు కాదు. ఇంచుమించు మగపిల్లలందరూ ఎవరూ నేర్ప కుండానే ఈత నేర్చుకునేవారు. చేబ్రోలుకీ మా వూరికీ మధ్య ఒక పెద్ద చెరువుండేది. ఆ చెరువు గట్టుమీద నాగజెముడు దట్టంగా పెరిగి వుండేది. భయంకరమైన ముళ్ళువుండేవి. కాని వాటి మధ్య మంచి పువ్వులు కాయలు వుండేవి. ముళ్ళు గుచ్చుకున్నాసరే వాటిని కోసుకుని తినటం పిల్లలకు నిత్యనూతనంగా వుండేది. అయితే కొన్నాళ్ళకి ఆ నాగజెముడు అదృశ్యమైపోయింది. ఏం జరిగిందో నేనిపుడు చెప్పలేను కాని, ఏదైనా పురుగుల వలనో, మందులవలనో పోయి వుండవచ్చు.

ఊళ్ళో మాత్రం రోమన్ కాథలిక్ మిషనరీ వాళ్ళు నడిపే ప్రాథమిక పాఠశాల వుండేది. అందులో అన్ని వర్గాల, కులాల, మతాల వారుండేవారు. చర్చివారు దానిని నిర్వహించేవారు. కోటిలింగం అనే బ్రాహ్మణ టీచరు, నరసయ్య అనే ఒక దళిత టీచరు స్కూల్లో టీచర్లుగా వుండేవారు. అప్పుడు అంటరానితనం తరగతి గదుల్లో మాత్రం లేదు. ఊళ్ళో వంతులవారీగా కోటిలింగం మాస్టారుకి రోజుకొకరి యింట్లో కాఫీ యిచ్చేవారు. అది అందించడం మా వంతు. ఆయన చేబ్రోలు నుండి వచ్చేవారు. ఏమంత దూరం కాదు. పొట్టిగా నల్లగా ఉండే కోటిలింగం మాస్టారు తెల్ల ఎలుకల్ని పెంచేవారు. అవి చూట్టానికి పిల్లలు వాళ్ళింటికి వెళ్ళి వస్తూండేవారు. ఆయన బ్రహ్మచారి. యథాశక్తి పిల్లలకి బెత్తంతో వడ్డిస్తూనే వుండేవాడు.

మా వూరి శివార్లలో సూర్యదేవర నర్సయ్య హైస్కూలు వుండేది. మొదట్లో పాకలు మాత్రమే వున్న స్కూలు మేము హైస్కూలు చదువు పూర్తి చేసేసరికి కొన్ని కట్టడాలతో హంగులు ఏర్పరచుకున్నది. చుట్టుపక్కల గ్రామాలకు అదొక్కటే హైస్కూలు. హెడ్మాస్టర్ మల్లంపాటి మధుసూదనప్రసాద్, ఇంగ్లీషు పాఠాలు గ్రామర్ చెప్పేవాడు. శేషగిరిరావు ఇంగ్లీషు, మురహరిరావు సోషల్‌స్టడీస్, కృష్ణమూర్తి సైన్సు, వెంకటరత్నం తెలుగు, రాజగోపాలరావు చరిత్ర చెప్పేవారు. హిందీకి ఇద్దరు టీచర్లు వుండేవారు. రామయ్య అనే టీచర్ లెక్కలు చెప్పేవాడు. సుద్దపల్లి నుండి ఒక టీచరు వచ్చి తెలుగు చెప్పేవాడు.

హైస్కూలుకు వూళ్ళో విద్యార్థులేకాక చుట్టుపక్కల అనేక గ్రామాల నుండి సైకిళ్ళ మీద, నడిచి వచ్చి చదువుకునేవారు. మా వూరికి నాలుగు మైళ్ళ దూరంలో వట్లూరు అనే గ్రామం వుండేది. అక్కడి నుండి చాలా మంది విద్యార్థులు సైకిళ్ళమీద వచ్చేవారు. మా యింటి ముందు నుండే వారికి దారి. గోలి నాగేశ్వరరావు అనే నా మిత్రుడు రోజూ మా యింటి ముందు ఆగి నన్ను సైకిలు ఎక్కించుకుని స్కూలుకు తీసుకెళ్ళేవాడు. ఆరోతరగతి నుండి పదకొండవ తరగతి వరకు అలా జరిగింది. హైస్కూలులో నేను వాలీబాల్, బ్యాడ్మింటన్ ఆడేవాడ్ని.

నాకు బాల్యమిత్రుడు మల్లవరపు ఇన్నయ్య. అతని తండ్రి లూర్థయ్య. మా నాన్నకు మంచిమిత్రుడు. మరొక మిత్రుడు అంతయ్య. పరస్తొళ్ళూరు గ్రామం నుండి వచ్చాడు. ఇంకోమిత్రుడు గణపతి వెంకటేశ్వర్లు. చెరువు కట్టపై అతని యిల్లు వుండేది.

మంచాల, సుద్దపల్లి, వేటపాలెం, తోటపాలెం మొదలైన అనేక గ్రామాల నుండి విద్యార్థులు వచ్చేవారు. మల్లంపాటి మధుసూదన ప్రసాద్ సూర్యదేవర నరసయ్య స్కూలుకు హెడ్మాస్టరు. అది కో-ఎడ్యుకేషన్. అమ్మాయిలు, అబ్బాయిలు కలిసిమెలిసి చదవడం, ఆడటం వుండేది. హెడ్మాస్టరు పట్టుదలతో సెలవులలో చుట్టుపక్కల వూళ్ళన్నీ తిరిగి స్కూలు భవనాభివృద్ధికి ఇతర కార్యక్రమాలకు జోలి పట్టేవాడు. సంపన్న రైతులు యథాశక్తి సహాయపడేవారు. హైస్కూలు కట్టించిన సూర్యదేవర నరసయ్యకు సంతానం లేదు. అందువలన ఆయన ఆ స్కూలును కట్టించగలిగాడు. ఉపాధ్యాయుడు తన సొంత స్కూలు అని భావించి స్కూలు పని చేసేవాడు. ఒకసారి శ్రీకృష్ణ పాండవోద్యోగ విజయాలు నాటకం వేశారు. అందులో హెడ్మాస్టరు మధుసూదన ప్రసాద్ కృష్ణుడు పాత్ర ధరించాడు. స్టేజీ వెనుక మేకప్ మేన్ రంగులు తీసుకుని హెడ్మాస్టర్‌ని మీసం తీసేయమన్నాడు. ఆయన కృష్ణుడికి మీసాలు వుండకూడదని ఎక్కడుందో చూపించమన్నాడు. మేకప్ మేన్ నోరు వెళ్ళబెట్టాడు. మొత్తం మీద మీసాల కృష్ణుడుగానే ఆయన నటించాడు. అది కొన్నాళ్ళు వింతగా చెప్పుకున్నారు. స్కూళ్ళలో క్రీడల అభివృద్ధికి కృషి చేయడం అందరి వంతుగా భావించారు.

దసరాపండగ వచ్చినప్పుడు పిల్లలందరికీ చాలా సందడిగా వుండేది. ముఖ్యంగా మేము కొన్ని ఇళ్ళు తిరిగి పాటలు పాడేవాళ్ళం. ఏ యింటికి వెళ్ళాలో టీచర్ చెప్పేవాడు. పిల్లలను వెంటపెట్టుకుని టీచర్ ఆ యింటికి వెడితే పాటలు పాడిన తరువాత పిల్లలకు పప్పు బెల్లాలు, పంతులుగారికి దక్షిణ సమర్పించేవారు. అదే పండగలో మాకు ప్రధాన ఆకర్షణ కొత్తబట్టలు సరేసరి. నేను, జ్ఞానప్రసూనాంబ దసరా పాటలు పాడేవాళ్ళం. ఎలా పాడామో గొంతు ఎలా వున్నదో అవన్నీ పట్టించుకునే రోజులు కావవి. మా వూళ్ళో

చెరువుకట్టమీద ఒకే ఒక పెంకుటిల్లు వుండేది. అందులో కొర్నెపాటి శేషగిరిరావు టీచరు వుండేవాడు. మా అన్న ఆయన దగ్గర కవిత్వం నేర్చుకున్నాడు. ఆయన రెండవ కుమార్తె జ్ఞానప్రసూనాంబ. విల్లంబులు, కోతి బొమ్మలు కొందరు పట్టుకుని ఆడేవారు. మొత్తం మీద ఒక పదిరోజులపాటు పిల్లలందరికీ సరదాగా కాలక్షేపం అయ్యేది.

దసరా పండగకి మా వూర్లో ప్రతియేటా పులి ఆట వుండేది. లాల్ బుచ్చి అనే సాయిబు పులివేషం ధరించేవాడు. మావూర్లో వున్న సాయిబుల కుటుంబాలు హాయిగా తెలుగు మాట్లాడేవారు. ఊర్లో వారితో బాగా కలిసిపోయేవారు. లాల్ బుచ్చి వంటినిండా పులివేషధారణ పెయింటింగులు వేసుకునేవాడు. తోక పెట్టుకునేవాడు. అతను చాలా ఆకర్షణీయంగా పులి ఆట ఆడేవాడు. యథాశక్తి పారితోషికాలు ఇచ్చేవారు. పిల్లలు కేరింతలు కొడుతూ అతని వెంట తిరిగేవారు. చాలా సరదాగా వుండేది.

తిరునాళ్ళు

మావూరి తిరునాళ్ళు ఏటా జనవరి 25న, మా పొరుగూరు ముట్లూరు గ్రామ తిరునాళ్ళు డిసెంబరు 3న జరిగేవి. వీటితో గ్రామం ఎంతో సందడిగా వుండేది. చుట్టాలు వచ్చేవారు. తేరు ఊరేగింపు జరిగేది. చివరలో బాణాసంచా బాగా కాల్చేవారు.

ముట్లూరు నుండి జోజులు, రాజులు వంటి మిత్రులు వచ్చేవారు. వూళ్ళో ఉన్న భవనం సుందరరెడ్డి నాకు మంచిమిత్రుడు. ఏటా సమీప గ్రామం చుండూరులో జరిగే తిరునాళ్ళకు నడిచి వెళ్ళేవాళ్ళం.

చాకిరేవు

మా వూళ్ళో రెండు చాకలి కుటుంబాలు వుండేవి. పొద్దున్నే ఊరంతా తిరిగి బట్టలు తీసుకెళ్ళి చెరువులో వుతికి ఆరేసి సాయంత్రానికి మళ్ళీ ఎవరి బట్టలు వారికిచ్చేవారు. ఇప్పటికీ తలుచుకుంటే నాకు చాలా ఆశ్చర్యం వేస్తుంది. ఎలా గుర్తు పెట్టుకుంటారు. పొరపాటు లేకుండా ఎవరి బట్టలు వారికి ఎలా అందజేస్తారు అనేదే ఆశ్చర్యం. మా చాకలి హనుమాన్లు. అతనికిద్దరు భార్యలు. వారంతా ఈ పనిలో నిమగ్నమయ్యేవారు. హనుమాన్లు రోజుకొక కొత్త చొక్కా వేసుకుని వచ్చేవాడు. ఆ చొక్కా ఆసామి ఇంటికి ఆరోజు వెళ్ళేవాడు కాదు. ఆ విధంగా నిత్య పెళ్ళికొడుకు వలె మా చాకలి కనిపించేవాడు. మా ఇంట్లోనూ ఒకరిద్దరి ఇళ్ళలో మాత్రమే అతను టిఫిన్ స్వీకరించేవాడు. మిగిలిన ఇళ్ళల్లో అన్నం కూరలు ఏది పెడితే అది తినేవాడు.

ఆ విధంగా చాకళ్ళ ఇంట్లో వంటపని ఇంచుమించు వుండేది కాదు. మా హనుమాన్లు ఒకరోజు మా అమ్మ ఉప్మా పెడితే 'ఏంటండీ మీ ఇంట్లో కూడా నూకల కూడేనా' అన్నాడు. అతనంతా క్లాస్. దోశలు, ఇడ్లీలు, పూరీలు, వంటివే తినేవాడు. చాకిరేవులో బట్టలు వుతికేటప్పుడు పాటలు పాడుకుంటూ అలసట కనిపించకుండా ఉండేవాడు. అదంతా గమనించిన వారికి ఆశ్చర్యంగానే వుండేది.

వూళ్ళో ఈతచెట్లు, నేరేడు చెట్లు, సీమతుమ్మ చెట్లు వుండేవి. వాటిని కోసుకొని తినటం పిల్లల వినోదాలలో ఒకటి. మా వూళ్ళో ఒక వీధి అంతా ఆరంగుళాల ఎత్తున ఇసుక వుండేది. దానికి తగ్గట్టుగా పిల్లలు ఆటలు కనుగొన్నారు. అందులో ఒక ఆట పీచుతీసిన కొబ్బరికాయలు విసరడం, ఒక మైలు దూరం ప్రమాణంగా పెట్టుకుని ఎన్ని విసుర్లలో చేరగలం అనేది పందెం. అలా విసిరినప్పుడు కొబ్బరి కాయ పగిలిపోతే మరొక కాయ ఇవ్వాలి. అదొక గమ్మత్తుగా వుండేది. ఇక కోతికొమ్మచ్చి ఆట చాలా సరదాగా వుండేది. బడి లేనప్పుడు పిల్లలకు అది సరదాగానే వుండేది. వేసవి వస్తే, ఆ మాటకు చలికాలంలో కూడా వెన్నెల కుప్పల ఆటలు ఆనందాన్నిచ్చేవి. రెండు ముఠాలుగా ఏర్పడి ఒక ముఠా ముందు వెళ్ళి, ఇసుక చిన్న చిన్న కుప్పలుగా పెట్టి వస్తారు. తిరిగి వచ్చి రెడీ అనగానే రెండవ ముఠావారు, ఎక్కడెక్కడ కుప్పలు పెట్టారో కనుక్కొని వాటిని చెరిపేయాలి. అలా అన్నీ చెరపగలిగితే గెలుపు వారిది. ఎక్కడ పెట్టారో కనుక్కోలేకపోతే అవతలవాడిది గెలుపు. ఈ ఆట అమ్మాయిలు, అబ్బాయిలూ అందరం కలిసి ఆడేవాళ్ళం.

వీధిలాంతర్లు

మాకారోజుల్లో కిరసనాయిలుతో వెలిగించిన లాంతర్లు వుండేవి. ఒక పంచాయితీ మనిషి తట్టలో లాంతర్లు పెట్టుకుని స్తంభాలమీద అమర్చి వెలిగించి వెళ్ళేవాడు. తెల్లవారిన తరువాత వాటన్నిటినీ తీసుకెళ్ళి శుభ్రం చేసి కిరసనాయిలు పోసి మళ్ళీ సాయంత్రం తెచ్చేవాడు. ఆ విధంగా విద్యుత్తు వచ్చేవరకూ చాలా ఏళ్ళు సాగింది.

మా వూళ్లో మాయింటికి రోజూ 'ఆంధ్రప్రభ' వచ్చేది. చేబ్రోలు నుంచి సత్తార్ అనే ఒక సాయిబుల కుర్రవాడు సైకిలు మీద వచ్చి ఇచ్చేవాడు. పేపరుకు అలవాటు పడి రాకపోతే ఏదోగా వుండేది. నెలకోసారి 'భారతి' మాసపత్రిక వచ్చేది. మదరాసు నుండి 'ఆంధ్రపత్రిక' ఎవరో ఒకరిద్దరు మాత్రమే తెప్పించుకునేవారు. ఇవిగాక అంకుశం అనే అన్నాప్రగడ కామేశ్వరరావుగారి పత్రిక, కలైనేశన్ అనే సినిమావారి పత్రిక వచ్చేవి. 'ఆంధ్రపత్రిక' వారపత్రికలో అత్తరు ప్రకటనలు వింతగా వుండేవి. మీరు వాసన చూస్తున్నది 'కునేగా' అత్తరు అని ప్రకటన వుండేది. ఆ రోజుల్లో ప్రింటింగ్

యంత్రంలో వాడే ఇంకులో కిరోసిన్ పోసేవారు. దాంతోపాటు కునేగా అత్తరు కలిపి వాడేవారు. అది పాఠకులకు వింత వాసనతో వుండేది. సినిమా తారల్లో సెక్స్ గొడవలన్నీ 'కలైనేశన్' పత్రికలో వుండేవి. తరువాత అది 'హిందూనేశన్' పత్రికగా మారింది. ఇవిగాక గుంటూరు, రాజమండ్రి, తెనాలి నెల్లూరులలోని వివిధ వారపత్రికలు, పక్షపత్రికలు వస్తుండేవి.

అప్పట్లో చేబ్రోలుకు వివిధ పత్రికలు వచ్చేవి. అవి – అంకుశం (అన్నా ప్రగడ కామేశ్వరరావు, ఎడిటర్), ములుకోల (బండి బుచ్చయ్య, ఎడిటర్), తెలుగుదేశం (సూర్యదేవర రాజ్యలక్ష్మీదేవి, ఎడిటర్), కలైనేశన్ (సినిమా పత్రిక, ఎడిటర్, మద్రాసు), వాహిని (రంగాగారి పత్రిక, ఎడిటర్ ఆయనే).

మా వూరికి కేథలిక్‌ల పత్రిక 'భారతమిత్ర' అనే పక్షపత్రిక వచ్చేది. అందులో క్రైస్తవులపై మధ్యప్రదేశ్‌లో హిందువులు జరుపుతున్న దాడులు మొదలైన వార్తలుండేవి. అనువాద వ్యాసాలుండేవి. మిగిలిన క్రైస్తవ సంఘాలతో పోల్చితే కేథలిక్‌ల తెలుగు బాగుండేది. దానికి కారణం వారు హిందూ పండితులతో బైబిల్‌ను అనువదింపచేసి వ్యాసాలు రాయించారు. మిగిలిన క్రైస్తవ సంఘాల తెలుగు కృత్రిమంగా ఎబ్బెట్టుగా వుండేది.

ఆ రోజుల్లో రేడియోలు లేవు. మా అన్నయ్య కొత్తగా ఒక బ్యాటరీ రేడియోని తీసుకువచ్చాడు. అందులో కేవలం వార్తలు మినహాయించి సిలోన్ రేడియో పాటలు వినటానికి, ఆలిండియా రేడియో పాటలు వరకే పరిమితం చేసేవారు. చేబ్రోలులో పంచాయతీ రేడియో ఉండేది. రోజూ సాయంత్రం వార్తలు, పాడీపంటలూ, కబుర్లు వంటివి కాసేపు పెట్టేవారు. తెలుగు పాటలు ఎప్పుడోగాని సిలోన్ రేడియోలో వచ్చేవి కావు. ఆలిండియా రేడియోలోనూ అంతే. అప్పట్లో మదరాసులోనే తెలుగువారికి రేడియో స్టేషన్ వుండేది.

చేబ్రోలు రాజకీయ కేంద్రంగా వుండేది. అన్ని రాజకీయ పక్షాల నాయకులు రావడం బహిరంగ సభలు కోలాహలంగా వుండేవి. వివిధ రాజకీయ పాఠశాలలు స్త్రీల శిక్షణాతరగతులు జరుగుతుండేవి. అఖిలభారత స్థాయిలో ఉన్న నాయకులందరు చేబ్రోలుకు వచ్చేవారు. మేము హైస్కూలులో చదువుతుండగా అలాంటి వారందరినీ చూడటం ఒక గొప్ప అనుభవం.

మా నాన్న ఆచార్యరంగాగారి అనుచరుడు. కాంగ్రెస్ పార్టీ ముఠాలతో వుండగా, రంగా అనుచరులు, ఆయనతోపాటే వుండేవారు. చేబ్రోలులో రాజకీయ పాఠశాలలు

బాగా జరిగేవి. దేవభక్తుని నాగరత్నమ్మ, సూర్యదేవర రాజ్యలక్ష్మీదేవి, మహిళా శిక్షణా తరగతులు నిర్వహించేవారు. ఖాదీ ప్రచారం ముమ్మరంగా వుండేది. కాంగ్రెస్ నాయకులు వచ్చి, ఆ శిబిరాలలో ఉపన్యాసాలు చేసేవారు. కమ్యూనిస్టుల శిబిరాలు రహస్యంగా జరిగేవి. కనుక వాటిలో అందరికీ ప్రవేశం లేదు. కానీ వారి బహిరంగ సభలకి మాత్రం జనం విపరీతంగా వచ్చేవారు. అప్పట్లో వేములపల్లి శ్రీకృష్ణ, కొల్లా వెంకయ్య, పులుపుల శివయ్య, మాకినేని బసవపున్నయ్య, పుచ్చలపల్లి సుందరయ్య రావటం వాళ్ళని చూడగలగటం ఒక అనుభవం. కాంగ్రెస్ నాయకులు ఇంచుమించు అన్ని స్థాయిలవారూ వచ్చారు. సోషలిస్టు పార్టీ నాయకులు, ఫార్వర్డ్ బ్లాక్ నాయకులు రాగా వారి ప్రసంగాలు విన్నాను.

రాజకీయ చైతన్యం బాగా వెల్లివిరిసిన చేబ్రోలు గ్రామంలో అప్పుడే వచ్చిన తొలి ఎన్నికలు చాలా సంచలనాన్ని కలిగించాయి. అవి 1946లో వచ్చాయి. ఆ ఎన్నికలు పరిమిత ఓటర్లతో కూడినవి. పన్ను చెల్లించిన వారే ఓటుకు అర్హులు. అప్పుడు పోలింగ్ బూత్ లు బడిలో, గ్రంథాలయంలో అమర్చేవారు. మా నాన్న వెంట నేను పోలింగ్ ముందురోజు వెళ్ళి చూస్తే, రంగురంగుల పెట్టెలు అమర్చి వున్నాయి. ఆనాడు పార్టీకొక రంగు బ్యాలెట్ పెట్టెను కేటాయించారు. అది చూడటానికి తమాషాగా వుండేది.

అప్పుడే కొత్తగా కమ్యూనిస్టు సాహిత్యం బాగా విజృంభించి వచ్చింది. దేవభక్తుని నాగేశ్వరరావు నా మిత్రుడు పుస్తకాల షాపు పెట్టి ప్రచారం చేస్తుండేవాడు. ఆయన అన్న దేవభక్తుని నారాయణ హైస్కూలులో మాకు సైన్స్ టీచరు. రష్యా సాహిత్యం, ముఖ్యంగా అనువాదాలు 'సోవియట్ భూమి' అనే పత్రిక వస్తుండేది. గోర్కీ రచన 'అమ్మ', ప్రేమచంద్ నవలలు, పుష్కిన్, టాల్‌స్టాయ్, చెకోవ్ నవలల తెలుగు అనువాదాలు వచ్చాయి. కమ్యూనిస్టుల ప్రచార సాధనాలుగా సుంకర, వాసిరెడ్డి, అనిసెట్టి, పినిసెట్టి నాటికలు, బుర్రకథలు వచ్చాయి. మొత్తం మీద కథా కథనాలలో కమ్యూనిస్టులది పై చేయిగా వుండేది. కాంగ్రెస్ సాహిత్యం గాంధీ రచనలు, నెహ్రూ, సుభాస్ చంద్రబోస్ రచనల అనువాదాలు వచ్చేవి. మొత్తం మీద విద్యార్థులలో రాజకీయ చైతన్యానికి అవి తోడ్పడ్డాయి. నేను ఆ రచనలు, పత్రికలు తిరగేసేవాణ్ణి.

నేను ప్రాథమిక విద్య పూర్తిచేసి హైస్కూలుకు వచ్చేనాటికి మా యింట్లో మా నాన్న గుర్రాలు తీసుకువచ్చాడు. ఒక గుర్రాన్ని రాజస్థాన్ నుంచి తీసుకువచ్చాడు. చాలా గంభీరంగా ఠీవిగా తెల్లగా వుండేది. ఒక బగ్గీ రాజస్థాన్ నుంచి తెచ్చి ఆ గుర్రంతో

మూడు వూళ్ళలో నడిపేవారు. అది ఎక్కి తిరుగుతూ నేను చాలా గర్వించేవాడిని. జనం అదొక వింతగా విడ్డూరంగా చూచేవారు. దానిని సాయిబు నడిపేవాడు. సంపన్నులు దానిని అద్దెకు తీసుకునేవారు. ఇంకొక గుర్రం పెళ్ళి తదితర వినోద కార్యక్రమాలకు వాడేవారు. దానిని పెళ్ళిలో ఆడించడానికి కొంతమంది డప్పుకొట్టే వారిని, పాటలు పాడేవారిని ఆడించేవారిని నియమించారు. మేడికొండూరు గ్రామం నుండి తీసుకువచ్చి ఇంట్లో పెట్టారు. పెళ్ళిళ్ళలో అద్దెకు తీసుకున్నవారు పెళ్ళి కుమారుణ్ణి దానిమీద వూరేగించేవారు. ఇంటింటి దగ్గరా డప్పులు కొడుతూ పాటలు పాడుతూ వూరేగించటం వినోదంగా వుండేది. వాటికి దానా (ఆహారం) ఉలవ గుగ్గిళ్ళు పెట్టేవారు. ఉలవ గుగ్గిళ్ళు తినడం మరొక సరదాగా వుండేది. ఊరేగింపులు లేనప్పుడు ఆ గుర్రం మీద మా నాన్న, మా అన్నయ్య స్వారీ చేసేవారు. అప్పుడప్పుడు మా అన్న నన్ను కూర్చోబెట్టుకుని స్వారీ చేస్తే అదొక గమ్మత్తుగా వుండేది. అది ఒక ప్రతిష్ఠాకర విషయం. ఆ గుర్రాల వూరేగింపు నిమిత్తం పూసల జీను ఇంట్లోనే అమర్చేవారు. ఆ పూసలు గుచ్చటం చాలా పనితనంతో కూడిన విషయం. అది చూస్తూ నేను కూడా అప్పుడప్పుడూ దారాలలో ఆ పూసలు గుచ్చుతుండేవాడిని. అలా కొన్నాళ్ళు జరిగిపోయిన తరువాత వాటన్నిటినీ అమ్మేశారు. ఒక గుర్రం చనిపోయింది.

మా నాన్న పొగాకు పంటలో నష్టపడి పొలాలన్నీ అమ్మేయాల్సి వచ్చింది. పంట పొలాలు తప్ప మాగాణి అంతా అమ్మేశారు. హఠాత్తుగా పేదరికానికొచ్చాం. ఇంట్లో వున్న పాడి పశువులను కూడా అమ్మేశారు. అందువలన పొద్దున్నే బంధువుల ఇళ్ళకెళ్ళి పాలు, మజ్జిగ తీసుకు రావడం నా డ్యూటీగా వుండేది. అది కొన్నాళ్ళు జరిగింది. అక్కయ్య కాన్వెంటులో చదువుతుండేది. కనుక ఇంట్లో సంగతులు ఆమెకు తెలిసేవి కావు. మా అన్నయ్య కూడా బయటి స్కూళ్లలోనే చదివాడు. కనుక ఆయనకూ అట్టే తెలియదు. ఎక్కడికీ పోకుండా వూళ్లో వున్న స్కూల్లోనే చదివిన నాకు పేదరికం అంటే ఏమిటో తెలిసింది. నేను అంతకుముందు అనుభవించిన సంపన్నతతో పోల్చుకోగలిగాను. ఒకసారి బహుశా ఏడవ తరగతి చదువుతున్నప్పు డనుకుంటాను ఆరు నెలలపాటు ఒకే చొక్కాతో ఉన్న సందర్భం బాగా గుర్తున్నది.

ఒక సందర్భంలో టంగుటూరి సూర్యకుమారి ముట్లూరు గ్రామంలో తన కార్యక్రమం ముగించుకుని తిరిగి వస్తూ మా యింటి దగ్గర ఆగింది. ఆమెతో మా అన్నయ్య విజయరాజకుమార్‌కు స్నేహం వుండేది. వాళ్ళిద్దరూ కలిసి చదివి మిలీనియర్ కేంబ్రిడ్జ్ మెట్రిక్ పరీక్ష రాసారు. ఆ విధంగా మదరాసులో వారికి పరిచయం వుంది. ఆమె ఇంటిదగ్గర ఆగినప్పుడు ద్రాక్షపళ్ళు రసం పిండి ఒక గ్లాసులో ఆమెకు

నేను అందించాను. ఆనాడు నా పాత్ర అదే. అప్పుడు నేను ఒక లేసుతో అల్లిన కర్టెన్ కప్పుకుని వున్నాను. ఆ తరువాత స్కూలుకు వెళ్ళి సగర్వంగా సూర్యకుమారికి ద్రాక్ష రసం అందించానని చెప్పాను. అప్పట్లో పిల్లలుగా మాకదే కొంచెం గర్వకారణం. టంగుటూరి ప్రకాశం పంతులు అన్న కుమార్తెగానే కాక సినిమాల్లో నటించటం, జాతీయగీతాలు పాడటం వలన ఆమెకు పేరుండేది.

ఇంతకూ నేను లేసుతో ఉన్న కర్టన్ను కప్పుకోవటం వెనుక బీదరికం కప్పిపుచ్చిన ఉదంతం ఉన్నది. ఆరునెలలుగా ఒకే చొక్కా రోజూ రాత్రిళ్ళు మా అమ్మ ఉతికి ఆరవేసి తెల్లవారి స్కూలుకు వేసుకోవడానికి ఇచ్చేది. క్రమేణ చిరుగు పట్టింది. ఆ చిరుగులు కప్పిపుచ్చటానికే లేసు కర్టను. ఆ పరిస్థితి మెరుగవటానికి కొన్నాళ్ళు పట్టింది.

కాలేజి చదువులనిమిత్తం గుంటూరు వెళ్ళాను. అప్పటికి మా నాన్నకు సంపాదన లేదు. అంతా నా అన్న చూచేవాడు. గుంటూరులో అద్దె యిళ్ళల్లో వుంటూ, చదువు మొదలెట్టాను. మా తల్లిదండ్రులు, అక్క కూడా మాతో బాటే వుండేవారు. క్రైస్తవమిషనరీల పరిచయం వలన తరచు పాలపొడి, నూనె డబ్బాలు తెచ్చేవాడిని. అవి మా కుటుంబాన్ని ఎంతో ఆదుకొన్నాయి.

మరుగుదొడ్లు

1952లో హైస్కూలు విద్య పూర్తిచేసి మేము గుంటూరు వెళ్ళిపోయేవరకు మా ఊళ్లలో మరుగుదొడ్లు లేవు. ఆ తరువాత ఎప్పుడు వచ్చాయో నాకు తెలియదు. వర్షాకాలంలో ముఖ్యంగా స్త్రీలు చాలా ఇబ్బంది పడేవారు. పురుషులు పొలాలు కాలువ చెరువుగట్లు మరుగుదొడ్డిగా వాడేవారు. ఊరంతటికీ ఒకే ఒక చర్చిలో క్రైస్తవ ఫాదర్‌కు బంగళా వుండేది. ఆయనకి మాత్రమే కంపోస్టు పిట్ ఏర్పరచిన మరుగుదొడ్లు, అది ఊరివారికి వింత. చెప్పుకుంటే అదొక దారుణ పరిస్థితి. జనం యొక్క అజ్ఞానం కూడా.

టూరింగ్ టాకీసు

మా మూడు ఊళ్ళకి టూరింగ్ టాకీసు వుండేది. అది సంవత్సరానికి ఆరు నెలలు మాత్రమే పనిచేసేది. అందులో నేల, బెంచి, కుర్చీ, సోఫా సీట్లు వుండేవి. స్త్రీలకు, పురుషులకు మధ్య నాలుగు అడుగుల ఎత్తున తడిక ఏర్పరచేవారు. సినిమాలు విడుదలయినప్పుడు గుర్రపు బండిగాని, ఒంటెద్దుబండిగాని ఏర్పాటు చేసి, అందులో

గ్రామఫోను రికార్డు వేసి ఒకతను కరపత్రాలు పంచుతూ వుండేవాడు. ఉదాహరణకు 'పాతాళభైరవి' వంటి సినిమా వస్తే కరపత్రాలలో ... ... "మంచితరుణం ... ... మించిపోయిన ... .. మళ్ళీరాదు. ఈ రోజే చూడండి... ఏ కారణం చేతనైనా ఆట ఆగినా డబ్బు వాపసు ఇవ్వబడదు .... అదే టిక్కెట్టుపై మరునాడు చూపబడుతుంది" ... అని వుండేది. తొలిసారి రంగుల చిత్రం వచ్చినప్పుడు పంచవర్ణ చిత్రం అని ప్రకటనలిచ్చేవారు. ఆ రోజులలో అప్పుడప్పుడు తమిళ చిత్రాలు కూడా వచ్చేవి. అలా వచ్చినప్పుడు హాలు మధ్య ఒకతను నిలబడి తమిళ సంభాషణలకు తెలుగు చెప్తుండేవాడు. ఒకోసారి తెరమీద జరిగేవాటికి అతను చెప్పేవాటికి పొంతన వుండేది కాదు. జనానికి ఎలాగూ తెలియదు కాబట్టి ఏదో నవ్విస్తుండేవాడు. ఆనాడు రీలు రీలుకి మధ్య విరామం వుంటుండేది. ఒక రీలు అయిపోయిన తరవాత అది తీసి రెండవ రీలు పెట్టటానికి కొంత సమయం పట్టేది. ఒకోసారి పొరపాటున చివరి రీలు మధ్యలో పెట్టటం జనం గొడవ చేయటం అది సరిదిద్దటానికి సమయం పట్టటం నాటి తమాషాలలో ఒకటి. సినిమా హాళ్ళలో పొగ పీల్చటం, సరుకుల అమ్మకాలు వుండేవి.

సర్కసు వచ్చినప్పుడు ఊరి వెలుపల పెద్ద డేరాలు వేసి జనాన్ని ఆకర్షించేవారు. ఏనుగులు, ఊరంతా తిప్పేవారు. అదే ప్రకటనగా వుండేది. ఏనుగులు ఊళ్ళో తిరుగుతున్నప్పుడు జనప కట్టలు, వరి మొదలైనవి అందించేవారు. పిల్లలు మిఠాయి వుండల్లాంటివి కూడా పెట్టేవారు. అదో గమ్మత్తు వాతావరణం.

మా వూరంతటికీ ఒకే ఒక ఆయుర్వేద వైద్యుడుండేవాడు. పేరు పరదేశయ్య. జంగాల కుటుంబం. అతన్ని వూరివారు గౌరవంగా చూసేవారు. అతని తమ్ముడు నాగభూషణం, చేబ్రోలులో అలోపతి వైద్యం చేసేవాడు. బావమరిది నాగయ్య సైకిలు వేసుకుని మూడు వూళ్ళు తిరిగి మాత్రలు అమ్మేవాడు. పరదేశయ్య కుమారుడు బసవయ్యకు పెళ్ళి జరిగినప్పుడు ఐదు రోజుల పాటు నిర్వహించి ఊళ్ళో అందరినీ భోజనాలకి పిలిచారు. పిల్లలకు చాలా సరదాగా వుండేది. ప్రతిరోజూ ఒక కొత్త స్వీటు పెట్టేవారు. పల్లకీలో పెళ్లి కుమారుడు, పెళ్లి కుమార్తెను వూరేగించేవారు. వాళ్ళు బిస్కట్టు దండలు వేసుకుని, పూలచెండ్లు విసురుకుంటూ వూరంతా తిరగటం ఆకర్షణీయంగా వుండేది. ఐదురోజుల సందడి జరుగుతుండగా ప్రతీ రోజూ ఊళ్ళో ఆసాములు పాలు, పెరుగు, ధాన్యం కూరగాయలు యథాశక్తి వారికి అందించేవారు. ఆ విధంగా ఐదురోజుల పెళ్ళిళ్ళు చేసుకున్నవారు అరుదుగానే వుండేవారు.

1952లో జరిగిన ప్రథమజాతీయ ఎన్నికలు మా వూళ్ళోనే తిలకించాను. మా దగ్గర ఆలపాటి వెంకట రామయ్య (కాంగ్రెస్), రావి సత్యనారాయణ (కృషికార్‌లోక్ పార్టీ) రావి అమ్మయ్య (కమ్యూనిస్టు) అసెంబ్లీకి పోటీ చేయగా ఆలపాటి నెగ్గాడు.

చేబ్రోలుకు 8 మైళ్ళ దూరంలో తెనాలి, గుంటూరు, పొన్నూరు, నిడుబ్రోలు వుండేవి. మా వూరుకు దగ్గర్లో రైలుస్టేషన్ వేజండ్ల. అప్పట్లో ప్రైవేటు బస్సులు నడిచేవి.

1953 ప్రారంభంలో నేను ఎస్.ఎస్.ఎల్.సి పాసయిన తరువాత గుంటూరు వెళ్ళిపోయాను. మళ్ళీ తిరిగి ఊళ్లోకి రాలేదు. అందువలన ఊరితో సంబంధాలు అప్పటి నుంచి ఇంచుమించు లేనట్లే. మా ఇల్లు మాత్రం అలాగే వుండిపోయింది. దాన్ని 2000 సంవత్సరంలో కూలగొట్టారు. ప్రస్తుతం దాని తాలూకు స్థలం మాత్రమే వున్నది.

మలుపు తిరిగిన గుంటూరు జీవనం

(1953-58)

1953లో నేను హైస్కూలు చదువు ముగించుకొని, గుంటూరులో కాలేజి విద్యకు చేరాను. ఆంధ్రక్రైస్తవ కళాశాల, హిందూకాలేజి రెండే అప్పట్లో గుంటూరులో ప్రసిద్ధి. నేను ఎ.సి. కాలేజీలో ఎఫ్.ఎ.(ఇంటర్)లో చేరాను. బ్రిటిష్ చరిత్ర, భారత చరిత్ర, లాజిక్ నా సబ్జక్ట్స్. తెలుగు మీడియం నుండి ఇంగ్లీషు మీడియంకు మారడంతో తొలుత భాషతో కొంత కుస్తీపట్టినా క్రమేణా అలవాటుపడ్డాను.

కాలేజీ వాతావరణం కొత్త. బాగా ఉత్సాహంగా వుండడానికి కావలసినంత అవకాశం లభించింది. హెర్బర్ట్, జి.ఎల్.బెన్ని మాకు లాజిక్ టీచర్లు. ఐజక్ ఇండియన్ హిస్టరీ చెబుతుంటే బోరుగా వుండేది. ఇంగ్లీషుకు పాలస్, ఎలవర్తి రోశయ్య, థామస్‌లు వుండేవారు. తెలుగు స్ఫూర్తి శ్రీ వి. వి. ఎల్. నరసింహారావు, జంధ్యాల పాపయ్యశాస్త్రి, జమ్మల మడక మాధవరాయశర్మ, తెలికచర్ల వెంకటరత్నం, మారేమండ నాగేశ్వరరావు చెప్పేవారు. తెలుగు సారస్వత సమితి వుండేది. వారానికోసారి, ఎవరితోనైనా అసెంబ్లీలో ఉపన్యాసాలు యిప్పించేవారు. గుత్తికొండ నరహరి, ఎ.బి.షాల ఉపన్యాసాలు విన్నాం.

టి.ఎస్.పాలస్ ప్రిన్సిపాల్. క్రమశిక్షణ బాగా వుండేది. కో ఎడ్యుకేషన్. క్రైస్తవ విద్యార్థి, విద్యార్థినులు, దూరప్రాంతాల నుండి వచ్చి హాస్టళ్ళలో చదువుకునేవారు. రాయలసీమ నుండి కూడా హిందూ విద్యార్థులు ఉండేవారు.

ఇంటర్ నుండీ పోలు సత్యనారాయణ, తోటకూర శ్రీరామమూర్తి, మల్లెల శ్రీనాథ చౌదరి, శాఖమూరి రాఘవరావు, తోటకూర వెంకట్రాయుడు నా క్లాస్‌మేట్స్. సిద్ధాబత్తుల రామకృష్ణ నా సాహిత్య మిత్రుడు. అంతా సందడిగా వుండేది. కాలేజికి మంచి లైబ్రరీ వుండేది. నేను పుస్తకాలు చదివి మిత్రులకు చెప్పేవాడిని. పరీక్షల సమయంలో వారి గదులలో వుండి, చదివి చెప్పడం నా కర్తవ్యం. అందుకుగాను, ఏ పుస్తకం కావాలన్నా తెచ్చేవారు. పాఠ్యపుస్తకాలకుతోడు, ఉత్తమ గైడ్లు చదివేవాళ్ళం. నాకు

సొంత పుస్తకాలు ఉండేవికావు. మిత్రులే కొనేవారు. అప్పట్లో మా బాచ్‌లో శోభన్‌బాబు వుండేవాడు. ఆయనతో నాకు సన్నిహితత్వం పెరగలేదు. వాసిరెడ్డి దుర్గాప్రసాద్ ఉత్తరోత్తరా ఎన్.సి.సి. అధికారి అయ్యాడు. ఇంకా జంగయ్య (ఎం.ఎల్.ఎన్ జాన్ కుమారుడు), వెంకట్రావు (తుమ్మపూడి మునసబ్ ఉత్తరోత్తరా) వుండేవారు.

చదువులు బాగా సాగేవి. ఎలవర్తి రోశయ్యగారితో క్రమేణా సన్నిహితులం అయ్యాం. ఆయన ఇంటికి వెళ్ళి, అక్కడే భోజనాలు చేస్తూ, ఎంతో నేర్చుకున్నాం. రోశయ్యగారి శిష్యరికం నన్ను హ్యూమనిస్ట్‌ను చేసింది. ఆవుల గోపాలకృష్ణమూర్తి ఆయన ద్వారానే దగ్గరయ్యారు. ఇంగ్లీషు టీచర్ అయినా రోశయ్యగారి దగ్గర, సాహిత్యం, సిద్ధాంతాలు, రచయితలు ఎం.ఎన్.రాయ్, త్రిపురనేని రామస్వామి, త్రిపురాన వేంకటరాయవర్మ, జాన్సన్ యిలా ఎందరి గురించో ఎన్నో విషయాలు విస్తృతంగా తెలుసుకున్నాం. చిన్నయసూరి, పింగళి సూరన, భట్టుమూర్తి యిత్యాదుల గురించి రోశయ్యగారి ద్వారా బాగా తెలిశాయి. వ్యాకరణం, గ్రాంథిక, వాడుక భాషా సంవాదాలు క్షుణ్ణంగా అవగాహనకు వచ్చాయి. దువ్వూరి వెంటకరమణశాస్త్రిగారి రమణీయం ఆయన ద్వారానే పరిచయమైంది.

గోనుగుంట పున్నయ్య, ఏటుకూరి వెంకట నరసయ్య రచనలు వి.వి.ఎల్. నరసింహారావు గారి ద్వారా బాగా చదివాం. ఆవుల గోపాలకృష్ణమూర్తి, కొండవీటి వెంకటకవి వంటి వారిని పిలిచి ఉపన్యాసాలిప్పిస్తే, భాస్కరరావు (స్ఫూర్తిశ్రీ) యధాతథంగా రాసి పత్రికలకు పంపేవారు. ఆయన ఆ విధంగా నాకు నచ్చాడు. జానపద సాహిత్యంపై వి.వి.ఎల్.నరసింహారావుగారెంతో మధురోపన్యాసాలు చేశాడు. అవన్నీ మంచి జీవితపాఠాలుగా ఉపయోగపడ్డాయి.

నేను సిద్ధాబత్తుని రామకృష్ణ (రేపల్లెలో దుర్గయ్య కుమారుడు) జంట రచయితలుగా కొన్నాళ్ళు వ్యాసాలు రాశాం. అతను రాధారాణి అని, నేను శూలపాణి అని పేర్లు పెట్టుకొని రాశాం. ప్రజావాణి, వాహిని, కృష్ణా పత్రికలలో మా రచనలు వచ్చాయి. విశ్వనాథ సత్యనారాయణపై విమర్శ రాస్తే, కాటూరి వెంకటేశ్వరరావుగారు మెచ్చుకున్నారు, గర్వించాను.

ఎ.సి.కాలేజి చదువు 1953 నుండి 1958 వరకు సాగింది. మధ్యలో ఇంటర్ ఒక ఏడు, ఆర్థిక కారణాలుగా మానేయడంతో ఒక సంవత్సరం పొడిగించవలసి వచ్చింది. అంతకుమించి, అవాంతరాలేమీ రాలేదు.

ఇంటర్, బి.ఎ. చదువుల్లో మాకు టీచర్లు మారలేదు. బి.ఎ. లో నేను ఫిలాసఫి చదివాను. పాశ్చాత్య ఫిలాసఫి, ఇండియన్ ఫిలాసఫి, లాజిక్, ఎథిక్స్ ప్రధానాంశాలు.

ఇంటర్ నుండి బి.ఎ. వరకు ఇంగ్లీషు కోర్సులలో మిల్టన్, షేక్స్పియర్, ఆధునిక కవులు, వచన రచనలు చదువుకున్నాం. అమెరికా రచయితల్ని బాగా అధ్యయనం చేశాం. ఫిలాసఫీలో జాన్ డ్యూయి 'రీకన్‌స్ట్రక్షన్ ఆఫ్ మోడరన్ ఫిలాసఫీ' చదివాను. లాజిక్‌లో ఇండక్షన్, డిడక్షన్, నీతిశాస్త్రం, ఆధునిక పాశ్చాత్య తత్వం చదివాను. ఎడిసన్, స్టీల్ పాఠాలు వుండేవి.

రోశయ్య గారు షేక్స్పియర్, మిల్టన్, ఎడిసన్, స్టీల్ చెప్పారు. రోశయ్యగారి పాఠాలు చాలా విపులంగా, రిఫరెన్స్‌లతో వుండేవి. కనుక పరీక్షల దృష్ట్యా ఎప్పుడు పోర్షన్ పూర్తయ్యేది కాదు. సగం అయ్యేది. మిగిలింది సొంతంగా చదవడమే. అయితే ఆయన చెప్పినంతవరకు చాలా క్షుణ్ణంగా వుండేది. అందులో ప్రశ్నలకు రాస్తేనే పాస్ అయ్యేవాళ్ళం. క్రాస్ రిఫరెన్స్‌లలో ఇంగ్లీషుతో మొదలైతే, జాగ్రఫీ, చరిత్ర, సిద్ధాంతాలు, ఉచ్చారణ అలా అన్ని విభాగాలలోకి చాలా లోతుగా వెళ్ళేవారు. షేక్స్పియర్ నాటకాలలో పాత్రలనటన, ఉచ్చారణ, సమకాలీన చరిత్ర జోలికి వెళ్ళేవారు. 'హ్యామ్‌లెట్' నాటకంలో ఘోస్ట్ పాత్ర నటించి చూపేవారు. పాత్రోచితంగా చెప్పేవారు. మర్చంట్ ఆఫ్ వెనిస్, మిల్టన్ 'ప్యారడైజ్ లాస్ట్' సగమే పూర్తయ్యేవి. ఆయన చూపిన దారిలో మిగిలింది అవలీలగా అర్థం చేసుకునేవాళ్ళం.

ఎ.సి.కాలేజిలో ఇతర కార్యకలాపాలు చురుకుగా వుండేవి. తెలుగుశాఖలో నాటకాలుండేవి. నరసరాజుగారి "ఈ యిల్లు అమ్మబడును" నాటకంలో నేనూ చిన్నపాత్ర వేశాను.

ఫిలాసఫీ అసోసియేషన్ సమావేశాలకు బయట కాలేజీల నుండి అతిథి ఉపన్యాసకులను పిలిచేవాళ్ళం. ఆలా ఉపన్యాసం ఇవ్వటానికి హిందూ కళాశాల ప్రిన్సిపాల్ వల్లభజోస్యుల సుబ్బారావుని, మహిళాకళాశాలలో లాజిక్ లెక్చరర్ పార్వతిని పిలిచాం.

జమ్మలమడక మాధవరామశర్మ, జంధ్యాల పాపయ్యశాస్త్రి, వి.వి.ఎల్. నరసింహారావు యిళ్ళకు వెళ్ళేవాళ్ళం. పాపయ్యశాస్త్రిగారిని హాస్యం పట్టించేవాళ్ళం. ఆయన అప్పటికే పేరుమోసిన కవి. ఘంటసాల పాపయ్యశాస్త్రి అని పిలిస్తే ఆయనకు చిరాకు వచ్చేది. కరుణశ్రీ రాసిన 'పుష్పవిలాపం' పద్యాలు ఘంటసాల పాడడంతో ఆయనకు ఆ పేరు వచ్చిందనే అర్థంలో అలా అనేవాళ్ళం. కాలేజీ తుంటరితనంలో అవన్నీ భాగాలే. తెలికచర్ల వెంకటరత్నంగారి నాన్‌డిటైల్డ్ పాఠాలు ఎండు బెరడు వలె, ఆకర్షణ లేకుండా సాగేవి. మారేమండ నాగేశ్వరరావు మావూరు టీచర్. ఆయన పాఠాలు మేడ్ డిఫికల్ట్ వలె వుండేవి. కత్తి అనే బదులు ఛురిక అనేవాడు.

ఎల్. ఆర్. కె. మూర్తి ఇంగ్లీషు పాఠాలు, ఎం. జి. థామస్ నాటక పాఠాలు బాగుండేవి. జె.పాలస్ ఇంగ్లీషు పాఠాలు వీధి బడి పాఠాల వలె వుండేవి. ఆయన అంతా ట్యూషన్ మాస్టర్ నేపథ్యంలో గడిపాడు. ఫిలాసఫీలో హెర్బర్ట్ బాగా చెప్పగా, బెన్ని బొత్తిగా రాగ ద్వేషాతీతంగా చెప్పేవాడు. అప్పటికే టి.ఎస్.పాలస్ ఫిలాసఫి చెప్పడం మానేసి, ప్రిన్సిపాల్‌గా కుదురుకున్నాడు. ఎ.సి.కాలేజిలో క్రైస్తవులకు బైబిల్ క్లాసులు, క్రైస్తవేతరులకు నైతిక తరగతులు (మోరల్ క్లాసెస్) ఉండేవి. జె.బి. విలియమ్స్, వారెన్, దేవదానం, ఐజక్, థామస్ మొదలైన వారంతా క్లాసులు తీసుకునేవారు.

దేవదానం మాకు బ్రిటిష్ చరిత్ర చాలా ఆసక్తికరంగా చెప్పేవాడు. వరదానం కెమిస్ట్రీ టీచర్‌గా బాగా పాపులర్, ఆయన జోక్స్, ఇంగ్లీషు గురించి ఎన్నో జోక్స్ వుండేవి. రోశయ్యగారు క్రమశిక్షణ బాగా పాటించేవారు. ఆయనపట్ల విద్యార్థులు భయంగా వుండేవారు. సైకిల్‌పై కాలేజికి వచ్చేవారు.

టి.ఎస్.పాలస్ సంవత్సరానికోమారు ఫిలాసఫి విద్యార్థులను యింటికి పిలిచి సాయంకాలం వినోదంగా గడపడం ఆనవాయితీ. సైప్స్ అప్పట్లో కాలేజి డీన్‌గా వుండేవారు. పాలస్ ఉత్తరోత్తరా రాజకీయాల్లో పాల్గొని కొత్త రఘురామయ్యకు పనిచేశాడు. బహిరంగ సభలలోనూ ఉపన్యసించేవాడు.

1953–58 మధ్య ఎ.సి.కాలేజి మంచి విద్యాపునాదుల్ని, అనుభవాలను సమకూర్చింది.

గుంటూరులో కాలేజి వెలుపల

(1953-58)

గ్రామీణ జీవితం నుండి పట్టణ వాతావరణంలోకి ప్రవేశించిన తరువాత చాలా అనుభవాలకు గురయ్యాను. కాలేజీలో కంటె వెలుపల చాలా విషయాలు నేర్చుకున్నాను. 1953లో ఎ.సి. కాలేజీలో ప్రవేశించిన తరువాత చదువు సాఫీగా సాగలేదు. సంవత్సరాంతంలోగా అనేక ఒడిదుడుకులు చవిచూచాను.

మా కుటుంబానికి ఆచార్యరంగా, ఆయన అనుచరులతో సన్నిహిత పరిచయాలుండేవి. 1953లో తెనాలి దగ్గర దుగ్గిరాల ఉపఎన్నిక జరిగింది. కృషికార్‌లోక్ పార్టీ అభ్యర్థిగా అంచె వెంకటేశ్వర్లు అనే టీచరు, కాంగ్రెస్ అభ్యర్థి అవుతు రామిరెడ్డిపై పోటీ చేశారు. అంతకు ముందే తెనాలిలో జరిగిన కృషికార్‌లోక్ పార్టీ మహాసభల సఫలత దృష్ట్యా ఆ ఎన్నికలో పార్టీ గెలుస్తుందని భావించారు. నేను, మిత్రుడు నరసింహారావు (తక్కెళ్ళపాడు) అప్పలాచారి తిరిగి చూచాం. పర్యటిస్తున్న లోక్‌పార్టీ నాయకులు తటస్థపడుతుండగా ఎన్నికల సందడి అంతా సైకిళ్ళపై తిరుగుతూ తిలకించాం. ఆ ఎన్నికలో కృషికార్‌లోక్ పార్టీ ఓడిపోయింది.

అచిరకాలంలోనే చిలకలూరిపేట దగ్గర మార్టూరు ఉపఎన్నిక జరిగింది. లోక్‌పార్టీ అభ్యర్థిగా నారాకోడూరుకు చెందిన బి.వి.శివయ్య (బండ్లమూడి వెంకట శివయ్య)కు రంగాగారు విస్తృతంగా ప్రచారం చేశారు. అప్పుడు కూడా నేను, గురునాథం (వీరాచారి సోదరుడు) తిరిగి పాల్గొన్నాం. నారాకోడూరు గ్రామం మార్టూరు నియోజనవర్గానికి చాలా దూరాన వున్నా, శివయ్యను గెలిపించారు. ఆయన రైతుల, ముఖ్యంగా పొగాకు రైతుల కోసం కృషి చేశారు. రంగాగారి శిష్యుడుగా నిలిచాడు. అదొక అనుభవం. అటు మెట్ట, యిటు మాగాణి ప్రాంతాల ఎన్నికలు ఆ విధంగా నా ఇంటర్ రోజులలో చూడగలిగాను.

గుంటూరులో 1953లో నేను కాలేజీలో ప్రవేశించినప్పుడు ప్రజావాణి వారపత్రిక బహుళ ప్రచారంలో వుండేది. వట్టికొండ రంగయ్య దాని సంపాదకులు. నాకు ఆసక్తి కలిగి, తొలిగా చిన్న వ్యాసాన్ని రాజకీయ వ్యాఖ్యతో పంపాను. మొదటిపేజీలో వేశారు. చాలా సంతోషించాను. "అనంతశయనం అయ్యంగారి అనంతకోటి రూపాలు" శీర్షిక. లోకసభ స్పీకర్ అయిన ఆయన తిరుపతి నుండి ఎన్నికయ్యారు. అయితే తొలుత నేను అనంత రాజకుమార్ అనే పేరుతో రాశాను. పెదకాకానిలో శాస్త్రి అనే మిత్రుడు ఆ పేరు సూచించాడు. మా అన్న విజయరాజకుమార్ అని పెట్టుకోవడం వలన, నేను మా అమ్మ పేరు కలసి వచ్చేట్లు పెట్టుకున్నాను. కాని ఆట్టే కాలం ఆ పేరు కొనసాగించకుండా, ఇన్నయ్య పేరుతోనే రాశాను. అలా మొదలైంది నా వ్యాసరచన.

'ప్రజావాణి' వారపత్రిక కార్యాలయం గుంటూరు అరండల్‌పేటలో వుండేది. ఒక రోజు వెళ్ళి వట్టికొండ రంగయ్యగారిని కలిశాను. పరిచయం అయిన తరువాత, వరుసగా పత్రికకు రాస్తుండేవాడిని. 'ప్రజావాణి'లో మొదటి పేజీవ్యాసం బి.ఎస్.ఆర్. కృష్ణ ప్రతివారం రాసేవారు. ఆయన అప్పటికే 'పొగాకులోకం' అనే మాసపత్రిక సంపాదకులు. గుంటూరుజిల్లా టొబాకోబోర్డు వారు దానిని నడిపేవారు. కల్లూరి వీరయ్య బోర్డుఛైర్మన్. ఆయన రైతు. బ్రాహ్మణ కోడూరు నివాసి. ఆచార్యరంగా గారి శిష్యులు. ఆయన్ను గురించి రంగాగారు పెన్ స్కెచ్ రాశారు. వీరయ్యగారి వూరు కూడా వెళ్ళి ఆయన ఆతిథ్యం స్వీకరించాను.

బి.ఎస్.ఆర్. కృష్ణ దగ్గరకు వెళ్ళి ఆయన రచన తెచ్చి ప్రజావాణికి సమయానికి యివ్వడం కొన్నిసార్లు చేశాను. కృష్ణగారు అప్పటికే బి. ఎ. పూర్తి చేశారు. మద్రాసులో 'విజయప్రభ' దినపత్రికలో కొద్దిరోజులు పనిచేసి వచ్చాడు. కృష్ణగారు సత్తెనపల్లి తాలూకా సిరిపురం గ్రామ మునసబ్ కుమారులు. పూర్తిపేరు శివరామకృష్ణ. అయితే ఆయన శైలేంద్ర అనే పేరుతో రాసేవాడు. ఆచార్యరంగా గారి అనుచరులు. ఆ విధంగా కొన్నాళ్ళు 'వాహిని' పత్రికలోనూ పనిచేశాడు. నిటారుగా, సింగిల్ కాలం వలె వుంటారని, పురాణం సుబ్రహ్మణ్యశర్మ అనేవాడు. కృష్ణ 1950 ప్రాంతాలలోనే ఆదర్శ వివాహం చేసుకున్నాడు. ఆమె విధవ. ఆ తరువాత వారికి కుమారులు కలిగారు. కృష్ణగారితో నేను చాలా సన్నిహితుడనయ్యాను. అది చివరి వరకూ సాగింది.

ఆనాడు బహుళ ప్రచారంలో వున్న 'ఆంధ్రప్రభ'కు వార్తలు పంపితే ఒక పట్టాన వేసేవారు కాదు. పెద్ద సభలు జరిగినా పట్టించుకునేవారు కాదు. అందుకని ఒకనాడు 'ప్రజావాణి' ఆఫీసులో కూర్చొని మేం ఒక ప్రయోగం చేశాం. అది ఫలించింది.

బి.ఎస్.ఆర్. కృష్ణ అధ్యక్షులుగా నేను కార్యదర్శిగా గుంటూరు జిల్లా కళాకారుల సంఘం కాగితాలపై సృష్టించాం. అక్కినేని నాగేశ్వరరావుతో సహా పెద్ద కళాకారులతో మహాసభ జరుపనున్నట్లు వార్త రాసి ఆంధ్రప్రభకు పంపాం. అది ప్రముఖంగా, నాలుగు కాలాల శీర్షికతో ప్రచురితమైంది. నవ్వుకున్నాం. గుంటూరులో 'ఆంధ్రప్రభ' విలేఖరిగా అప్పట్లో సోమయాజులు వుండేవాడు. ఆయన ద్వారా వార్త పంపితే వచ్చేదికాదేమో. నార్ల వెంకటేశ్వరరావు జర్నలిజంపై అలా ప్రయోగం జరిపాం.

అప్పుడే దరువూరి వీరయ్యగారితో పరిచయమైంది. ఉత్తరోత్తరా ఆయన బి.ఎస్.ఆర్.కృష్ణతో వియ్యమందాడు. వీరయ్యగారు నేను కలసి, రంగాగారి అనుచరులతో ఒక సంఘం పెట్టాం. దాని పేరు యువకర్షక్. వీరయ్య అధ్యక్షులు, నేను కార్యదర్శి.

ప్రథమ మహాసభ గుంటూరులో ఒక సినిమాహాలులో జరిపాం. జయప్రదం అయింది. కందుల ఓబులరెడ్డి, గౌతులచ్చన్న వంటివారు వచ్చి ఉపన్యాసాలిచ్చారు. ఆ సంఘం అంతటితో ఆగింది. దరువూరి వీరయ్యగారు రంగాగారి అనుచరులుగా మొదలై, కొత్త రఘురామయ్య శిష్యులుగా వుంటూ చివరలో మళ్ళీ రంగాగారికి చేరువయ్యారు. 1955 ఆంధ్ర ఎన్నికలలో రంగాగారి రాష్ట్రపర్యటన ప్రసంగాలను వీరయ్యగారు రోజూ పత్రికకు పంపేవారు. ప్రముఖంగా అచ్చయ్యేవి. వీరయ్యగారు తరువాత 'గుంటూరు మండల సర్వస్వం' వెలువరించారు. యథాశక్తి పరిశోధన చేసి కొన్ని పుస్తకాలు తెచ్చారు. ఆయనతో కూడా చిరకాలం స్నేహం కొనసాగించాను.

'ప్రజావాణి'లో చాలాకాలం నా సహరచయిత వాసిరెడ్డి సత్యనారాయణ. ఆయన నాకు సీనియర్. హిందూకళాశాల, గుంటూరులో చదివారు. లాం గ్రామం నుండి వచ్చేవారు. నిరుపేద కుటుంబం. సత్యం అనే వాళ్ళం. ఆయన రంగాగారి కృషికార్‌లోక్‌పార్టీలో లచ్చన్నకు సన్నిహితంగా సహాయపడ్డాడు. విద్యార్థి సమ్మేళన్‌లో కృషిచేసాడు. చాలాసార్లు ఆయన గ్రామానికి వెళ్ళి కాలక్షేపం చేసాను. 'ప్రజావాణి'లో అనేక వ్యాసాలు సమకాలీన రాజకీయాలపై రాశారు. మేమిద్దరం కలిసి తిరిగేవాళ్ళం. ఆ తరువాత ఒక దశలో సత్యనారాయణ కమ్యూనిస్టు పార్టీకి చేరువై, మార్క్సిస్టు పక్షానికి పనిచేసాడు. వివాహం అయిన తరువాత విజయవాడలో నివాసం ఏర్పరచుకున్నాడు. ఉయ్యూరు చెరకు ఫ్యాక్టరి వారు నడిపిన 'చెరకుపత్రిక' చూచేవాడు. మేము స్నేహితులుగానే ఉండేవాళ్ళం.

'ప్రజావాణి' పత్రిక గార్డన్ ప్రెస్‌లో అచ్చు అయ్యేది. రంగయ్యగారు శ్రద్ధగా ప్రూఫ్‌లు చూచేవారు. ఆయన భార్య వట్టికొండ విశాలాక్షి నవలలు, కథలు రాసేది.

30 నరిసెట్టి ఇన్నయ్య

ఆయన కొన్ని గేయాలు, రచనలు చేశాడు. విశాలాక్షిది మా చేబ్రోలు గ్రామం. వారికి సంతానం లేదు. 'ప్రజావాణి' పత్రిక ఆగిన తరువాత రంగయ్యగారు బాగా సంపాదించి, భవనాలు కొన్నారు. ఆయనది కృష్ణాజిల్లా వీరులపాడు. కమ్యూనిస్టులతో విభేదించాడు. మద్రాసులో సంజీవరెడ్డి పెట్టిన కాంగ్రెస్ పత్రిక నడిపాడు. ఒక స్థాయిలో విభేదించి, గుంటూరుకు మారాడు. అప్పుడు 'ప్రజావాణి' ఆవిర్భవించింది.

నేను 1962 వరకూ 'ప్రజావాణి'కి రాశాను. ఆలోగా అనూహ్య పరిస్థితులలో ప్రజావాణిలో ఉద్యోగం చేశాను.

1953లో నేను గుంటూరు చేరేనాటికి ప్రత్యేక ఆంధ్ర ఏర్పడింది. రభసమధ్య రాజధానిని కర్నూలులో తాత్కాలికంగా ఏర్పరచారు. నేను ఇంటర్ చదువుతుండగా, గుంటూరులో నా క్లాస్‌మేట్ మాదాల తిమ్మయ్య వుండేవాడు. అతని పెద్దన్న మాదాల పెదతిమ్మయ్య. లచ్చన్న అనుచరుడు వడ్డెంగుంట వెంకటేశ్వర్లు రిక్షాలు నడిపిస్తుండేవాడు. అయితే ఒక్కరినే ఎక్కించుకోవాలని నిబంధన వుండేది. విజయనగరంలో ఇద్దరిని ఎక్కించుకొని తొక్కడానికి అనుమతి వున్నది. కనుక ఆ విషయమై రాష్ట్రపోలీస్ అధికారి నంబియార్‌కు విజ్ఞప్తి సమర్పించాలనుకున్నాడు. ఆయనతో కర్నూలులో ఇంగ్లీషులో మాట్లాడడానికి నన్ను రమ్మన్నాడు. అప్పటికి అంతంత మాత్రంగానే ఇంగ్లీషు వచ్చిన నేను, వారితో కలసి కర్నూలు వెళ్ళాను. గుడారాలలో అధికారులు తాత్కాలిక కార్యాలయాలను నడిపిస్తున్నారు. నంబియార్ తమిళుడు. ఆయనను కలసి మెమోరాండం యిచ్చాం. వచ్చీరాని ఇంగ్లీషులో చెపితే ఆయన గ్రహించాడు.

అమ్మయ్య అనుకున్నాం. ఆయన మా విజ్ఞప్తిని ఆమోదించి ఇద్దరు రిక్షాపై వెళ్ళడానికి అనుమతించాడు. నన్ను వెంట తెచ్చినవారు ఆనందించారు. ఎలాగూ వచ్చాంగదా అని మాకు తెలిసిన వారి బంగళాలకు వెళ్ళి కలిశాం. గౌతులచ్చన్న బంగళాకు వెళ్ళాం. ఆయనకు గాంధి, సింహాచలం అని యిద్దరు పి.ఎ.లు వుండేవారు. స్నేహపాత్రులు. మమ్మల్ని వెంటబెట్టుకొని 'ముద్దుబిడ్డ' సినిమా రెండో ఆటకు తీసుకెళ్ళారు. సినిమా నడుస్తున్నంత సేపూ వారిరువురు రన్నింగ్ కామెంటరీ చేయగా హాలంతా నవ్వులతో నిండిపోయింది. జమునపై హాస్యపూరిత వాఖ్యానాలు చేశారు.

కర్నూలులో బెజవాడ గోపాలరెడ్డి, కందుల ఓబులరెడ్డి, గోవాడ పరంధామయ్య (ఎం.ఎల్. ఏ) ముక్త్యాల రాజా, చల్లపల్లి రాజా ఇంకా కొందరిని బంగళాలలో కలిసి తిరిగి గుంటూరు వచ్చేశాం.

కర్నూలు రాజకీయరంగం మారింది. ప్రకాశం మంత్రివర్గం పడిపోవడం, చందూలాల్ త్రివేది గవర్నర్ పాలన రావడం జరిగింది. ఆ లోగా గౌతులచ్చన్న నాయకత్వాన కల్లుగీత పనివారల రక్షణకు సత్యాగ్రహం జరిగింది. శాంతి రామమూర్తి (ఐ.సి.ఎస్) నివేదిక ప్రకారం మద్యనిషేధం విఫలమైంది గనుక ఎత్తేయమన్నారు. అది అమలు పరచమని, గీత కార్మికుల వృత్తి కాపాడమని కృషికార్‌లోక్ పార్టీ లచ్చన్న నాయకత్వాన సత్యాగ్రహం చేబట్టింది. జట్లు జట్లుగా సత్యాగ్రహులు అరెస్టు అయ్యారు. అందులో ఒక జట్టులో మా అన్న విజయరాజకుమార్ వున్నాడు. ఆయనే మా కుటుంబానికి ఆధారం. ఆయన అరెస్టుతో మా యింట్లో కష్టాలు పెరిగాయి. నేను ఇంటర్ చదువు మానేశాను. అప్పుడు ఎ. సి. కాలేజి ఎదురుగా మా అన్న ఒక పుస్తకాల షాపు పెట్టాడు. ఎల్.వి.ఆర్. అండ్ సన్స్ క్లబ్ ఆవరణలో వుండేది. ఆయన అరెస్టుతో నేను షాపులో వుండవలసి వచ్చింది.

కాని పుస్తకాలషాపు కూడా నడవక మూసేశాను. గుంటూరు వారి తోటలో సరస్వతమ్మ యింట్లో అద్దెకు వుండేవాళ్ళం. నా తల్లిదండ్రులు, అక్క వుండేవారు. ఎవరికీ సంపాదన లేదు. తప్పని పరిస్థితులలో అడిగితే, ప్రజావాణిలో రోజుకురూపాయి చొప్పున వట్టికొండ రంగయ్య ఉద్యోగం యిచ్చాడు. రోజూ పొద్దునే నడచి బ్రాడీపేట 4వ లైన్ చివరవున్న ఆయన ఇంటికి వెళ్ళే వాడిని. ఇద్దరం కలసి సెంటర్‌లోని శంకర్ విలాస్‌కు వచ్చి, రెండు యిడ్లీ, కాఫీతో ముగించి ఆఫీసు పనులు చూచేవాళ్ళం. సినిమా పత్రికలు బొంబాయి నుండి వచ్చేవి. 'స్క్రీన్, సినీ అడ్వాన్స్', బాబూరావు పటేల్ సినీ విమర్శలు అన్నీ ముందేసుకుని, తెలుగులో ఆకర్షణీయంగా చిన్న బిట్స్ రాయడం ఒక పని. అలా ఆర్నెల్లు సాగింది. ఆనాడు రూపాయి విలువ ఎక్కువే. అదే మా కుటుంబ దైనందిన సరుకులు కొనడానికి అక్కరకొచ్చింది.

రాష్ట్రంలో ప్రకాశం ప్రభుత్వం పడిపోగా, చందూలాల్ మాధవలాల్ త్రివేది ప్రత్యేకాధికారిగా తాత్కాలిక ప్రభుత్వం ఏర్పాటు చేశారు. ఆయన సత్యాగ్రహుల్ని విడుదల చేయడంతో, రాజమండ్రి జైలు నుండి మా అన్న విజయ రాజకుమార్ బయటకు వచ్చేశాడు. సత్యాగ్రహులు తమ అనుభవాలు వివరిస్తూ పర్యటన చేసి జనానికి చెప్పారు. ఆ పర్యటనలో నేనూ పాల్గొని, ఎప్పటికప్పుడు రిపోర్టు రాసి 'వాహిని' పత్రికకు పంపాను.

మా అన్న విడుదల కావడంతో మా షాపు మళ్ళీ తెరిచాం. కాని అది సాగలేదు. అది వదిలేశాం. నాకు కుటుంబపోషణ బాధ్యత తప్పింది. మళ్ళీ ఎ. సి. కాలేజీలో

చేరాను. ఒక ఏడాది కోర్సు రెండేళ్ళు చదివానన్నమాట. 'ప్రజావాణి' ఉద్యోగం మానేశాను. కాని రచనలు కొనసాగించాను.

మా అక్క పెళ్ళి బాధ్యత స్వీకరించి, మా అన్న ఆమెకు చెరుకూరి వెంకట సుబ్బయ్యను కుదిర్చి వివాహం జరిపించాడు. అదొక పెద్ద విమోచన అయింది.

మా అక్క కమల, బావ చెరుకూరి వెంకటసుబ్బయ్య గుంటూరులో తాత్కాలికంగా నెలకొల్పిన హైకోర్టులో గుమాస్తా ఉద్యోగాలలో చేరారు. అప్పుడప్పుడూ నేను వారితో పాటు కోర్టుకు వెళ్ళి చూస్తుండేవాడిని. ఆవుల సాంబశివరావు అప్పుడు హైకోర్టులో ప్రాక్టీసు చేస్తున్నాడు.

1955-56లో మా అన్న వివాహం గుంటూరు సరస్వతి మహల్ (సినిమాహాలు, రైలుపేట)లో జరిగింది. నేను పెళ్ళికార్డులు పంచాను. కాసు బ్రహ్మానందరెడ్డికి యింటికి వెళ్ళి కార్డు యిచ్చాను. కాని ఆయన పెళ్ళికి రాలేదు. ఆంధ్రపత్రిక విలేఖరి గుడిపల్లి వెంకటప్పయ్య శాస్త్రి (తెనాలి) కుమార్తె కన్యాకుమారితో పెళ్ళి జరిగింది. పెళ్ళి వేదికపై ఆచార్యరంగా, కొత్త రఘురామయ్య వున్నారు. ఆవుల గోపాలకృష్ణమూర్తి చక్కని ఉపన్యాసం భావగర్భితంగా యిచ్చి, తెలుగులో ప్రమాణాలు చేయించి మానవవాద పద్ధతిలో పెళ్ళి జరిపించాడు. పెళ్ళికి మా అన్న అభిమానులు భారీగా వచ్చారు. మా వదిన కన్యాకుమారి బి.ఎ., బి.ఎల్ చదివి అడ్వొకేట్‌గా కొద్దికాలం ప్రాక్టీసు చేసింది.

1955లో ఆంధ్రరాజకీయాలు సంచలన చరిత్ర సృష్టించాయి. అది ఆసక్తిగా తిలకించి, పాల్గొన్నాను. కమ్యూనిస్టులు అధికారంలోకి వస్తారని రాష్ట్రం ఎరుపెక్కుతుందని భావించారు. 120 స్థానాలతో కమ్యూనిస్టులు పుచ్చలపల్లి సుందరయ్య ముఖ్యమంత్రిత్వంలో అధికారంలోకి వస్తారనే ప్రచారం జరిగింది. కమ్యూనిస్టుల్ని ఓడించడానికి కాంగ్రెస్-ప్రజాసోషలిస్టు, కృషికార్‌లోక్‌పార్టీలు ఐక్యంగా అభ్యర్థుల్ని నిలబెట్టాయి. దేశనాయకులంతా పర్యటించారు. వారందరినీ చూచి, ఉపన్యాసాలు వినడం మంచి అనుభవం. మా అన్న ఉపన్యాసాలకు బాగా ఆకర్షణ వుండేది. కమ్యూనిస్టులను కామన్‌ప్లాట్ ఫారాలకు రమ్మని ఛాలెంజ్ చేయడం ఒక ఎత్తు. వీరాచారి, సుంకర సత్యనారాయణ, కె. రోశయ్య మొదలైన వారు ప్రచారంలో వున్నారు. నాజర్ బుర్రకథ, ప్రజానాట్యమండలి ప్రదర్శనలు విపరీత జనాకర్షణతో వుండేవి. ఆచార్యరంగా పర్యటన సుడిగాలిలాసాగింది. దరువూరి వీరయ్య నిత్యం రిపోర్టులు పంపగా, ఆంధ్రప్రభ ప్రముఖంగా ప్రచురించింది. నాటి కోలాహలంలో నార్ల వెంకటేశ్వరరావు సంపాదకీయాలు కీలక పాత్రవహించాయి.

ఆ ఎన్నికలలో నన్ను కారంచేడు వెళ్ళి, అమ్మనబ్రోలు నియోజకవర్గంలో పనిచూడమని మా అన్న కోరాడు. నేను ఇంకొల్లులో మకాం వేసి చుట్టుపట్ల గ్రామాలు పర్యటించాను. కాంగ్రెసు అభ్యర్థి జాగర్లమూడి చంద్రమౌళి, కమ్యూనిస్టు అభ్యర్థి జాగర్లమూడి లక్ష్మీనారాయణ. నేను కారంచేడులో బంగారు బాబు యింట్లో వుంటూ, కారులో గ్రామాలు తిరిగాను. అదొక మంచి అనుభవం. చిన్న సభలలో యధాశక్తి మాట్లాడేవాడిని. అప్పటికి నా అనుభవం చాలా తక్కువ. మొత్తంమీద ఎన్నికలు ముగిశాక కమ్యూనిస్టులు 15 స్థానాలతో సరిపెట్టుకున్నారు. ఐక్యకాంగ్రెసు అధికారంలోకి వచ్చింది.

విజయరాజకుమార్ (మాఅన్న), వీరాచారిగార్లను రంగాగారి రేచుకుక్కలని కమ్యూనిస్టులనేవారు. వారిని అంత బలంగా ఎదురుదెబ్బ తీశారు గనుక ! ఎన్నికలలో కమ్యూనిస్టులు విపరీతంగా ప్రచారం చేశారు. వారి ధోరణి గమనించి మిగిలిన పార్టీలు చలించిన మాట వాస్తవం. బొంబాయి నుండి ఎస్.కె. పాటిల్ వచ్చి తీవ్రస్థాయిలో కాంగ్రెస్‌పార్టీకి కోపుకాశారు. సంజీవరెడ్డి, గోపాలరెడ్డి, యు.ఎన్. దేబర్ సభలకు జనం కదలివచ్చారు. జవహర్‌లాల్ నెహ్రూ సభలు మాకు గొప్ప అనుభవం.

ఊరేగింపులలో కమ్యూనిస్టులు మాకినేని బసవపున్నయ్యను స్టార్ స్పీకర్‌గా చలామణి చేశారు. మెడబలిసిన ఆడవాళ్ళపై కాడి వేసి దున్నిస్తామని బసవపున్నయ్య ఉపన్యసించినట్లు పత్రికలలో పతాక శీర్షికలతో రావడం వింత వార్త. అందులో నిజానిజాల మాట అలావుంచి, అదొక సంచలన ప్రచారం అయింది. 'ములుకోల'వంటి బెజవాడ వారపత్రికలు బండి బుచ్చయ్య సంపాదకత్వాన స్థానిక కమ్యూనిస్టుల్ని ఎండగట్టాయి. ఆయన్ని వీధిలో పట్టుకొని కొట్టారు కూడా. కమ్యూనిస్టుల పత్రికలు, ఘాటైన శీర్షికలతో జనాన్ని ఆకట్టుకున్నాయి.

ఫలితాల జోస్యాలు జోరుగా సాగాయి. కమ్యూనిస్టులకు 15 స్థానాలు వస్తాయని కొందరు చెప్పగా అదే నిజమైంది. ఆ ఎన్నికలు కమ్యూనిస్టులకు కోలుకోలేని దెబ్బగావడం, మళ్ళీ లేవ లేకపోవడం జరిగింది. ఆ తరువాత పార్టీ చీలిపోయింది.

1955 ఎన్నికల అనంతరం బెజవాడ గోపాలరెడ్డి ముఖ్యమంత్రిగా, నీలం సంజీవరెడ్డి ఉప ముఖ్యమంత్రిగా కర్నూలులో కొత్త మంత్రివర్గం ఏర్పడింది. రెండోపర్యాయం నేను కర్నూలు వెళ్ళాను. కొత్తమంత్రివర్గంలో గౌతు లచ్చన్న విద్యుత్‌శాఖ మంత్రిగా, కందుల ఓబులరెడ్డి వ్యవసాయశాఖ మంత్రిగా వున్నారు. వారిని, మరికొంతమంది కొత్త శాసనసభ్యుల్ని కలిశాం. నీరుకొండ రామారావు

రాజమండ్రి నుండి ఎన్నికైన శాసనసభ్యుడు. ఆయన్ను కలుసుకున్నాం. కర్నూలు అంతా కోలాహలంగా వుండేది. అయితే కొత్త మంత్రివర్గం ఆట్టే కాలం కొనసాగలేదు.

గౌతులచ్చన్న, కందుల ఓబులరెడ్డి పర్యటనలు చేశారు. నేను పాల్గొని, దినపత్రికలకు రిపోర్టు పంపేవాడిని. మంత్రివర్గంలో వుంటే నేను వుండాలి, లేదంటే సంజీవరెడ్డి వుండాలి అని ఓబులరెడ్డి ప్రకటించాడు. ఆర్నెల్లు తిరగకముందే ఓబులరెడ్డి పదవి వూడింది.

ఆంధ్ర నుండి ఆంధ్రప్రదేశ్ వచ్చింది. సంజీవరెడ్డి ముఖ్యమంత్రి అయ్యాడు. ఉపముఖ్యమంత్రి పదవి ఆరోవేలు వంటిదని తొలగించారు. రాజధాని హైదరాబాద్‌కు మారింది. గుంటూరులో హైకోర్టు కాస్తా రాజధానికి తరలింది. మా అక్క బావలు ఉద్యోగరీత్యా హైదరాబాద్ వెళ్ళారు. నేనూ వారితో తొలిసారి 1956లో హైదరాబాద్‌కు వచ్చాను. సనత్‌నగర్‌లో సింగిల్ రూం ఆర్మీక్వార్టర్స్ హైకోర్టు ఉద్యోగస్తులకు కేటాయించారు. అక్కడ నుండి రెండణాలతో డబల్‌డెక్కర్ బస్సులలో హైకోర్టుకు వెళ్ళే వాళ్ళం.

గుంటూరులో కాలేజీ చదువులు సాగినంత వరకూ, ఏటా వేసవి సెలవులలో మిత్రుల వూళ్ళకు వెళ్ళి కాలక్షేపం చేశాను. ఆ విధంగా మల్లెల శ్రీనాధచౌదరి గ్రామం రాయపూడి (కృష్ణఒడ్డున), శాఖమూరి రాఘవరావు వూరు పాలడుగు, జ్యోతి ప్రసాద్ గ్రామం కొమ్మూరు చూచాను. కాని వీటన్నిటి కంటె ముఖ్యం, చీరాల దగ్గర సంతరావూరు వెళ్ళి మకాం పెట్టడం బాగుంది. తోటకూర శ్రీరామ మూర్తి, వెంకట్రాయుడు, పోలు సత్యనారాయణ కాలేజీలో నా క్లాస్‌మేట్స్‌గా ఆ వూరికి చెందినవారు గ్రామంలో ఏదొక సమావేశం ఏర్పాటు చేసేవాళ్ళం. రోశయ్యగారి వలన రాడికల్ హ్యూమనిస్టులుగా మారిన మేము ప్రముఖ హ్యూమనిస్టులతో మీటింగులు పెట్టించేవాళ్లం. మల్లాది రామమూర్తి, రావిపూడి వెంకటాద్రి, ఎన్.వి. బ్రహ్మం, సి.హెచ్. రాజారెడ్డి, ఆవుల గోపాలకృష్ణమూర్తి, గోరంట్ల రాఘవయ్య, కొండవీటి వెంకటకవి ప్రభృతులతో సమావేశాలు సంతరావూరులో వేసవిలో జరిపాం.

గుంటూరులో మా అన్న కొన్నాళ్ళు పొగాకు వ్యాపారం చేశాడు. సెలవుల్లో నేనూ ఆ పనులు చూచేవాడిని. గుంటూరు నుండి తరలించి కొన్నాళ్ళు అబ్బినేని గుంటపాలెం అనే గ్రామంలో గ్రేడింగ్ పనులు పెట్టించారు. అక్కడ వేసవి సెలవుల్లో వున్నాను. అప్పుడే పాలపర్రు గ్రామం వెళ్ళి లావు అంకమ్మ వంటి రాడికల్ హ్యూమనిస్టులను కలిశాను.

పొగాకు వ్యాపారంలో మా అన్నతో బాటు మా పెద్దమ్మ కుమారుడు, అడ్వొకేట్ పూదోట శౌరయ్య చేరాడు. రావిపాడు నుండి మల్లవరపు అంతయ్య (మా అత్త కుమారుడు) వున్నారు. మా నాన్న రాజయ్య యీ వ్యాపారంలో తోడ్పడినా, ఆరోగ్య రీత్యా ఆట్టే చేయలేకపోయాడు. మా అన్నకు అనుభవం లేక త్వరలోనే పొగాకు వ్యాపారానికి స్వస్తి పలికాడు. అప్పుడు పాతగుంటూరులో ఏకా ఆంజనేయులు ఇంటి ఎదురుగా అద్దెకు వుండేవాళ్ళం.

గుంటూరులో గుత్తికొండ నరహరితో పరిచయం అయింది. ఆయనకు పొగాకు వ్యాపారం వుండేది. బాచిన సుబ్బారావు అక్కడే పరిచయమయ్యాడు. నరహరి 1940 ప్రాంతాలలో రాడికల్ డెమొక్రటిక్ పార్టీ రాష్ట్రకార్యదర్శి. మంచి వక్త. తరువాత ఆయన రంగాగారితో పనిచేసి, కొత్త రఘురామయ్యకు సన్నిహితుడయ్యాడు. మళ్ళీ పేచీపడి ఆయన్ను వీధినపడి దూషించేవాడు. చివరకు కోర్టుకేసులు, కలహాలు జరిగాయి. ఆయన ద్వారా ఎం.ఎన్.రాయ్ విషయాలు తెలుసుకున్నాను.

డా॥ కాసరనేని సదాశివరావు మాకు ఫామిలీ డాక్టర్. ఏ రకమైన రుగ్మత వచ్చినా ఆయనే చూచి మందులిచ్చే వారు. ఆ తరువాత ఆయన సాహిత్య ప్రియత్వం వలన మా స్నేహంగా మారింది. అలాగే కొనసాగాం. ఆయన రాజకీయాలతో నిమిత్తం లేకుండా వుండే వాళ్ళం.

గుంటూరు హిందూకళాశాలలో చరిత్ర లెక్చరర్‌గా భట్టిప్రోలు హనుమంతరావు వుండేవాడు. ఆయన కూచిపూడి వాస్తవ్యులు. రాడికల్ హ్యూమనిస్ట్. చరిత్రను శాస్త్రీయంగా రాసిన అధ్యాపకులు. కల్లూరి బసవేశ్వరరావుతో కలసి ఆయన రాసిన చరిత్ర పుస్తకాలను పాఠ్యగ్రంథాలుగా పెట్టారు. బౌద్ధంపై ప్రత్యేక అధ్యయనం చేశాడు. గుంటూరు బ్రాడీపేటలో ఆయన నివాసానికి వెళ్ళి కూర్చొని చర్చించేవాడిని. ఆయన్ని హ్యూమనిస్ట్ అధ్యయన తరగతులకు పిలిచేవాళ్ళం. ఆ విధంగా ఎక్కువ కలిశాం. తరువాత హైదరాబాద్‌లో తెలుగు అకాడమీకి వచ్చినప్పుడు కలుస్తుండేవాళ్ళం. ఆయన రచనలు సంపుటాలుగా వెలువడ్డాయి. మానవవాద ఉద్యమంలో ఎం.ఎన్. రాయ్ స్వీయగాథల్ని చక్కని తెలుగులో అనువదించాడు. పువ్వాడ నాగేశ్వరరావు, వాసిరెడ్డి శివలింగయ్యవంటి రాయిస్టులను కలిసేవాడిని. గ్లోబ్‌ట్రేడర్స్ పుస్తకాలషాపు కృష్ణానంద్ నడిపేవారు. అది అందరికీ కూడలిగా వుండేది.

రోశయ్యగారి ప్రోత్సాహంతో అప్పుడప్పుడూ తెనాలి వెళ్ళి ఆవుల గోపాల కృష్ణమూర్తి, జి.వి. కృష్ణారావు, కోగంటి రాధాకృష్ణ మూర్తి, కోగంటి సుబ్రహ్మణ్యం,

మేకా చక్రపాణి, అచ్యుత రామయ్య మొదలైన వారిని కలిసాను. ఆవుల గోపాల కృష్ణమూర్తిని ఎ.సి.కాలేజి సారస్వత సమితికి ఆహ్వానించి, ఉపన్యాసా లిప్పించడం ఒక ప్రత్యేక విశేషం. విద్యార్థిసంఘాల చర్చలు, సమావేశాలలో పాల్గొనేవాడిని. గుంటూరు జీవితమంతా మేధస్సుకు మేతగా సాగింది. అనారోగ్యం కూడా వెంటవుండేది. కాలేజి విద్య ముగించానని తృప్తి.

గుంటూరులో కాలేజి జీవితం వైవిధ్యమైన అనుభవాలను సంతరించుకునే అవకాశమిచ్చింది. ఆచార్యరంగా అనుచరులతో ఎక్కువగా పరిచయాలుండేవి. రాజకీయ పార్టీల వారందరితో కొద్దోగొప్పో సాన్నిహిత్యం వున్నా, ఏ రాజకీయపార్టీలో చేరలేదు. అలాగే విద్యార్థి సంఘాలలో కూడా చేరలేదు.

కందుల ఓబులరెడ్డి మంత్రి పదవికోల్పోయిన తరువాత తరచు గుంటూరులో కొమ్మినేని వెంకటేశ్వర్లు ఇంట్లో పేకాడుకుంటూ కాలక్షేపం చేస్తుండేవాడు. నేను అక్కడ కలసి ముచ్చట్లు చెప్పుకునే వారం. ఆ తరువాత వెంకటేశ్వర్లు కొత్తగూడెంలో వ్యాపారానికి వెళ్ళాడు. కోనేరు కన్నయ్యతో గుంటూరులో బాగా సన్నిహిత పరిచయమైంది. ఆయన చురుకైన రాజకీయవాది. ఎన్నికలలో జయప్రదంగా ప్రచారం చేసి, ఓడిపోయిన వ్యక్తి. నందికొండ ప్రాజెక్టుకోసం బాగా పోరాడాడు. తరువాత అదే నాగార్జునసాగర్ ప్రాజెక్టు అయింది. ఢిల్లీ వెళ్ళి జవహర్‌లాల్ నెహ్రూను కలసి ప్రాజెక్టు కోసం తిప్పలుపడ్డాడు. బాగా మాట్లాడేవాడు. ఆయనకు సహాయంగా మా పెద్దమ్మ కుమారుడు పూదోట శౌరయ్య పనిచేశాడు. ఆ స్నేహంతో ఆయన కూడా ఎన్నికలలో నిలచి ఓడిపోయాడు. అలాంటి అనుభవం మా అన్న విజయ రాజకుమార్‌కూ కలిగింది. కన్నయ్యను నేను కలియడం వలన ఆయన కోరికపై కరపత్రాలు, ఉపన్యాసాలకు కావలసిన పాయింట్లు రాసిపెట్టే వాడిని.

మా పెద్దమ్మలు తురకపాలెంకు చెందిన వారు. వినుకొండ తాలూకా ముప్పాళ్ళ దగ్గరలో ఆ గ్రామానికి నడచి వెళ్ళేవాళ్ళం. సెలవులలో మా అన్న పూదోట శౌరయ్య తీసుకెళ్ళేవాడు. ఆయన తెనాలిలో గడ్డిపాటి నాగేశ్వరరావు సోదరి రత్నను పెళ్ళి చేసుకున్నాడు. పెళ్ళి చూపులు మొదలు అన్ని వివాహకార్యక్రమాలలో నేను చురుకుగా పాల్గొన్నాను. అడ్వకేట్‌గా మా పెద్దమ్మ కుమారుడు శౌరయ్య ప్రాక్టీసు చేస్తుండగా నేను ఎక్కువ కాలం అక్కడే వుండేవాడిని. ఉత్తరోత్తరా శౌరయ్య ఒక రాజకీయపార్టీ పక్షాన పోటీచేసి ఓడిపోయాడు. పొగాకు వ్యాపారం చేసి నష్టపోయాడు.

గుంటూరు కాలేజి చదువులు ముగిసేనాటికి మానవవాద సాహిత్యం చదవడం, రాయడం, అనువాదాలు చేయడం బాగా అలవాటైంది. మానవవాదులతో సన్నిహితత్వం పెరిగింది.

సెనేట్ కథనం

గుంటూరు కాలేజీ చదువులు చివరిదశలో వుండగా, మా అన్న విజయ రాజకుమార్ శ్రీ వెంకటేశ్వర విశ్వవిద్యాలయ సెనేట్ సభ్యత్వానికి పోటీచేశాడు. స్థానికసంస్థల నుండి ఎంపిక కావలసిన బ్యాలెట్ పేపర్లు తిరిగి వసూలు చేయడం ఒక పెద్దపని. మా అన్న కారు వేసుకొని తిరిగి ఓట్లు వసూలు చేస్తుండగా, యథాశక్తిగా నేను తోడ్పడ్డాను. అలా వసూలు చేసుకోకపోతే చాలా మంది పంచాయితి అధ్యక్షులు బద్ధకించి బాలెట్ పేపర్లు అవతలపారేస్తారని నమ్మకం. మొత్తం మీద తిరిగి బ్యాలెట్ పేపర్లు వసూలు చేసిన ఫలితంగా మా అన్న నెగ్గాడు.

ఆనాడు గోవిందరాజులు నాయుడు వైస్‌ఛాన్సలర్‌గా ముఖ్యమంత్రి సంజీవరెడ్డికి గౌరవపట్టా యివ్వాలని తలపెట్టాడు. అలా డిగ్రీలు యివ్వడం వెనుక ప్రాపకం మాట అలావుంచితే, సెనేట్‌కు చెప్పకుండా నిర్ణయం తీసుకోవడం అభ్యంతరకరం. సెనేట్ సభ్యుడుగా మా అన్న ఈ నిర్ణయానికి అభ్యంతరం తెలిపాడు. కాని డాక్టరేట్ యిచ్చేశారు. సంజీవరెడ్డి కాస్తా డాక్టర్ సంజీవరెడ్డి అయ్యారు. ఈ విషయంపై మేము తెనాలిలో ఉంటున్న ఆవుల గోపాలకృష్ణమూర్తిని సంప్రదించగా ఆయన నెల్లూరు కోర్టులో పిటిషన్ పడేశారు. ఆయనకు నెల్లూరులో గుప్త అనే అడ్వొకేట్ అసిస్టెంట్‌గా వున్నాడు. ఆనాడు ముఖ్యమంత్రిపై పోరాడడం అంతసులభం కాదు. మా అన్న ప్రతిపక్షంలో వున్నాడు గనుక భయంలేదు. అప్పుడు ప్రభుత్వ సెక్రటరీగా భగవాన్‌దాసు వున్నాడు. ఆయన విషయ తీవ్రతను గ్రహించి, కోర్టు నిర్ణయం వచ్చే వరకూ సంజీవరెడ్డిని డాక్టర్ అని పిలువరాదని ఆదేశాలు జారీచేశాడు. నెల్లూరు కోర్టులో కొన్నాళ్ళు సాగిన కేసును జడ్జి పరిష్కరించకుండా తన పరిధిలో లేదని, తిరుపతి కోర్టుకి వెళ్ళమన్నాడు. అప్పటికే విసిగిపోయిన మేము ఆ ప్రయత్నం విరమించుకున్నాము.

గుంటూరు కాలేజి జీవితం మొత్తం మీద మంచి అనుభవాలను సమకూర్చి పెట్టింది. తరువాత ఏం చేయాలనే సమస్యఎదురైంది. ఎం.ఎ. చదవాలనుకున్నాను. దానికి తగిన వనరులు లేవు. కాని పరిస్థితులు అనుకూలించాయి. మా అక్క కమల హైకోర్టు ఉద్యోగం మానేసి, రాష్ట్రప్రభుత్వ మహిళా సంక్షేమశాఖలో చేరింది. జిల్లాశాఖాధికారిగా ఆమెను విశాఖలో నియమించారు. అదీ కలసి రావడం అంటే.

విశాఖలో మా అక్క దగ్గర వుంటూ ఎం.ఎ. ఫిలాసఫీ చదివాను. రోజూ యూనివర్శిటి బస్సులో యింటి నుంచి వెళ్ళేవాడిని. కొత్త వ్యక్తులు, కొత్త అనుభవాలు కలసి వచ్చాయి. ఆరోగ్యం మాత్రం సహకరించేదికాదు. విశాఖలో వుండగా టైప్, షార్ట్‌హాండ్ కూడా నేర్చుకున్నాను. పాడేరు, లంబసింగి వంటి ప్రదేశాలలో సంతలకు వెళ్ళి గిరిజనుల జీవితం చూచాను. సుందర ప్రకృతిని ఆస్వాదించాను. అరకులోయకు తరచు వెళ్ళేవాడిని. విశాఖలో బీచ్ హాయి నిచ్చేది. అదంతా వేరే అనుభవం.

విశాఖ అనుభవాలు

1958లో విశాఖపట్టణంలో నేను ఎం.ఎ.ఫిలాసఫీ చదువుతుండగా డాబాగార్డెన్స్‌లో వుండేవాళ్ళం. మా అక్క కమల విశాఖ స్త్రీ సంక్షేమ జిల్లాశాఖాధికారి. బావ చెరుకూరి వెంకటసుబ్బయ్య ఆంధ్రాయూనివర్శిటీ ఆఫీసులో పనిచేసేవాడు. కనుక నేను వారితో వుండి చదువుకోగలిగాను. మా అమ్మ, నాన్న మాతోపాటే వుండేవాళ్ళు.

నేను విశాఖలో వున్నన్నినాళ్ళు విశాఖ సాహితీ సంస్థ కార్యక్రమాల్లో పాల్గొన్నాను. అందులో సుబ్బారావు (ఉత్తరోత్తరా మేయర్), ఆకెళ్ళ సత్యనారాయణ అధ్యక్ష కార్యదర్శులుగా వుండేవారు. నాతోపాటు తుమ్మల చౌదరి (గుడివాడ, సోషలిస్టు) పాల్గొన్నాడు. మేమిద్దరమే తెలుగులో మాట్లాడేవాళ్ళం. మిగిలినవారంతా ఇంగ్లీషులోనే ప్రసంగించేవారు. అయితే మేము తెలుగులో మాట్లాడడం ఒక ప్రత్యేక ఆకర్షణ అయింది. నేను విశాఖ నుండి వెడుతున్న సందర్భంగా చాలా పుస్తకాలు బహూకరించారు. అందులో ఆర్థర్ కోస్లర్, లూయీ ఫిషర్ రచనలున్నాయి. సంతోషించాను. పట్టుదలగా తెలుగులో మాట్లాడడాన్ని వారు అభినందించారు.

యూనివర్సిటీలో కార్యకలాపాలు చాలా ముమ్మరంగా వుండేవి. వాసిరెడ్డి వెంకటప్పయ్య అక్కడే పరిచయం అయ్యాడు. ఆయన కమ్యూనిస్టు పార్టీలో చురుకుగా వుండేవాడు. సోషల్ స్టడీస్ శాఖ లెక్చరర్ పాత్రుడు ఉత్సాహంగా వుండేవాడు. తెలుగు శాఖలో రాజేశ్వరి పరిశోధన చేస్తూ లెక్చరర్‌గా వుండేది. ఆమె క్వార్టర్స్‌కు వెళ్ళి మాట్లాడేవాడిని. కొత్త సచ్చిదానంద మూర్తి మా ప్రొఫెసర్. ఫిలాసఫీలో ఆయన భారతీయ వేదాంతం, యూరోపియన్ ఫిలాసఫీ బాగా చెప్పేవాడు. మిగిలిన వారెవరూ నన్ను ఆకర్షించలేదు. లక్ష్మణరావు సైకాలజీ ఆద్యంతాలు సందుపోకుండా గంట కొట్టేవరకూ చెప్పేవాడు. మూర్తి మరొక లెక్చరర్ నెమ్మదిగా చెప్పేవాడు. ఆకర్షణీయంగా వుండేది కాదు.

కాని ఉత్తరోత్తరా నా పెళ్ళి అయిన తరువాత (1964లో) తెలిసిందేమంటే, నేను విశాఖలో వున్న రోజులలోనే కోమల హాస్టల్‌లో వుండి ఇంగ్లీషు శాఖలో

చదువుకుంటున్నదని. ఆ తరువాత విశాఖ అనుభవాలు చెప్పుకుంటున్నప్పుడు ఆ సంగతులు బయట పడ్డాయి.

నా మిత్రుడు శాఖమూరి రాఘవరావు, నేనూ గుంటూరు ఎ.సి. కాలేజీలో ఇంటర్ నుండి క్లాస్‌మేట్స్ కాగా అది విశాఖలోనూ కొనసాగింది. ఆయనది ఫిలాసఫీ. ప్రస్తుతం ఆయన గుంటూరులో వుంటున్నాడు. ఆయన వూరు సత్తెనపల్లి తాలూకా పొలడుగు. చిరకాల మిత్రులుగా మిగిలాం. అమెరికాలోనూ కలుసుకున్నాం.

విశాఖలో నేను, రాఘవరావు ఇంటిదగ్గర కలసి చదువుకునేవాళ్ళం. నాకు పుస్తకాలు వుండేవి కావు. కాని ఆ కరువును రాఘవరావు తీర్చేవాడు. ఏది కావాలన్నా కొనేవాడు. కొన్ని బొంబాయి నుండి న్యూ అండ్ సెకండ్‌హాండ్ బుక్ షాప్, కలబాదేవి రోడ్డు నుండి తెప్పించాం. అందులో ఎమ్.ఎన్. రాయ్, అంబేద్కర్ రచనలున్నాయి. నేను విశాఖ నుండీ తెలుగు వ్యాసాలు రాడికల్ హ్యూమనిస్ట్ తెలుగు పక్షపత్రికకు రచనలు పంపేవాడిని. కోగంటి సుబ్రహ్మణ్యం ఎడిటర్. అచ్చయిన వ్యాసాలు తరువాత గమనిస్తే ప్రూఫ్‌రీడింగ్ లేక చాలా తప్పులున్నాయని గ్రహించాం.

విశాఖలో రాధాబాయి అనే ఆమె ఫిలాసఫీలో రీసెర్చ్ కొరకు సహాయం అడిగితే చాలా వ్యాసాలు రాసిపెట్టాను. అక్తర్ అనే తెలుగు ముస్లిం అమ్మాయి మిత్రురాలుగా వుండేది. నెమ్మదస్తురాలు. ఆశ్చర్యమేమిటంటే ఆమె కోమలకు సన్నిహిత స్నేహితురాలని మా పెళ్ళయిన తరువాత చెప్పింది. కాని తరువాత అక్తర్ ఎక్కడుందో అడ్రస్ లభించలేదు. రాధారాణి ఒక యూనివర్సిటీ బ్యూటీ. హాస్టల్ నుండి వచ్చేది. కోమల, ఆమె ఒకే హాస్టల్లో వుండేవారు. ఆ అమ్మాయి చాలా అందమైనది. విద్యార్థులు రాధారాణి వెంటబడేవారు. కానీ ఆమె ఎవరినీ లెక్కచేసినట్లు లేదు. యూనివర్సిటీలో మాక్ పార్లమెంటు తదితర కార్యకలాపాలు బాగా జరిగేవి. రిజిస్ట్రార్ కె.వి.గోపాలస్వామితో పరిచయం అయింది. అది జీవితాంతం కొనసాగించాను.

దువ్వూరి వెంకటరమణ శాస్త్రిగారితో పరిచయం చేసుకున్నాను. గుంటూరులో నా గురువు ఎలవర్తి రోశయ్యగారి ద్వారా శాస్త్రిగారు తెలుసు. శాస్త్రిగారు వ్యాకరణం చెబితే మధురమైన కథగా వుండేది. అలాగే పుస్తకం రాశాడు. ఆలిండియా రేడియోలో వ్యాకరణం పై ప్రసంగాలు చెప్పి, మెప్పించిన ఘనత శాస్త్రిగారిది. రమణీయం అనే వ్యాకరణ గ్రంథం అద్భుతంగా రాశాడు. ఆయన ఇంటికి వెళ్ళి కూర్చొని ఆయన చెప్పే మాటలు వినేవాడిని. మరొక లా ప్రొఫెసర్ వెంకట్రామన్ పెద్ద ఆకర్షణ. ఆయన లెక్చర్స్ వినడానికి బయట నుండి వచ్చేవారు. నేనూ కొన్నిసార్లు విన్నాను.

ఆయన చెప్పే లా పాఠాలు చాలా ఆసక్తిరంగా చెప్పేవాడు. శ్రీనివాస అయ్యంగార్ లెక్చర్స్ బోరుగా వుండేవి. ఆయన అరవిందుని శిష్యుడు. ఆయన రచనలు బాగా వుండేవి. ఆయన కూతురు ప్రేమ. యూనివర్సిటీలో ఇంగ్లీషు శాఖలో చదివింది. ఇంగ్లీషు శాఖలో ప్రేమ నందకుమార్‌గా చాలా బుక్ రివ్యూలు చేసింది. అక్కడ లెక్చరర్‌గా చేరిన లక్ష్మీదేవి కె.వి.గోపాల స్వామి కోడలు. వారిద్దరూ కోమలకు సీనియర్స్ అని తరువాత తెలిసింది.

విశాఖ బీచ్‌లో కూర్చొని కబుర్లు చెప్పుకోవడం ఒక ప్రత్యేక అనుభవం. వూళ్ళో మంచి పుస్తకాల షాపులుండేవి. తరచు వెళ్ళేవాడిని. విశాఖ ఆరోజుల్లోనే ఖరీదైన పట్టణం. అప్పట్లో పాడేరు, లంబసింగి వంటి అడవి ప్రదేశాలు మా అక్క వెంట వెళ్ళి చూడగలిగాను. అవి అందమైన ప్రకృతి రమణీయాలు. సంతలు జరిగేవి. మూల ప్రాంతాల నుండి అడవి జనం వచ్చి వాళ్ళ సరుకును అమ్ముకునేవారు. విలువైన సరుకు యిచ్చి బీడీలు వంటివి పట్టుకెళ్ళేవారు.

బండి గోపాల రెడ్డితో విశాఖలోనే పరిచయం అయింది. ఆయన వేమనపై పరిశోధనలు చేసేవాడు. ముస్తాబాదు నుండి ఆర్.సి.హెచ్. మనోహరం అక్కడ కలిసింది. ఆమె 1954 నుండి నాకు తెలుసు. తెనాలిలో రంగాగారి కృషికార్ లోక్‌పార్టీ విద్యార్థి సంస్థలో విద్యార్థి సమ్మేళన్ మహిళా నాయకురాలుగా వుండేది. కానీ రంగాగారు ఆమెను నిరుత్సాహ పరచి, స్త్రీలకు అధ్యక్షపదవి కష్టమని వద్దన్నారు. మనోహరం చాలా ఉత్తమ స్వభావంగలామె. తరువాత విజయవాడలో కలిసింది. మునిసిపల్ రాజకీయాలలో పనిచేసింది. జి.విశ్వనాథం, 'వాహిని' ఎడిటర్ని పెళ్ళి చేసుకున్నది. ఆ పిమ్మట చాన్నాళ్ళకు ఆమె కోమల సన్నిహితురాలని తెలిసింది. విశాఖలో నేర్చుకున్న షార్ట్‌హాండ్, టైపింగ్ తరువాత ఉపయోగపడింది. షార్ట్‌హాండ్ కొనసాగించలేదు.

విశాఖలో నేను ఫిలాసఫీ కొనసాగించలేకపోయాను. మా నాన్న రాజయ్య డయాబెటిస్ ముదిరి మంచాన పడి రోగం తీవ్రస్థాయికి చేరటం వలన చనిపోయాడు.. ఆయన చివరి దశలో పాత్రుడు అనే చుట్ట తాగే వైద్యుడి దగ్గర హోమియో మందులు తీసుకున్నాడు. చివరకు ఒక కాలికి గాంగ్రిన్ రాగా, అపస్మారకంలోకి వెళ్ళాడు. మా అక్క విశాఖ రైల్వే స్టేషనుకు వెళ్ళి, అధికార్లను బ్రతిమలాడితే మద్రాసు మెయిల్‌లో బెర్త్ యిచ్చారు. నేను, మా అమ్మ, మా అక్క వెంట వుండి తీసుకెళ్ళాం. మా నాన్న ఏలూరు దాటిన తరువాత రైల్లో తుది శ్వాస విడిచాడు. విజయవాడ రైల్వేస్టేషన్‌లో మా అన్న వచ్చాక, టాక్సీలో తీసుకెళ్ళి మా వూరు చేర్చాం. మరునాడు అక్టోబర్ 2న

అంత్యక్రియలు జరిగాయి. చేబ్రోలు పంచాయతీ అధ్యక్షులు వాసిరెడ్డి చంద్రశేఖర రావు వచ్చాడు. కార్యక్రమం ముగించి మేము విశాఖకు వెళ్ళిపోయాము.

విశాఖలో వుండగా 'స్టేట్స్‌మన్' పత్రిక రెగ్యులర్‌గా చదివేవాడిని. చాలా బాగా వుండేది. విశాఖ నుండి నేను తెనాలి వెళ్ళిపోయాను. మా అక్క ట్రాన్స్‌ఫర్ కాగా మెదక్ జిల్లా సంగారెడ్డి వెళ్ళింది. తెనాలిలో నేను మా అన్న దగ్గర వుంటూ, రోజూ ఆవుల గోపాలకృష్ణమూర్తిగారిని కలిసేవాడిని. అది నాకు మంచి అనుభవం.

విశాఖలో వుండగా మహారాణీ పేటలో పి. హెచ్. గుప్తాను కలుసుకుని ఆయన ద్వారా ఎం.ఎన్.రాయ్ కబుర్లు తెల్సుకున్నాను. విశాఖలో ఆయన ఇంట్లో రాయ్ బస చేసేవాడు. రామాయణంపై విమర్శ రాసిన గుప్తాగారి పుస్తకం ఎలవర్తి రోశయ్య ప్రచురించాడు. తరువాత గుప్తాగారి కుమారుడు హైదరాబాదులో తటస్థపడ్డారు.

ఎన్. జి. రంగా పి.ఎ. గా అనుభవాలు

1959లో నేను సంగారెడ్డి (మెదక్‌జిల్లా)లో వున్నాను. మా అక్క కమల జిల్లా స్త్రీ సంక్షేమ శాఖాధికారిణిగా వుండేది. ఒకనాడు పోస్టులో ఒక కార్డు వచ్చింది. ఆచార్యరంగా గారు రాశారు. తనకు పి.ఎ.గా వుండమని కోరారు. వెంటనే తెనాలి వెళ్ళి ఆవుల గోపాకృష్ణమూర్తిగారిని అడిగితే, అంగీకరించమని, అదొక అనుభవం అని ఆయన అన్నారు. వెళ్ళి రంగాగారిని నిడుబ్రోలులో కలుసుకున్నాను. ఆయన సంతోషించారు. ఆయన ఇంట్లోనే బస. ఆయన భార్య భారతీదేవి, రంగాగారి పెద్దతమ్ముడు వెంకటప్పయ్య, కోడలు (నాగేశ్వరరావు భార్య) వుండేవారు. పుష్ప అనే అమ్మాయి కూడా రంగాగారి యింట్లో పెరిగి లెక్చరర్‌గా చేసింది. వీరంతా నన్ను బాగా చూసుకున్నారు.

రంగాగారి ఉత్తర ప్రత్యుత్తరాలు ప్రధానంగా చూచేవాడిని. ఆయన పత్రికా ప్రకటనలు టైప్ చేసేవాడిని. నేను విశాఖలో టైప్ నేర్చుకోవడం బాగా తోడ్పడింది. ఆయన దగ్గర 'అలివెట్టి' ఇటాలియన్ పోర్టబుల్ టైప్‌రైటర్ వుండేది. దాన్ని వెంట తీసుకెళ్ళేవాడిని. రంగా గారు డిక్టేట్ చేసేవారు కాదు. రాసి ఇచ్చేవాడు. ఆయన రాత నేను సులభంగా చదివేవాడిని. రంగాగారితో పాటు రైలు ప్రయాణాలు చేశాను. ఆయన ఎం.పి.గా ఫస్టుక్లాస్‌లో, నేను 3వ తరగతిలో, ప్రయాణం చేసేవాళ్ళం. రంగాగారు ప్లాట్‌ఫారంపై అమ్మే ఆహారమే తినేవారు. నేను తినలేకపోయేవాడిని. ఒక బెడ్డింగ్ వేసుకొని వెళ్ళడమే నా ప్రయాణం. రంగాగారు కూడా చాలా సింపుల్‌గా ప్రయాణాలు చేసేవారు. అనేక చోట్ల రంగాగారికి స్వాగతం చెప్పడానికో, కలుసుకోడానికో వివిధ స్టేషన్లలో వచ్చికలిసే వారిసంఖ్య బాగా వుండేది. అలా చాలా మందిని కలిశాను.

విజయవాడలో వాహినిపత్రిక కార్యాలయం ఒక భవనంలో వుండేది. దాన్నే పార్టీ ఆఫీసుగా వాడుకునేవారు. కొత్తగా స్వతంత్రపార్టీ పెట్టారు. దానికి రంగాగారు అధ్యక్షులు. తరచు విజయవాడలో సమావేశాలు జరిగేవి. గౌౌ్రపాటి వెంకటసుబ్బయ్య

ఒక గదిలో, జి.విశ్వనాథం (వాహిని ఎడిటర్) ఒక గదిలో, నేను ఒక గదిలో వుండేవాళ్ళం. వచ్చేపోయేవారితో ఎప్పుడూ సందడిగా వుండేది. ఆర్.సి.హెచ్ మనోహరం రోజూ వచ్చేది.

వివిధ నాయకులు వచ్చేవారు. డా॥ మర్రిచెన్నారెడ్డి, బొమ్మకంటి సత్యనారాయణ తెలంగాణా నుండి స్వతంత్రపార్టీ సమావేశాలకు వచ్చేవారు. పార్టీని పటిష్ఠం చేయటానికి బాపట్ల నుండి బొబ్బిలి వరకూ యాత్రా సమావేశాలు జరిపారు. నేను పార్టీతో నిమిత్తం లేకున్నా, రంగాగారి పి.ఎ. గా వెళ్ళాను.

మద్రాసు నుండి రాజగోపాలాచారి, నెల్లూరు బుచ్చిరెడ్డిపాలెం నుండి బెజవాడ రామచంద్రారెడ్డి, గౌతులచ్చన్న మా అన్న విజయరాజకుమార్, పసుపులేటి కోటేశ్వరావు (బాపట్ల) దమ్మాలపాటి వెంకటేశ్వరరావు (లెక్చరర్) సుంకర సత్యనారాయణ, వీరాచారి, దరువూరి వీరయ్య, కొతారు వెంకటేశ్వర్లు, గొర్రెపాటి వెంకట సుబ్బయ్య, తేళ్ళ కిష్టమ్మ (రిటైర్డ్ జిల్లా జడ్జి) యిలా ఎందరో పాల్గొన్నారు. ఆ యాత్రలో నేను బెజవాడ రామచంద్రారెడ్డిగారి కోరికపై ఆయన వెంటవెళ్ళాను. మేమిద్దరం ఒక కారులో కబుర్లు చెప్పుకుంటూ, ఆయన తెచ్చిన స్వీట్లు తింటూ (ఆయన తినేవాడుకాదు) వెళ్ళాం. ఎన్నో అనుభవాలు చెప్పాడు. ఆయనకు సుదీర్ఘ రాజకీయ చరిత్రవుంది.

రాజగోపాలాచారి ప్రధాన ఆకర్షణ. ఆయన ఇంగ్లీషు ఉపన్యాసాలు తెనిగించడానికి ప్రయత్నించినవారంతా విఫలంకాగా, చివరకు లచ్చన్న జనాకర్షణగా అనువదించాడు. ఆ తర్వాత కూడా రాజాజీ ఆయన్నే కొనసాగించమన్నాడు. ట్రావెలర్స్ బంగళాలలో రాజాజీకి బస ఏర్పాటు చేసేవారు. నేను రంగా పి.ఎ.ని గనుక రాజాజీతో మాట్లాడే సదవకాశం లభించేది. ఉషశ్రీ (పురాణపండ సూర్యప్రకాశ దీక్షితులు), సుంకర సత్యనారాయణ, వీరాచారి, విజయరాజకుమార్, పసుపులేటి కోటేశ్వరరావులు రాజాజీ స్పీచ్‌లు అనువదించడంలో విఫలమయ్యారు.

పార్టీ కొత్తగా పెట్టారు. కాంగ్రెస్‌కు ప్రత్యామ్నాయంగా జనాకర్షణగా వుండేది. చెన్నారెడ్డి వచ్చి చేరాడు. కాంగ్రెస్‌లో చేరే బదులు కృష్ణలో పడి చావడం మేలన్నాడు. ఆ తరువాత ఆయన హైదరాబాద్ వెళ్ళి కాంగ్రెస్‌లో చేరాడు. అప్పుడే ఆయనతో పరిచయం (1959) అయింది.

నేను విజయవాడలో వున్నప్పుడు జి. విశ్వనాథంతో పాటు వాహిని కార్యాలయానికి వెళ్ళేవాడిని. రామకృష్ణ ప్రెస్‌లో వాహిని అచ్చయ్యేది. రత్తయ్య ప్రింటర్. జాస్తి జగన్నాథం, కె. వి. సుబ్బయ్య, గోగినేని ఉమా మహేశ్వరరావు (ఎడిటర్)

వ్యాసాలు రాసేవారు. నేను అప్పుడప్పుడూ రాసేవాడిని. అది పార్టీ పేపర్ కంటే రంగాగారి పత్రికగా నడిచేది. 1938లో ప్రారంభమైన వాహినికి ఎందరో ఎడిటర్లుగా పని చేశారు. ఎప్పుడూ రంగాపత్రికగానే సాగింది. 1970 ప్రాంతాల్లో చంద్రపాల్ ఎడిటర్‌గా ఆగిపోయింది. నేను అప్పుడు ప్రజావాణిలో రాస్తుండేవాడిని. రాజగోపాలాచారి, కె.ఎం. మున్షి హైందవ మత ఛాందసాన్ని ఖండిస్తూ వ్యాసాలు రాశారు.

రాష్ట్ర స్వతంత్రపార్టీ అధ్యక్షుడుగా గొర్రెపాటి వెంకట సుబ్బయ్యను పెట్టడంతో పార్టీదారుణంగా విఫలమైంది. కార్యదర్శిగా తేళ్ళ కిష్టమ్మ బొత్తిగా అనుభవం లేనివారు, కాంగ్రెస్‌కు ప్రత్యామ్నాయం కాలేకపోయింది. గొర్రెపాటి వెంకటసుబ్బయ్య తన అనుభవాలు చెబుతుండేవాడు. ఆయనది ఘంటసాల. నేను రెండేళ్ళపాటు రంగాగారి పి.ఎ.గా వుండడం వలన మంచి అనుభవం సంపాదించాను. అఖిల భారతస్థాయిలో అనేక మందిని కలవటానికి అదొక అవకాశం.

రెండేళ్ళ తరువాత మళ్ళీ సంగారెడ్డి వెళ్ళిపోయాను. అయితే రంగాగారితో నా సంబంధం కొనసాగించాను. ఆయనపై విమర్శలు రాసినా, ఆయన సహించాడు. టి.వి.లో ఇంటర్వ్యూ చేశాను. ఆయన రాజకీయాల్లోకి నేను ఎన్నడూ ప్రవేశించలేదు. బొంబాయి నుండి ఎం. ఆర్. మసాని ఆంధ్రప్రదేశ్ పార్టీకి నెలనెలా కొంత డబ్బు ఆఫీసు ఖర్చులకు పంపేవాడు. దానిపై అధ్యక్ష, కార్యదర్శులు పేచీలు పడుతుండేవారు.

ఎక్కడి వారక్కడ పనిచేస్తే నేను పర్యటించాల్సిన పనేముంది అని గొర్రెపాటి వెంకట సుబ్బయ్య అనేవాడు, మొత్తం మీద ఆంధ్రప్రదేశ్ పార్టీ ముందుకు సాగలేదు. లచ్చన్న వలన ప్రతిపక్షంగా నిలచింది. ఆచార్యరంగా తన శిష్యుడని గొర్రెపాటి వెంకట సుబ్బయ్యను నెత్తికెత్తుకుని పాడుచేశారన్నారు.

విజయవాడ పెద్దకూడలిగా వచ్చేపోయేవారితో సందడిగా వుండేది. 1960 ప్రాంతంలో దేశికవితా మండలి ప్రచురణలు బొందలపాటి శివరామక్రిష్ణ నిర్వహించేవాడు. చాలా మంది రచనలు ఆయన ప్రచారంలోకి తెచ్చాడు. ఆయన దగ్గరకు వెళ్ళి అప్పుడప్పుడూ మాట్లాడుతుండేవాడిని. శరత్ రచనలు తెలుగులో బాగా ప్రచారంలోకి తెచ్చాడు. శరత్ తెలుగువాడేమో అనేటంతగా యీ ప్రచురణలు వుండేవి. మా అన్న సుభాస్ చంద్రబోసు జీవితం రాసి, 'విప్లవాధ్యక్షుడు' శీర్షికన తెనాలిలో అచ్చు వేయించాడు. అవి అమ్మడానికి దేశికవిత వారికి యిచ్చాడు. వాటి వసూళ్ళకు నేను వెళ్ళేవాడిని. లెక్కలు చెప్పేవాడుకాదు. పుస్తకాలు గోడౌన్‌లో వున్నాయని,

లెక్కలు చూడాలని తిప్పేవాడు. దేశికవిత కార్యాలయంలో బొందలపాటి శకుంతల, గొర్రెపాటి వెంకటసుబ్బయ్యలను కలసి మాట్లాడే వాడిని, ఆయన్ని పండిత అని, ఎర్ర వెంకట సుబ్బయ్య అనీ పిలిచేవారు. ఆయన ఘంటసాల నివాసి. ఆచార్యరంగా, గొట్టిపాటి బ్రహ్మయ్య, త్రిపురనేని రామస్వామి, కట్టమంచి రామలింగారెడ్డి వంటి వారి జీవితాలు రాసి ప్రచురించాడు. వెంకటసుబ్బయ్యగారి రచన అంతా వెతికితే, అక్కడక్కడా జీవిత విశేషాలు కనబడేవి. మిగిలినదంతా పులుముడు వ్యవహారం. దేశికవిత వారు గోపీచంద్ రాసిన 'తత్వవేత్తలు', ఆయన యితర రచనలు వెలుగులోకి తెచ్చారు. ఠాగూర్ రచనలెన్నో బెంగాలీ నుండి తెలుగులోకి అనువదించి ప్రచురించారు.

స్వతంత్రపార్టీ ఆఫీసులోనే వాహిని కార్యాలయం వుండేది. జి. విశ్వనాథం వర్కింగ్ ఎడిటర్‌గా పనిచేశారు. ఆయన నేను కలసి రోజూ వాహిని పత్రిక పనిమీద రామకృష్ణ ప్రింటర్స్‌కు వెళ్ళేవాళ్ళం. ప్రూఫ్‌లు చూచేవాళ్ళం. జాస్తి జగన్నాథం అప్పుడే ఎం.ఎన్.రాయ్ పుస్తకంలో సిద్ధాంత వ్యాసాన్ని తెనిగించి సీరియల్‌గా ప్రచురించాడు. 'మార్క్సిజానికి ముందే మార్క్సిజం' అనే శీర్షిక బాగా ఆకట్టుకున్నది.

రీజన్ రొమాంటిసిజం రివల్యూషన్ అనే గ్రంథంలో ప్రధానాంశమది. జగన్నాథం లోగడ హిందూ కళాశాల, గుంటూరులో కె. రోశయ్యతో పాటు కార్యదర్శి పదవికి పోటీ చేసి జట్టుగా నెగ్గారు. అప్పటి నుంచీ ఆయనతో పరిచయమైంది. ఆయన చిన్నవయసులోనే చనిపోయాడు.

ఆనందవాణి పత్రికవలె వాహినిపత్రిక ఎడిటర్లు ఎందరో చెప్పజాలం. ఎడిటర్‌గా గోగినేని ఉమామహేశ్వరరావు పేరు వున్నప్పటికీ ఆయన ఒక శీర్షిక రాసేవాడు. రాగం, తానం, పల్లవి అనేది అప్పుడప్పుడూ కనిపించేది. ఆయన రైల్వేబోర్డు సభ్యుడుగా ఎప్పుడూ పర్యటిస్తూండేవాడు. విశ్వనాథంగారే పనిఅంతా చూచేవాడు. నేను సహాయపడేవాడిని. 1937లో పుట్టిన పత్రిక 1967 నాటికి చంద్రపాల్ ఎడిటర్‌గా ఆగిపోయింది. విశ్వనాథం అప్పట్లో మనోహరంను పెళ్ళి చేసుకున్నాడు. ఇరువురూ చనిపోవడంతో వాహినికి సరైన ఎడిటర్ లేదు. ఆవుల గోపాలకృష్ణమూర్తిగారి వారం వారం శీర్షిక 'నాచుట్టూ ప్రపంచం' వాహిని పత్రికకు పెద్ద ఆకర్షణ. ప్రత్యేకంగా ఆయన్ను కోరి అది రాయించాము. ఎంతో బాగుండేది. రంగాగారు అనేక కలం చిత్రణలు, వ్యక్తులపై స్కెచ్‌లు, రాసారు. ఆయన ఉపన్యాసాలు కూడా ప్రచురించారు. బి.ఎస్.ఆర్.కృష్ణ, కె.వి.సుబ్బయ్య, పండితారాధ్యుల నాగేశ్వరరావు, నన్నపనేని వెంకటసుబ్బయ్య, నారాయణమూర్తి, పి. తిమ్మారెడ్డి మొదలైనవారు వివిధ సమయాలలో వాహిని పత్రిక నడిపారు. రంగాగారి పత్రికగానే ముద్ర వేసుకున్న పత్రిక అది.

విజయవాడ లయోలాకాలేజిలో కల్లూరి బసవేశ్వరరావు లెక్చరర్‌గా వుండేవాడు. ఆయనతో ఎక్కువగా కలిసి మాట్లాడేవాడిని. ఆయన, భట్టిప్రోలు హనుమంతరావు కలిసి రాసిన చరిత్ర పుస్తకాలు కళాశాల స్థాయిలో బాగా ఆకట్టుకున్నాయి.

రాడికల్ హ్యూమనిస్ట్ అధ్యయన తరుగతులలో మేము కలసి పాల్గొన్నాం. విజయవాడ నుండి వాహిని, ప్రజావాణి, రాడికల్ హ్యూమనిస్ట్ పత్రికలకు రాశాను. ఎం.ఎన్.రాయ్ రచనలు, స్వదేశీరంజన్‌దాస్, రచనలు అనువదించాను. తెనాలి ఎక్కువగా వెళ్ళి హ్యూమనిస్టులతో చర్చలు చేసేవాడిని. సూర్యదేవర హనుమంతరావు అప్పట్లో "విహారి" పత్రిక నడిపాడు. ఆయనతో కలసి, ఆయన ప్రెస్‌లో కూర్చొని కబుర్లు చెప్పుకునేవాళ్ళం. ఆయన ద్వారా నన్నపనేని వెంకటరావు పరిచయం అయ్యాడు. వెనుకబడిన తరగతులపై వెంకట్రావు నిర్వహించిన సెమినార్‌కు బాగా సహాయపడ్డాను. సంజీవయ్య ఢిల్లీనుండి వచ్చి పాల్గొన్నాడు.

తెనాలిలో జి.వి. కృష్ణారావు, ఆవుల గోపాలకృష్ణమూర్తి, కొల్లి శివరామరెడ్డి, ఎం.వి. రమణయ్య, మేకా చక్రపాణి, అచ్యుత రామయ్య, జంపాల శ్యాంసుందరరావు (హ్యూమనిస్టు మిత్రులు) కలిసేవారు. అదొక చక్కని అనుభవం.

సంగారెడ్డిలో

రంగాగారి పి.ఎ.గా వుద్యోగం మానేసి మరోసారి సంగారెడ్డి వెళ్ళాను. అక్కడ మా అక్క కమల మెదక్‌జిల్లా స్త్రీ సంక్షేమశాఖాధికారిణిగా వున్నది. సంగారెడ్డి మెదక్‌జిల్లా కేంద్రం. 4 సంవత్సరాలు అక్కడ జిల్లాపరిషత్ మల్టిపర్పస్ స్కూల్లో సోషల్‌స్టడీస్, ఇంగ్లీషు టీచర్‌గా వున్నాను. చిన్న పట్టణం కావటం వలన ఎందరో మిత్రులయ్యారు. అప్పుడప్పుడు హైదరాబాద్ వెళ్ళటం మరొక అనుభవం. నేను సంగారెడ్డిలో వున్నందున మా అన్న విజయరాజకుమార్ వచ్చి అక్కడే స్థిరపడి పొలం కొని వ్యవసాయం చేశారు. తరువాత పొలం అమ్మేసి, ప్రెస్ పెట్టాడు. ఇల్లుకట్టాడు. స్థానిక రాజకీయాలలో ఆసక్తి కనబరచాడు.

నేను వున్న 4 ఏళ్ళలో టీచర్స్ అసోసియేషన్ పక్షాన అన్వేషణ అనే పత్రిక నడిపారు. అదంతా నేను చూచేవాడిని. ఎం. నాగేశ్వరరావు యూనియన్ పక్షాన పత్రిక నడిపాడు. ఆయన, రాజగోపాలరావు (ఫిలాసఫి లెక్చరర్, గుంటూరు) సోదరుడు.

టీచర్‌గా వుంటూనే హైదరాబాద్ నుండి వస్తున్న ఆంధ్రభూమి, ఆంధ్రజనత, గోలకొండ పత్రికలలో రచనలు చేశాను. గోరాశాస్త్రి ఆంధ్రభూమి సంపాదకుడు. అప్పట్లో ఎన్. శూలపాణి అనే పేరుతో రాశాను. చాలా వ్యాసాలు ఎడిటోరియల్ పేజీలో ప్రచురించాడు. ఆ తరువాత 1966లో హైదరాబాద్‌కు మారిన తరువాత గోరాశాస్త్రిని ఆఫీసులో కలిసినపుడు నేనే శూలపాణి అని తెలిసి విస్తుపోయాడు. అప్పటి నుండీ మళ్ళీ ఇన్నయ్య పేరుతోనే రాశాను. జి.వి. కృష్ణారావు పిహెచ్.డి. సిద్ధాంత గ్రంథం 'కళాపూర్ణోదయం' తెనిగించగా, గోలకొండ పత్రికలో సీరియల్‌గా ప్రచురించారు.

స్థానికంగా పి. రామచంద్రారెడ్డి సమితి అధ్యక్షులుగా వుండేవాడు. ఆయనతో బాగా సన్నిహితుడనయ్యాను. వారు నాకు కుటుంబ మిత్రులయ్యారు. అ తరువాత ఆయన ఎం.ఎల్.ఎ, మంత్రి, స్పీకర్ అయ్యాడు. 1992లో ఆటా వారు అమెరికాలో

నన్ను సత్కరించినప్పుడు రామచంద్రారెడ్డిగారి చేతిమీదుగా పురస్కార పత్రం అందుకున్నాను.

సంగారెడ్డిలో టీచర్‌గా అనేక అనుభవాలు సంతరించుకున్నాను. బాగా కలిసిమెలసి, అనేక కార్యకలాపాలు, విహారయాత్రలు, కార్యక్రమాలు జరిపాం. విద్యార్థులలో కొందరు హేతువాద ఆలోచనకు ఆకర్షితులయ్యారు. వారు చాలాకాలం నేను స్కూలు వదలిన తరువాత కూడా సంబంధాలు కొనసాగించారు. టీచర్లలో బేసిక్ ట్రైనింగ్ స్కూలు నుండి సి.వి.ఆర్. శర్మ, రామమూర్తి, నరహరి కలసి వచ్చేవారు. స్కూలులో తిరు వెంకటాచారి, ఆనందాచారి, లక్ష్మణ్, వీరమల్లాగౌడ్, వాసుదేవరావు, మురహరి, వేంకటేశ్వరరావు, శ్రీమన్నారాయణ మొదలైన వారంతా కలసి వుండేవారు. ఒక దశలో స్కూలులో సైన్స్, లెక్కలు టీచర్ల కరువు ఏర్పడి, అర్జంటుగా కావాలని సమ్మె చేశారు. నన్ను సలహా అడిగితే ప్రోత్సహించాను. ఆ విధంగా స్కూలుకు ఆంధ్ర నుండి టీచర్లను పిలిపించారు. విద్యార్థులు సంతోషించారు. నన్ను మాత్రం పటాన్‌చెరువుకు బదిలీ చేశారు. 1964లో కొద్దిరోజులకే రాజీనామా చేశాను.

నేను సంగారెడ్డిలో వుండగా 1960లో ఎలెన్ రాయ్‌ని డెహ్రాడూన్‌లో ఆమె యింట్లో చంపేశారని వార్త వచ్చింది. చాల విచారించాను. ఎం. ఎన్. రాయ్ భార్యగానేగాక, రాడికల్ హ్యూమనిస్ట్‌గా ఆమె రచనలు సుపరిచితమే. 1956లో ఒకసారి తెనాలిలో ఆవుల గోపాలకృష్ణ మూర్తి యింట్లో చూచాను. అంతకుమించి పరిచయం లేదు. రాడికల్ హ్యూమనిస్ట్ పత్రికను నిర్వహిస్తూ వున్నది. ఆమె మరణం మానవవాద ఉద్యమానికి బాగా నష్టం. తరువాత శిబ్ నారాయణ రే ఆమె రచనలు ఒక పుస్తకంగా వెలువరించాడు. ఆమె స్మృతులు ఎజికె చెబుతుండేవాడు.

నేను సంగారెడ్డిలో వున్నానని నా బాల్యమిత్రుడు, హైస్కూలు మిత్రుడు గోలినాగేశ్వరరావు టీచర్‌గా చేరి, కొన్నాళ్ళు పనిచేశాడు. సంగారెడ్డిలో వుండగా అనేక కార్యక్రమాలలో చురుకుగా పాల్గొన్నాను. ఇండో–చైనా సరిహద్దు సంఘర్షణ జరుగుతున్నప్పుడు రోజూ స్కూల్లో ఉదయం నా వ్యాఖ్యానం వుండేది. స్కూలు విద్యార్థులు అది శ్రద్ధగా వినేవారు. సంగారెడ్డి నుండి సెలవుల్లో చీరాల, తెనాలి, గుంటూరు ప్రాంతాలకు వెళ్ళి మానవవాద అధ్యయన తరగతులలో మాట్లాడేవాడిని. ఉత్తర ప్రత్యుత్తరాలు నిరంతరం సాగించేవాడిని. రచనలు, అనువాదాలు కూడా వివిధ పత్రికలకు పంపేవాడిని, ముఖ్యంగా ఆంధ్రజనత, ఆంధ్రభూమి, వాహిని, ప్రజావాణి పత్రికలలో ప్రచురితమయ్యేవి.

పెండ్లి

సంగారెడ్డిలో ఉన్న నన్ను ఆవుల సాంబశివరావుగారు హైదరాబాద్ రమ్మని పిలిపించారు. ఆయన ఉద్యమ రీత్యా 1955 నుండి నాకు చిరపరిచితులు, మూల్పూరు నుండి వెనిగళ్ళ వెంకట సుబ్బయ్యగారిని కూడా హైదరాబాదు పిలిపించాడు. సాంబశివరావుగారిది మూల్పూరే.

హైదరాబాద్‌లో సాంబశివరావుగారు పబ్లిక్ ప్రాసిక్యూటర్‌గా పనిచేస్తూ హిమాయత్ నగర్‌లో నివాసం ఉండేవారు. సాంబశివరావుగారు నా పెళ్ళి విషయమై వెంకటసుబ్బయ్యగారి చిన్నకుమార్తె కోమల నాకు తగిన వ్యక్తి అని ప్రతిపాదించారు. ఉభయుల గురించీ ఆయనకు బాగా తెలుసు. అప్పుడు కోమల హైదరాబాద్‌లో నారాయణగూడలోని మాడపాటి హనుమంతరావు స్కూల్లో ఇంగ్లీషు టీచర్‌గా వున్నది. బర్కత్‌పురలోని యువతీమండలి హాస్టల్‌లో ఉండేది. సాంబశివరావుగారు నన్ను, వెంకటసుబ్బయ్యగారిని వెంటబెట్టుకొనియువతీ మండలికి తీసుకెళ్ళారు. కోమలతో సాంబశివరావుగారు పెళ్ళి విషయం మాట్లాడారు. మేము ఆయన ప్రతిపాదనను అంగీకరించాం.

ఆవుల గోపాలకృష్ణమూర్తి అప్పుడు అమెరికా వెళ్ళాడు. ఆయన్ని నా పెళ్ళికి పౌరోహిత్యం వహించాలని కోరాను. దానికి సాంబశివరావుగారు కూడా సంతోషంగా ఒప్పుకున్నారు. వారిరువురూ ఒకవూరు వారేగాక, దగ్గర బంధువులు, మానవవాదులు. ఎ.జి.కె.కి ఉత్తరం రాశాను. వివరాలన్నీ చదివి ఆయన అమెరికా నుండి జవాబిస్తూ ప్రతిపాదన బాగున్నదని అంగీకరించాడు. ఆయన మూడు మాసాలు పర్యటన ముగించుకొని వచ్చిన తరువాత తెనాలి వెళ్ళి వివరాలు చెప్పాను. ఆయనకు ఇరుపక్షాలు గురించీ తెలుసు. 1964 మే 27 ఆదివారం తెనాలిలో తాలూకా హైస్కూలు ఆవరణలో సాయంకాలంం పెళ్ళి జరపాలనుకున్నాం. అలాగే కార్డులు అచ్చువేసి అందరికీ పంపాను.

ఈలోగా వెంకటసుబ్బయ్యగారు ఎజికె దగ్గరకు వెళ్ళి పెళ్ళి మే 31న జరిపితే, తన మూడోకుమార్తె పెళ్ళికూడా అదే సమయానికి జరిపిస్తానన్నారు. తనకు అనేక విధాల కలసి వస్తుందంటే ఎజికె ఒప్పుకొని నాకు కబురు చేశారు. మళ్ళీ కార్డు అచ్చు వేయించి పంపాను. లోగడ పంపిన వారిలో కొందరికి కార్డు అందక స్వల్ప యిబ్బంది అయింది.

సంగారెడ్డిలో టీచర్‌గా ఉన్నపుడు పోస్ట్ ఆఫీసులో నా పేర 400 రూపాయలు జమచేసుకున్నాను. అదే నా పెళ్ళి ఖర్చులకు వాడాను. చీరాలలో మానవవాద మిత్రులు

సహాయపడి తోడ్పడ్డారు. సి. హెచ్. రాజారెడ్డి ప్రభృతులు పెళ్ళికి అండగా నిలిచారు. మేకా చక్రపాణి యింట్లో తాత్కాలికంగా వుంటూ పెళ్ళినాడు సాయంకాలం కార్యక్రమం జరిపించాం. మా అన్న, అక్క, అమ్మ సంగారెడ్డి నుండి వచ్చారు. ఆదివారంకావడం వలన ఫోటోగ్రాఫర్ దొరకలేదని మా మామ వెంకటసుబ్బయ్య నిరుత్సాహపడ్డాడు. సాంబశివరావుగారు అధ్యక్షత వహించారు. ఎ.జి.కె పౌరోహిత్యం వహించి చక్కని ఉపన్యాసం చేశాడు. కోమల నేను, శ్యామల–నాగయ్య ఒకే వేదికపై పెళ్లి చేసుకున్నాం. చాలామంది మిత్రులు, మానవవాద ఆప్తులు పెళ్ళికి వచ్చారు. పాతరెడ్డిపాలెం, చేబ్రోలు నుండి కొద్దిమంది బంధువులు వచ్చారు. పెళ్ళి సాధారణంగా ఆహ్లాదంగా జరిగింది.

సంగారెడ్డిలో నాలుగేళ్ళు (1960–64) తెలంగాణ జీవితం, ఆచార వ్యవహారాలు, ఆహారం, జాతరలు, ఉత్సవాలు, బతకమ్మ పండగ యిత్యాదులన్నీ అనుభవంలోకి వచ్చాయి. మూఢనమ్మకాలు ఆంధ్రలో కంటే తెలంగాణాలో హెచ్చు స్థాయిలో వుండేవి. టీచర్‌గా వాటిని గురించి విద్యార్థులకు చెప్పడంతో కొందరు శాస్త్రీయ పద్ధతికి ఆకర్షితులయ్యారు. సంగారెడ్డి నుండి హైదరాబాద్ వచ్చే త్రోవలో రుద్రారం అనే గ్రామంలో 8 ఏళ్ళ వయస్సు బాలుడు తాకితే జబ్బులు నయం చేసే మహత్తు కలిగి వున్నాడని వదంతి వ్యాపించింది. జనం విపరీతంగా వెళ్ళేవారు. నేను విద్యార్థుల్ని తీసుకెళ్ళి అదంతా నమ్మించి చేస్తున్న మోసంగా చూపాను. ఆంధ్రభూమిలో ఇదంతా రాశాను. కొద్ది రోజులలోనే భ్రమలు తొలగగా, మహత్తు జాతర పటాపంచలయింది.

లక్ష్మణ్, కృష్ణమాచారి, జయరామరెడ్డి, పి. రామచంద్రారెడ్డి సంగారెడ్డిలో నాకు పరిచయం అయిన శాసనసభ్యులు. ఆగమయ్య, విష్ణువర్ధన్‌రెడ్డి, నరసింహారెడ్డి సమితి ప్రముఖులుగా పరిచయం అయ్యారు.

గుంటూరు నుంచి కోటేశ్వరరావు వచ్చి పోస్ట్‌మాస్టర్‌గా సంగారెడ్డిలో చేరి మిత్రుడయ్యాడు. ఆయనే నాకు పొత్తూరి వెంకటేశ్వరరావును పరిచయం చేశాడు. అప్పట్లో పొత్తూరి జిల్లెళ్ళ మూడి అమ్మ భక్తుడు. చిక్కడపల్లిలో వుండేవాడు. కలసినప్పుడు తీవ్రంగా విభేదించి వాదించుకునే వాళ్ళం. అది మా స్నేహానికి అడ్డురాలేదు.

జయపాల్‌రెడ్డి–విజయ దంపతులు కుటుంబ మిత్రులయ్యారు. అలాగే శాంతారెడ్డి–పి.రామచంద్రారెడ్డి దగ్గర స్నేహితులయ్యారు. సంగారెడ్డిలో వున్నప్పుడు నా ఆరోగ్యం బాగుండేదికాదు. నాలుగేళ్ళ ఉపాధ్యాయ జీవితానికి, సంగారెడ్డికి నా వివాహంతో స్వస్తిపలికి, హైదరాబాద్ వచ్చి స్థిరపడ్డాను.

జీవితవిలువల్లో సంసారం

(చదువు-వుద్యమాలు-జర్నలిజం - గోరాశాస్త్రి)

1964లో పెళ్ళిచేసుకున్న తరువాత హైదరాబాద్‌లో అద్దెయిల్లు తీసుకుని కాపురం మొదలెట్టాము. సంగారెడ్డిలో మాకు పరిచయమైన జయపాల్‌రెడ్డి- విజయలకు హైదరాబాద్ ఇసామియా బజార్‌లో ఇల్లు వున్నది. ముందుగానే వారితో ఏర్పాటు చేసుకొని ఒక చిన్న భాగం అద్దెకు తీసుకున్నాం. మా అక్క మరొక భాగంలో వుండేది. సి. హెచ్. రాజారెడ్డి కుమారుడు భాస్కర్ పక్కగదిలో వుండేవాడు. ఒక ఏడాది పాటు ఆ యింట్లో వున్నాం. అప్పుడే ఉప్పులూరి కాళిదాసు పరిచయంకాగా తన పత్రిక ఆనందవాణికి కొన్ని అనువాదాలు కోరి రాయించుకున్నాడు. కోమల రోజూ బస్సులో వెళ్ళివస్తూ, ఇంటి పనులు చూచుకునేది. నాకు ఆదాయం లేదు. ఉద్యోగంలేదు. మళ్ళీ ఉస్మానియా యూనివర్శిటీలో చేరి అసంపూర్తిగా వున్న ఎం.ఎ. ఫిలాసఫీ పూర్తిచేయదలచాను.

ఉస్మానియాలో ఫిలాసఫి శాఖలో వహీదుద్దీన్ శాఖాధిపతిగా, వలియుద్దీన్ ఇస్లాం ప్రొఫెసర్‌గా ఆలం ఖుంద్‌మిరి ఆధునిక తత్వశాస్త్రాచార్యుడుగా వున్నారు. వారంతా మంచి టీచర్లు. ఆధునిక యూరోప్ తత్వ శాఖల్ని గురించి వహీదుద్దీన్ చక్కగా చెప్పేవాడు. వలియుద్దీన్ సూఫిజం గురించి చెప్పేవాడు. ఆలం ఖుంద్‌మిరి ఆధునిక తాత్వికశాస్త్రం చెప్పేవాడు. ఆయన ఉత్తరోత్తరా మంచి మిత్రుడై, కుటుంబ స్నేహితులయ్యాం. హేతువాద ఉద్యమాలలో పనిచేస్తూ చివరివరకు కలసి వున్నాం. తరువాత సహఉపాధ్యాయులమయ్యాం. అప్పట్లో కె. విల్సన్, మల్లారెడ్డి (తరువాత వైస్ ఛాన్సలర్) అల్లూరి శ్రీరామరాజు క్లాస్‌మేట్స్. ఉస్మానియాలో విద్యార్థిగా వుంటూనే అనేకమంది ఉపాధ్యాయులతో స్నేహం పెంచుకున్నాను. మానవవాద, హేతువాద, సెక్యులర్ ఉద్యమాలు చేబట్టాం. అదొక మంచి అనుభవం. వై. రాఘవయ్య (పబ్లిక్ అడ్మినిస్ట్రేషన్), బి.ఎ.వి.శర్మ (పొలిటికల్ సైన్స్) కె.శేషాద్రి, బి.రాంరెడ్డి (పబ్లిక్

అడ్మినిస్ట్రేషన్) రషీదుద్దీన్ ఖాన్ (పొలిటికల్ సైన్స్) బాగా స్నేహితులయ్యారు. ఉద్యమ సహచరులయ్యారు.

ఇస్లామియా బజారులో అద్దెకుంటూనే ఎ. ఎల్. నరసింహారావును కలిశాను. ఆయన రాడికల్ హ్యూమనిస్ట్, 1938 నుండీ ఎం. ఎన్. రాయ్ ఉద్యమంలో వున్న వాడు. అప్పుడు ఆంధ్రజనతలో పనిచేస్తున్నారు. నాకు తోడ్పడాలని పత్రికలో పని చేయమన్నారు. సాయంకాలం డ్యూటీకి వెళ్ళేవాడిని అప్పట్లో ఆంధ్రజనత కార్యాలయం సికింద్రాబాద్‌లో ఒక మురికికాలవ పక్కన చిన్న యింట్లో వుండేది. కె.ఎస్. సుబ్రహ్మణ్యం ఎడిటర్. పాండురంగారావు వుండేవారు. పత్రిక ఆర్థికస్థితి బాగా లేదు. కొద్దిరోజులు పనిచేసి మానేశాను. ఆంధ్రజనత ప్రారంభించినప్పటినుండీ ఆగిపోయేవరకూ చాలామంది ఎడిటర్లు పనిచేశారు. జి.సి.కొండయ్య, పొత్తూరి వెంకటేశ్వరరావు, వి.బి.రాజు, కె.కేశవరావు మొదలైన వారెందరో నడిపారు. నేను అడపదడప వ్యాసాలు రాసినా సీరియస్‌గా పట్టించుకోలేదు. నా మిత్రుడు ఎ.ఎల్.నరసింహారావు కూడా అందులో మానేసి, చాలా పత్రికలలో పనిచేశాడు.

తరువాత నేను సికింద్రాబాద్‌లో ఆంధ్రభూమి కార్యాలయానికి వెళ్లి గోరాశాస్త్రిని కలిశాను. ఆయనకు పరిచయం చేసుకొని శూలపాణి ఎన్ అంటే నేనే అని చెప్పాను. అప్పటినుండీ (1964-65) ఆంధ్రభూమిలో కొన్ని వ్యాసాలు రాసి, మానేశాను. ఎవరూ డబ్బివ్వలేదు. ఆంధ్రభూమిలో పొత్తూరి వెంకటేశ్వరరావు, వరదాచారి పనిచేస్తుండేవారు. గోరాశాస్త్రి వారిని పరిచయం చేశాడు. నాకు అప్పటికే పొత్తూరితో పరిచయం ఉంది. ఆంధ్రభూమి, డక్కన్ క్రానికల్ పత్రికకు అనుబంధంగా చాలాకాలం కుంటుతూ సాగింది. పండితారాధ్యుల నాగేశ్వరరావు కొన్నాళ్ళు ఎడిటర్.

తరువాత గోరాశాస్త్రిని తీసుకువచ్చారు. ఆయన వచ్చిన తరువాత పత్రిక మెరుగైంది. తెలుగు స్వతంత్ర పత్రిక ఆగిపోయిన తరువాత గోరాశాస్త్రి వచ్చాడు. సికింద్రాబాద్‌లో జీరాలో వుండేవాడు. డక్కన్ క్రానికల్‌కు సైతం ఎడిటోరియల్స్ రాసేవాడు. గోరాశాస్త్రితో స్నేహం బాగా పెరిగి, కుటుంబ మిత్రులమయ్యాం. ఎన్నో పర్యాయాలు ఆయన ఇంట్లోనే భోజనం చేసి, గంటల తరబడి మాట్లాడుకునే వాళ్ళం. ఆయన దగ్గరకు వచ్చేవారంతా పరిచయమయ్యారు. ఉపద్రష్ట కృష్ణమూర్తి, డా॥ పి.తిరుమలరావు, శశాంక, సి. ధర్మారావు, గోపాలశాస్త్రి ప్రముఖంగా పేర్కొనదగిన వారు. గోరాశాస్త్రికి 50వ జన్మదినం జరిపి, కర్నూలులో ఉత్సవంచేసి, కొంత డబ్బుముట్టజెప్పాం. సంచిక వేశాం. నేను ఆయన్ను గురించి వివరంగా రాశాను.

ఇది కర్నూలులో జరిపాం. మండవ శ్రీరామమూర్తి బాగా తోడ్పడ్డాడు. ఆయన అక్కడ భూమి తనఖా బ్యాంక్ అధికారిగా వుండేవాడు.

పి.వి.నరసింహారావు విద్యామంత్రిగా ఆ సభకు వచ్చి మాట్లాడాడు. జిల్లాపరిషత్తు అధ్యక్షుడిగా కోట్ల విజయ భాస్కర రెడ్డి మాట్లాడాడు. గోరాశాస్త్రి ఎప్పుడూ ఆర్థికబాధలలో వుండేవాడు. 50వ జన్మదిన సన్మానం కొంత ఆదుకున్నది. గోరాశాస్త్రి ప్రతిరోజూ సీతారం (యు.ఎన్.ఐలో జర్నలిస్టు) కృష్ణగార్లను సంప్రదించేవాడు. ఎడిటోరియల్స్ కోసం అలా మాట్లాడుకుంటూ, యథేచ్ఛగా బూతులు ప్రయోగించేవాడు. నాతో మాత్రం గోరాశాస్త్రి ఎప్పుడూ మాట జారలేదు. లోకాభిరామాయణం చర్చించుకునేవాళ్ళం. తన గత జీవితం విశేషాలు, మద్రాసు కబుర్లు చెప్పేవాడు. ఇచ్ఛాపురపు జగన్నాథం, కె. నారాయణ (ఎం.పి.) భాట్టం శ్రీరామమూర్తి ఆయన దగ్గర పరిచయమయ్యారు. గోరాశాస్త్రి అసలు పేరు గోవిందు రామశాస్త్రి. ఆవుల గోపాలకృష్ణమూర్తి రచనలు ఆయనకు చూపాను. సదభిప్రాయం ఏర్పడగా, ఎ.జి.కె చనిపోయినప్పుడు మంచి వ్యాసం రాశాడు. ఎం.వి.రామమూర్తితో బాగా విభేదించేవాడు.

కుటుంబమిత్రులుగా 1964-74 మధ్య గోరాశాస్త్రి యింటికి వెళ్ళడం, ఆయన మా యింటికి రావడం నిత్యనూతనంగా సాగింది. ఇద్దరం కలసి అనేక కార్యక్రమాలకు వెళ్ళేవాళ్ళం. పి.వి.నరసింహారావును అప్పుడప్పుడు కలసి డబ్బు తెచ్చుకోడానికి నన్ను తోడు తీసుకెళ్ళేవాడు. పి.వి.నరసింహారావు తృణమో పణమో యిచ్చి పంపేవాడు. వి.యస్.రమాదేవి కొన్ని పర్యాయాలు గోరాశాస్త్రి యింటికి రావడం, మేము ఆమె ఇంటికి వెళ్ళడం, సాహితీపరుల గురించి మాట్లాడుకోవడం ఆసక్తికరంగా వుండేది. రమాదేవికి అప్పుడే సంతానం కలిగింది. ఆమె అక్క లక్ష్మి కాచిగూడ చౌరస్తాలోని జస్టిస్ గోపాలరావు ఎక్బొటెకు అసిస్టెంట్‌గా పనిచేస్తుండేది. అక్కడకు వెళ్ళి రమాదేవితో మాట్లాడేవాళ్ళం. ఆ తరువాత ఉద్యోగరీత్యా రమాదేవి ఢిల్లీ వెళ్ళడంతో ఆమెతో ఎలాంటి ఉత్తర ప్రత్యుత్తరాలు లేవు. గోరాశాస్త్రి దగ్గర సెట్టి ఈశ్వరరావు కూడా నాకు పరిచయమయ్యారు. ఆయన మద్రాసులో రష్యన్ కాన్సలేట్‌లో పనిచేశాడు. గోరాశాస్త్రి నేను సిద్ధాంతరీత్యా కలిసే వాళ్ళంకాదు. అయినా స్నేహంగా మెలిగాం. జరోం కె. జరోం, డాన్ కేమిల్లో నవలలు కలసి చదివేవాళ్ళం. సాహిత్య చర్చ బాగా జరిపేవాళ్ళం రాచకొండ విశ్వనాధశాస్త్రి హైదరాబాద్ వచ్చి నియో మైసూరు కేఫ్‌లో బస చేయగా వెళ్ళి హాయిగా కబుర్లు చెప్పుకునేవాళ్ళం. జోకులు, నవ్వులు సాగిపోయేవి. గోరాశాస్త్రి శాకాహారి. ఆయనతో కలసి భోజనాలు రాత్రిళ్ళు చేసేవాళ్ళం. మొత్తంమీద ఒక

దశాబ్దం సన్నిహితంగా గడిపాం. 1974 తరువాత మేము కలుసుకోలేదు. మాకు ఎలాంటి విరోధమూ రాలేదు.

గోరాశాస్త్రి అన్న జపాన్ ఎయిర్‌లైన్స్‌లో పనిచేస్తుండేవాడు. ఒకసారి ఆయన్ని నాకు పరిచయం చేశాడు. ఆయన చాలా వింత అనుభవాలు చెప్పి నవ్వించేవాడు.

పెళ్ళి అయిన మొదటి సంవత్సరం అంతా ఇసామియాబజారులో పెంకుటింట్లో గడిపాం. కోమలను అభిమానించే టీచర్లు, స్టూడెంట్లు ఎప్పుడూ వచ్చిపోతుండేవారు. అలాగే ఆమె స్నేహితురాలు సావిత్రికూడా. స్కూలు నుండి ఉషరాజు, అరుణ (సుభాస్), రాధిక పూలు పట్టుకొనొచ్చి గురువు దగ్గర గంటలకొద్దీ గడిపేవారు. సరోజిని, హేమ సహ ఉపాధ్యాయినులుగా ఎప్పుడూ వచ్చేవారు. కోమల ఆతిథ్యం స్వీకరించకుండా యింటికి వచ్చిన వారెవరికీ వెళ్ళే అవకాశం లేదు.

మొదటి సంవత్సరంలో స్కూళ్ళకు వేసవి సెలవులు యిచ్చేసరికి కోమల మూల్పూరు ప్రయాణమైంది. అప్పటికి గర్భిణి కావడంతో పుట్టింటి దగ్గరే ప్రసవించాలని సెంటిమెంట్‌గా భావించింది. ఆమె తిరిగి వచ్చేసరికి ఇల్లు మారాలని నిర్ణయించాం. ఆ ప్రకారమే స్కూలుకు దగ్గరలో కోమల శిష్యురాలు శైలజ వారి ఇంట్లో ఒకభాగం అద్దెకు తీసుకున్నాం. నేను బస్‌పాస్‌తో పూరంతా తిరిగేవాడిని. ఇంటి వ్యవహారమంతా కోమల నిర్వహించడంతో నిశ్చింతగా ఉద్యమపనులు చూచేవాడిని. ఇది 1964లో ముగిసిన విషయం.

రామోజీరావు ఈనాడు పత్రిక పెట్టదలచి, సలహాలకై గోరాశాస్త్రిని పిలిచాడు. తోడుగా నన్నూ వెంటబెట్టుకొని వెళ్ళాడు. హైదరాబాద్‌లోని అబిడ్స్ సెంటర్‌లో మార్గదర్శి చిట్‌ఫండ్ కార్యాలయంలో రోజూ సాయంత్రం బీరు సేవిస్తూ రామోజీరావుతో సమావేశాలు జరిగాయి. నేను కూడా యథాశక్తి సలహాలు యిచ్చాను. రామోజీ శ్రద్ధగా అన్నీ రాసుకునేవాడు. అలా అయింది రామోజీతో నా పరిచయం. ఆ తరువాత పత్రిక ప్రారంభించినప్పటి నుండీ అనేక పర్యాయాలు కలిశాను. కొన్ని వ్యాసాలు రాశాను. ఆయన అనుభవాలు పంచుకునేవాడు.

ఆనందవాణి పత్రిక

'ఆనందవాణి' పత్రికను ఎడిట్ చేయనివాడు నిఖిలాంధ్ర దేశంలో లేడని శ్రీశ్రీ ఎక్కడో అన్నాడని గోరాశాస్త్రి యీ సంగతి చెప్పి, హైదరాబాదులో ఆనందవాణి స్థాపకుడు, సంపాదకుడు ఉప్పులూరి కాళిదాసును పరిచయం చేశాడు. అది 1969నాటి సంగతి.

అప్పుడు నేను హైదరాబాదులో ఇసామియా బజార్‌లోని జయపాల్, విజయరెడ్డి యింట్లో అద్దెకున్నాను. కోమలతో పెళ్ళి అయిన వెంటనే ఆ యింట్లో చేరాం. అక్కడ నుండి కోమల నారాయణగూడ గరల్స్ స్కూలుకు (తరువాత మాడపాటి హనుమంతరావు స్కూలు అనేవారు) వెళ్ళేది.

ఆనందవాణి ఎడిటర్ కాళిదాసు వచ్చి ఇంగ్లీషు పత్రిక యిచ్చి, తెలుగులో వ్యాసం రాయడానికి అవి ఆధారంగా వాడమన్నాడు. అలాగే రాసి యిచ్చాను. అలా మొదలైన మా పరిచయం పెద్ద స్నేహంగా మారలేదు. కాని అప్పుడప్పుడూ తటస్థ పడేవాళ్ళం. ఆనందవాణి పత్రిక అప్పుడప్పుడూ వస్తుండేది. కాళిదాసుకు ఎప్పుడూ ఏవో సమస్యలుండేవి. కాని పత్రిక తీసుకు రావాలనే తపన వుండేది.

ఆ తరువాత ఎప్పుడో ఆనందవాణి ఎడిటర్ భార్య హైదరాబాద్‌లోనే వుందని తెలిసి వెతుక్కుంటూ వెళ్ళి విజయనగర్ కాలనీలో ఆమెను కలిశాను. ఆమె ఓపికగా విషయాలు చెప్పి తన దగ్గరున్న పాత సంచికలు, ఫోటోలు యిచ్చింది. అవి కాపీ చేసుకుని తిరిగి యిచ్చేశాను. మద్రాసులో, విశాఖలో ఆనందవాణి సమాచారం దొరికే సందర్భాలు ఆమె చెప్పింది. డి. ఆంజనేయులుగారు, గోరాశాస్త్రి, ఆనందవాణి గురించి చాలా విశేషయాలు చెప్పారు. ఆయన సాహసాలు పేర్కొన్నారు. డబ్బిస్తానని చెప్పి ఎందరి చేతనో రాయించుకొని ఆనందవాణిలో ప్రచురించిన కాళిదాసు, ఎవరికీ డబ్బిచ్చిన దాఖలాలు లేవని గోరాశాస్త్రి, డి. ఆంజనేయులు అన్నారు. కాని చాలా పెద్దవాళ్ళతో ఆయన గాయించగలిగాడన్నారు. 1940 ప్రాంతంలో పత్రిక నడపడం పెద్ద విశేషంగా పేర్కొన్నారు.

రాధాకృష్ణన్, రాజాజీ, మామిపూడి వెంకటరంగయ్య, సరస్వతి గిరి యిలా ఎందరో ఆనందవాణి కాళిదాసు వలన ఏదో ఒక సంబంధం పెట్టుకోవడం చరిత్ర అంశమే. మద్రాసు నుండి హైదరాబాద్‌కు వచ్చాక ఆనందవాణి ఎప్పుడు ఆగిందో చెప్పలేను, 1970-80 మధ్య కావచ్చు. కాళిదాసు అప్పుడప్పుడూ ప్రత్యేక సంచికలు, సంకలనాలు తెచ్చేవాడు. అందులో సరస్వతిగిరి పద్యాలు కూడా వున్నాయి. ఆయన రాష్ట్రపతి నిలయం ఢిల్లీ నుండి, గవర్నర్ బంగళా మద్రాసు వరకు నిరాఘాటంగా వెడుతుండేవారు. విమానాల్లో ప్రయాణం చేస్తూ టాక్సీలలో తిరిగేవారు. డబ్బు కరువు మాత్రం నిత్యం వుండేది. యధాశక్తిగా అడిగి పుచ్చుకొని నెట్టుకొచ్చాడు. ప్రతిభాశాలి.

ఇప్పుడు ఆనందవాణి రిఫరెన్స్ పత్రికగా చరిత్రలో మిగిలింది. దాని సృష్టికర్త ఉప్పులూరి కాళిదాసు కూడా! ఆనందవాణిలో సాహిత్యం, చర్చ, రాజకీయం, కళలు, అన్నీ వుండేవి.

కాళిదాసు మాటకారి. బాగా నమ్మించి, రాయించుకునేవాడు. టాక్సీలో తిరుగుతూ దాని డబ్బులు ఎవరో ఒకరి దగ్గర యిప్పించడానికి, అప్పటికప్పుడు కథలు అల్లేవాడు. అదీ ఒక కళే. ఇంగ్లీషులో, తెలుగులో బాగా మాట్లాడగల సమర్ధుడు. ఆయన అబద్ధాలను తాత్కాలిక నిజాలుగా అనేకమంది నమ్మేవారు.

రాచకొండ విశ్వనాథశాస్త్రి అన్న ఫిలడల్ఫియాలో డాక్టర్‌గా ఉండేవాడు. రాజాకరణం ఒక విందుకు నన్ను తీసుకెళ్ళగా ఆయన కలిశాడు. సంతోషించాను. రాచకొండ రచనలు, కొన్ని ఇంగ్లీషులోకి అనువదిస్తున్నట్లు చెప్పగా ఆనందించాను. ఆ తరువాత ఆయన విశాఖపట్నం వెళ్ళిపోయాడు. ఆయనతో తరువాత కూడా తరచు సంబంధాలు పెట్టుకున్నాం.

వెల్చేరు నారాయణరావు (భాషాశాస్త్ర పండితులు) మాడిసన్‌లో విస్కాన్సిన్ యూనివర్శిటీ నుండి అట్లాంటా వెళ్ళాడు. తెలుగు విభాగాన్ని ఆ యూనివర్సిటీలో మూసేశారు. ఆయన భార్య నిడదవోలు మాలతి రచయిత్రి, లైబ్రేరియన్. ఆమె డాలస్ నగరం (టెక్సస్) వెళ్లింది. ఆమె ఒక తెలుగు బ్లాగ్ తూలిక నడుపుతున్నది. కథలు, నవలలు రాసింది.

నారాయణరావు, ఒకప్పుడు నన్ను మాడిసన్‌కు ఆహ్వానించాడు. నేను వెళ్ళలేకపోయాను. ఆయన కన్యాశుల్కం ఇంగ్లీషులో ప్రచురించాడు. అనువాదం ఫరవాలేదు. నేను 2010లో కలిసినప్పుడే, రాబర్ట్ బాబ్ ఫ్రికన్‌బర్గ్ ఆయన్ను మాడిసన్ పిలిపించాడు. రాబర్ట్‌కు మాలతి అంటే మంచి అభిప్రాయం ఉంది.

తస్లీమా నస్రీన్ పరిచయం

తస్లీమా నస్రీన్ 1962, ఆగస్టు 25న బంగ్లాదేశ్‌లోని మైమెన్‌సింగ్‌లో జన్మించింది. ముస్లిం కుటుంబంలో పుట్టి, ముస్లింగా పెరిగినా చదువు, వయస్సు పెరిగే కొద్దీ ఆమె హేతువాదిగా, నాస్తికురాలిగా మారింది. బంగ్లాదేశ్‌కు చెందిన ప్రముఖ రచయిత్రి. స్త్రీ వాద మానవహక్కుల కార్యకర్తగా, సెక్యులర్ మానవవాదిగా ప్రపంచప్రఖ్యాతి పొందింది. 1992లో బాబ్రీమసీదు కూల్చివేతకు ప్రతిస్పందిస్తూ బంగ్లాదేశ్‌లో హిందువులపై ముస్లింలు జరిపిన దాడులకు వ్యతిరేకంగా వ్రాసిన లజ్జ అనే నవల కారణంగా ఇస్లాం ఫత్వా జారీచేసింది. అంతేకాకుండా ఛాందసవాదుల నుంచి ముప్పు ఎదుర్కొంటున్నది. 1996లో మానవ అవార్డు పొంది, ముస్లిం మహిళలకు జరుగుతున్న అత్యాచారాలను ఎత్తి చూపినందుకు, ఇస్లాం లేఖనాలను విమర్శించినందుకు ఇస్లాం ఛాందసవాదులు ఆమెను చంపాలని చూస్తున్నారు.

తస్లీమా నస్రీన్‌తో 1994లో తొలిపరిచయం అయింది. అమెరికాలోని మేరీలాండ్ యూనివర్సిటీలో అభ్యుదయ ఇరాన్ విద్యార్థులు చిన్న సమావేశం ఏర్పరచారు. దానికి నేను, నా భార్య కోమల, కుమార్తె డా॥ నవీన వెళ్ళాం. అందులో తన కవితలు వినిపించిన తస్లీమా, సభికుల ప్రశ్నలకు సమాధానం చెప్పింది. ఆమెతో ఫోటోలు తీయించుకున్నాం.

తరువాత న్యూయార్క్‌లో వారెన్ ఎలెన్ స్మిత్ ఆహ్వానంపై ఒక హోటల్‌లో సమావేశానికి వెళ్ళాను. ఆవిధంగా రెండోసారి కలసినప్పుడు తస్లీమా సిగరెట్లు పీల్చడం గమనించి, అది మానేయమని సలహా చెప్పాను. అక్కడా ఫోటోలు తీసుకున్నాం. నా సలహాపై అని చెప్పజాలను గాని, ఆమె సిగరెట్లు మానేసింది. వారెన్ ఎలెన్ ఆమెకు అండగా నిలిచి, ఆమె వెబ్‌సైట్ నిర్వహించాడు.

మూడోపర్యాయం ఢిల్లీలో కలిశాను. గాంధీ పీస్ ఫౌండేషన్‌లో హ్యూమనిస్టుల సమావేశంలో ఆమె మాట్లాడింది. డా॥ గౌరి మాలిక్ పరిచయం చేసింది. గాంధీ పీస్ ఫౌండేషన్‌లో వసతిగదులు తస్లీమాకు నచ్చలేదు. మధ్యాహ్నం లంచ్ కేవలం

శాకాహారం. ఆమె అయిష్టంగా వున్నది. ఆమెను తీసుకెళ్ళి కన్నాట్ సర్కిల్‌లో ఒక మంచి హోటల్‌లో యిద్దరం నాన్‌వెజిటేరియన్ తింటూ మాట్లాడుకున్నాం. ఆలోగా రేఖా సరస్వత్ ఫోనుచేసి నాకోసం ఎదురుచూస్తున్నట్లు చెప్పగా, మీటింగుకు వెళ్ళాం. అక్కడా ఫోటోలు తీసుకున్నాం.

ఆమె రచనలు తెలుగులోకి అనువదించడానికి కోమలకు తస్లీమా హక్కులు యిచ్చింది. కోమల ఆమె కవితలు, వ్యాసాలు పరిమితంగా చేసి స్వేచ్ఛాలోచనలో ప్రచురించింది. చిన్న నవల 'షోధ్' తెనిగించింది. 'చెల్లుకు చెల్లు' అని శీర్షిక పెట్టింది. శ్రీరమణ ఆపేరు సూచించాడు.

కలకత్తాలో రౌడెన్ వీధిలో సెక్యూరిటీ గార్డుల పర్యవేక్షణలో ఉన్న తస్లీమా ఇంటికి 2007లో వెళ్ళాం. నాతోపాటు ఇసనాక మురళీధర్ వున్నారు. రాత్రి భోజనానికి ఆహ్వానిస్తే వెళ్ళాం. తన పెయింటింగ్స్, కవులతో పరిచయాలు, శిబ్ నారాయణ్ అండ అన్నీ చెప్పింది. స్వయంగా వంటచేసి పెట్టింది. ఆమె స్వయంగా వేసిన పెయింటింగ్స్ మురళీధర్ బాగా అభినందించాడు.

కలకత్తాలో ఉన్నందువలన బెంగాలీ రచయితలు మేథావులు కలవడం వారితో సంప్రదింపులు జరపడం ఆనందంగా ఉన్నదని ఆమె చెప్పింది. సుప్రసిద్ధ మానవవాది ప్రొఫెసర్ శిబ్‌నారాయణ్‌రే మనకు మార్గదర్శకత్వాన్ని సూచిస్తున్నారని ఆమె వెల్లడించింది. తరువాత కలకత్తాలో రాడికల్ హ్యూమనిస్ట్ కేంద్రంలో జరిగిన సమావేశానికి ఆమె వచ్చింది. కానీ చాలా మెట్లు ఉండడంవల్ల తనకు మోకాళ్ళ ఇబ్బంది ఉన్నదని పైకి ఎక్కలేనని వెళ్ళిపోయింది. కలకత్తాలో ఉండగానే ఆమెను హైదరాబాదుకు ఆహ్వానించాము. లోగడ రెండు పర్యాయాలు అంగీకరించి కూడా ఛాందస ముస్లిముల వ్యతిరేకత వలన వాయిదా వేసుకున్నది. మూడోపర్యాయం అంగీకరించి ఆగస్టు 7, 2007లో వచ్చింది.

ఆమె కార్యక్రమం, రాక, బహిరంగంగా ప్రకటించకుండా పరిమితంగా కొద్దిమందికి తెలియజేశాము. శాస్త్రీయ పరిశీలనా కేంద్రం పక్షాన హైదరాబాదు ప్రెస్ క్లబ్‌లో ఆమె రాసిన 'షోధ్' నవలకు వెనిగళ్ల కోమల తెలుగు అనువాదాన్ని ఆవిష్కరించే కార్యక్రమం పెట్టాము. దానితోపాటు యంగ్‌చాంగ్ రాసిన 'వైల్డ్ స్వాన్స్' అనే గ్రంథానికి కోమల తెలుగు అనువాదం కూడా ఆవిష్కరణ చేశాము.

ఆగస్టు 7 ఉదయం హైదరాబాదు విమానాశ్రయానికి చేరుకున్న తస్లీమాను నేను ఒక్కడినే ఆహ్వానించి కారులో గ్రీన్‌లాండ్ హోటల్‌కు తీసుకువచ్చాను. అక్కడ

కొంచెంసేపు విశ్రాంతి తీసుకున్న తరువాత లాబీ నుండి ఆమె గదికి ఫోన్ చేసి కార్యక్రమానికి వెడదామని చెప్పాను. కారులో వస్తుండగా పోలీస్ రక్షణ గురించి ఆమె ప్రస్తావించినపుడు సాదా బట్టలతో వుండేవారిని ఏర్పాటు చేసామని చెప్పాను. ఇతర విషయాలు మాట్లాడుకుంటూ ప్రెస్‌క్లబ్‌కు చేరుకున్నాము. సమావేశం జయప్రదంగా జరిగింది. పుస్తకాలు ఆవిష్కరించిన తస్లీమా క్లుప్తంగా మాట్లాడి ముగించింది. వేదికపై వెనిగళ్ళ కోమల, నవీన, ఈనాడు జర్నలిజం స్కూలు ప్రిన్సిపాల్ ఎమ్. నాగేశ్వరరావు, రచయిత్రి ఓల్గా ఉన్నారు. వారందరూ సందర్భానుసారంగా మాట్లాడారు. మురళీధర్ సమావేశాన్ని చక్కగా నిర్వహించాడు.

కార్యక్రమం పూర్తయి వెళ్లిపోదామనుకుంటుండగా హఠాత్తుగా తలుపులు తోసుకుని అరుస్తూ కొందరు ముస్లింలు లోనికి వచ్చారు. అందులో ఇద్దరు మజ్లీస్ శాసన సభ్యులు. వారు చేతికందిన పుష్పగుచ్ఛాలు, టేబుల్ మీద ఉన్న కాయితాలు, పేపర్ వెయిట్స్, తస్లీమా మీదకు విసిరేశారు. ఆమెకు రక్షణగా నేను అడ్డంగా నిలుచున్నాను. నాకు దెబ్బలు తగులగా పెదవి చిట్లి రక్తం వచ్చింది. అవన్నీ పత్రికల వారు ఫోటోలు తీశారు. తస్లీమాను ఇంటర్వ్యూ చేస్తామని సమావేశానంతరం పత్రికలవారు ఆపకపోతే వెళ్ళిపోయి వుండేవారం. ఈ సంఘటనను అక్కడి వారు నిరోధించగా వారంతా బయటకు వెళ్ళి హాలు తలుపులు కిటికీలు పగలగొట్టి ఆరుబయట స్థలంలో కూచున్నారు. జండాలతో నినాదాలిచ్చారు. ఈలోగా ప్రెస్‌క్లబ్‌లో ఉన్న జర్నలిస్టులు వచ్చి ముస్లింలకు తీవ్ర అభ్యంతరం తెలియజేశారు. మిత్రులు కొందరు పోలీసులకు ఫోన్ చేయగా వారు కొంచెం ఆలస్యంగానైనా వచ్చి వారందరినీ వ్యాన్‌లో ఎక్కించి తీసుకువెళ్ళారు. అంతకుముందు మామూలు దుస్తులతో ఉండాల్సిన పోలీసులు కనిపించలేదు. ఆ తరువాత మరొక పోలీసు వ్యాన్ వచ్చి తస్లీమాను అక్కడ నుండి తప్పించి పోలీసు స్టేషనుకు తీసుకువెళ్ళి ఆ తరువాత ఎయిర్‌పోర్ట్‌కు చేరవేసి, కలకత్తా పంపించారు. ప్రెస్ క్లబ్ సమావేశంలో ఉన్న స్త్రీలు కొందరు తస్లీమాను కాపాడడంలో చెప్పుకోదగిన పాత్ర వహించారు. వారు నందిత అశోక్ మైనేని లక్ష్మి, నవీన, వెనిగళ్ళ కోమల లోపల తలుపులకు కుర్చీలు అడ్డం పెట్టి పోలీసులు వచ్చేవరకు ఆమెను కాపాడారు. కలకత్తా చేరుకున్న తస్లీమాకు నేను ఫోన్ చేసి పరామర్శించాను. జరిగిన సంఘటన వీడియో ఉంటే అది తనకు పంపమని కోరింది. మిత్రులు మురళీధర్ వెంటనే పంపించాడు. పత్రికల వారు ముఖ్యమంత్రి రాజశేఖరరెడ్డిని కలిసి తస్లీమా సంఘటన ప్రస్తావించగా దీనిపై విచారణ జరిపిస్తామని, ఇన్నయ్య ఇక్కడ ఉన్నట్టు తనకు తెలీదని అమెరికాలో ఉంటున్నట్లనుకున్నానని తెలిపారు. మొత్తం మీద ఈ

సంఘటన దేశ విదేశీ పత్రికలకు బెంగాలుకు వ్యాపించగా చాలామంది దీనిని ఖండించారు.

ఆ తరువాత తస్లీమా చాలా కష్టాల్లో పడి ఇండియా నుండి వెళ్ళవలసి వచ్చింది. ఆమె భావాలకు మద్దత్తుగానే మేం కృషి జరిపాం.

2012లో ఈ సంఘటనపై తస్లీమా తన జీవిత చరిత్ర 7వ భాగంలో ప్రస్తావించింది. ఆ గ్రంథానికి **'నిర్వాసన్'** అని పేరు పెట్టింది. ఆమెకు భారత ప్రభుత్వం ఇండియాలో రక్షణ కల్పించలేకపోయింది. అందువల్ల యూరోప్, అమెరికాలలో స్వేచ్ఛగా ఉండగలుగుతున్నది.

ఖమ్మంలో క్రాంతికార్ అనే హేతువాది ఇస్లాంపై ఒక పుస్తకం తెలుగులో ప్రచురించారు. అందులో ఇస్లాం వ్యతిరేక రచనలు సేకరించారని ముఖ్యంగా బంగ్లాదేశ్ రచయిత్రి తస్లీమా నస్రీన్ రచనలు ఉన్నాయని ముస్లిములు అభ్యంతర పెట్టారు. నిషేధానికి గురయిన పుస్తకాల నుండి తస్లీమా రచనలు సేకరించారని ఆరోపించారు. అవి ముస్లిముల మనోభావాలకు ఇబ్బందికరంగా ఉన్నాయని ఖమ్మంలో ఊరేగింపులు జరిపి హింసకు పూనుకున్నారు. క్రాంతికార్ పుస్తకాన్ని నిషేధించాలని, అతన్ని నిర్బంధించాలని కోరారు. దీనిపై ఆంధ్రప్రదేశ్ శాసన సభలో మజ్లీస్ శాసన సభ్యులు గందరగోళం చేయగా ఈ విషయమై విచారణ జరిపిస్తామని తగిన చర్య తీసుకుంటామని ప్రభుత్వ పక్షం హామీ ఇచ్చింది.

క్రాంతికార్ ప్రచురించిన పుస్తకం ప్రతులు లభించే అడ్రసులు ఇచ్చారు. అందులో నాపేరు కూడా ఉన్నది. క్రాంతికార్ నా అనుమతి లేకుండా, చెప్పకుండా నాపేరు వేశాడు. ఆ పుస్తకాన్ని అమ్మే వారిని నిర్బంధించాలని ఖమ్మంలో ముస్లింలు కేసు పెట్టగా పుస్తకాన్ని ముద్రించిన వారిని పుస్తక ప్రచురణకు సహాయపడిన వారిని, అవి అమ్మేవారిని నిర్బంధంలోకి తీసుకున్నారు. రాత్రి 9 గంటలకు రామస్వామి అనే పోలీసు అధికారి ఇద్దరు కానిస్టేబుళ్లను వెంటపెట్టుకుని వచ్చి ఇల్లు వెతికారు. కానీ వారికి క్రాంతికార్ పుస్తకాలు లభించలేదు. నన్ను ప్రశ్నించినప్పుడు నాకు తెలీదని చెప్పకుండా నా పేరు వేసుకున్నారని అన్నాను. రామస్వామి పై అధికారులకు ఫోను చేసి పుస్తకం లభించలేదని చెప్పాడు. అయినా వారి ఉత్తర్వులు అనుసరించి నన్ను వారి వెంట రమ్మన్నారు. అయితే అరెస్టు వారెంటు కానీ ఎక్కడికి తీసుకు వెడుతున్నారన్న విషయం కానీ చెప్పలేదు. తార్నాక ప్రాంతంలో ఉన్న ఎమ్. సుబ్బారావు ఇంటికి వెళ్ళి ఆయనకు కూడా చెప్పకుండా జబ్బుగా ఉన్న మనిషిని నిర్బంధంగా కారెక్కించారు.

మమ్మల్ని ఖమ్మం పోలీసు స్టేషనుకు తీసుకెళ్ళారు. నేను ఇంటిలోంచి బయటకు వస్తున్నప్పుడు ఇంట్లో నా భార్య కోమల మాత్రమే ఉన్నది. వారు రమ్మంటున్నారు గనుక వెళుతున్నానని చెప్పి వచ్చేశాను. వివరాలు చెప్పటానికి నాకే తెలియదు. ఖమ్మంలో తెల్లవారి కేసు పెట్టి సాయంత్రానికి మేజిస్ట్రేటు ఎదుట హాజరు పరిచి వరంగలు జైలుకు పంపించారు. అప్పటికే జనవిజ్ఞాన వేదిక మిత్రులు టి.వి.రావు పంపగా స్థానిక అడ్వకేటు ప్రభాకరరావు వచ్చి నా తరఫున అడ్వకేటుగా పనిచేశాడు. మా ఇద్దరికీ ఆరోగ్యం సరిగా లేదని చికిత్సలో ఉండడానికి వరంగల్‌లో ప్రభుత్వ ఆసుపత్రికి తరలించారు. అక్కడ నన్ను చూడటానికి టి.గోపాల రావు, ఎస్.రాఘవరావు, పర్వతయ్య, ఎమ్.చంద్రశేఖరరావు వచ్చారు. అప్పటికే నా అరెస్టు వార్త పత్రికలలో రావడం, నా భార్య కోమల చాలా ఆందోళన చెందటం కారణంగా నేను ఫోనుచేసి నేను బాగానే ఉన్నానని అనవసరంగా దిగులుపడవద్దని చెప్పాను.

విషయం ఏమిటంటే అది పసలేని కేసు. కేవలం ముస్లిముల మనోభావాలు దెబ్బతిన్నాయని ఏకపక్ష ఆరోపణలతో సాగిన కేసు. వారు ఆరోపించిన విషయాలు సరైనవి కావు. నిషేధానికి సంబంధించిన రచనల నుండి క్రాంతికార్ ఏ భాగాన్నీ ఆ పుస్తకంలో ప్రచురించలేదు. రెండవ పక్షం విచారించకుండా చర్య తీసుకునే ఇలాంటి కేసులు మతపరంగా సంతృప్తి పరచడానికి పనికివస్తాయి. ఈ విషయంలో చట్టంలోనే మార్పు రావలసి ఉన్నది. నా తరఫున హైదరాబాదులో హైకోర్టు న్యాయవాది యార్లగడ్డ పద్మావతి రిట్ దాఖలు చేసి కేసు కొట్టివేయడానికి వాదించి నెగ్గారు. నేను బయల్దేరి హైదరాబాదు వచ్చేశాను. నాతోబాటు సుబ్బారావు కూడా విడుదలయ్యారు. ఏకపక్షంగా విచారణ జరపకుండా ఫిర్యాదు చేసినంత మాత్రాన అరెస్టు చేసే పద్ధతి మారాలి.

సెక్యులర్ ఉద్యమంలోకి

పెళ్ళి అయిన కొద్ది రోజులకే నేను ఎ.బి.షాతో ఉత్తర ప్రత్యుత్తరాలు జరిపాను. అమృత్‌లాల్ భిక్కు షా, ఆయన పూర్తిపేరు. పూనా, బొంబాయి నుండి ఉద్యమానికి పనిచేశారు. ఆయన 1948 నుండీ ఎం.ఎన్.రాయ్ మానవవాదాన్ని నిశిత పరిశీలనతో అనుసరిస్తున్న మేధావి. ఆంధ్రప్రదేశ్‌లో సెక్యులర్ ఉద్యమానికి నా సహాయం కోరాడు. నాకు ప్రీతికరమైన పని గనుక అంగీకరించాను. ఎ.బి.షా 1964 నాటికే నచికేత ప్రచురణలు స్థాపించి సాహిత్యం తెస్తున్నాడు. సెక్యులరిస్ట్ పత్రిక నడుపుతున్నాడు. సెక్యులర్ సొసైటీ స్థాపించాడు.

అయితే పర్యటనలు చేయడానికి తగిన వనరులు (డబ్బు) నాకు లేవు. ఆ విషయం గుర్తించిన ఎ.బి.షా ఒక ప్రతిపాదన చేశాడు. స్థానికంగా తిరగడానికి నెలకు 120 రూపాయలు యిస్తామన్నాడు. నచికేత ప్రచురణలు నాకు పంపేటట్లు, అమ్మిన తరువాత సగం డబ్బు వారికి పంపి మిగిలింది వాడుకోమన్నారు. ఒప్పుకున్నాను.

సెక్యులర్ సాహిత్యం తెప్పించాను. హైదరాబాద్, తెనాలి, గుంటూరు, విజయవాడ తీసుకెళ్ళి అమ్మగలిగినంత అమ్మి, సగం డబ్బు పంపాను. తెనాలిలో గురిజాల సీతారామయ్య, విజయవాడలో కోనేరు కుటుంబరావు తోడ్పడ్డారు. హైదరాబాద్‌లో నేనే స్వయంగా మిత్రులకు అమ్మేవాడిని. ఎ.బి.షాను అనేక పర్యాయాలు ఆహ్వానించి, చర్చలు, సెమినార్లు, సభలు పెట్టాను.

వివిధ మత సంఘాలతో చర్చలు ఏర్పరచాను. అన్వరుల్ ఉలుం కళాశాల ప్రిన్సిపాల్ (తామిరే మిల్లత్ నాయకుడు) జమాతే ఇస్లామీ, ముస్లిం లీగ్ మొదలైనవి. జనసంఘ్ రాజకీయ పార్టీల ప్రతినిధులతో చర్చలు జరిపించాము. వై.ఎం.సి.ఎలో ఇన్‌స్టిట్యూట్ ఆఫ్ ఏషియన్ స్టడీస్ ఉస్మానియా విశ్వవిద్యాలయం వేదికగా యీ సభలు జరిపాం. ఎ.బి.షాతోపాటు వి.కె.సిన్హా, రషీదుద్దీన్‌ఖాన్, ఆలం ఖుంద్ మిరి, అన్వర్ మోజం, మొగిని తబస్సుం, మొహిత్‌సేన్, లక్ష్మీనారాయణ (జనసంఘ్). కె. శేషాద్రి, బి.ఎ.వి.శర్మ మొదలైన వారితో చర్చా సమావేశాలు జరిపాము. వాటిలో కొన్ని

ప్రచురించాము కూడా. సెక్యులర్ ఉద్యమ వ్యాప్తికి యివన్నీ తోడ్పడ్డాయి. పూరీశంకరాచార్య ధోరణిపై చర్చలు జరిపించాం. గోవధ నిషేధంపై వాదోపవాదాలు జరిగాయి. ఎ.బి.షాను గుంటూరు, విజయవాడ, తెనాలి, అవనిగడ్డ తీసుకెళ్ళి సభలు జరిపించాము. గుంటూరు ఎ.సి.కాలేజీలో కూడా ఎ.బి.షా ఉపన్యాసం ఏర్పరిస్తే, చాలామంది విద్యార్థులు ఆకర్షితులయ్యారు. బార్ అసోసియేషన్‌లో షా ప్రసంగించాడు.

అవనిగడ్డలో 5 రోజుల అధ్యయన తరగతులలో ఎ.బి.షా పాల్గొన్నాడు. 1965-66లో జరిగిన యీ చర్చలో ప్రముఖ మానవవాదులు, హేతువాదులు, నాస్తికులు పాల్గొన్నారు. ఆవుల గోపాలకృష్ణమూర్తి, ఎం.వి.రామమూర్తి, రావిపూడి వెంకటాద్రి, ఎన్.వి.బ్రహ్మం, జి.వి.కృష్ణారావు, త్రిపురనేని వెంకటేశ్వరరావు మొదలగు వారు బాగా శ్రద్ధగా పాల్గొన్నారు.

కోనేరు కుటుంబరావు, మండవ శ్రీరామమూర్తి, నేను యీ సమావేశ నిర్వహణ చేశాము. పత్రికలు చక్కగా ప్రచురించాయి. అప్పుడే ఎ.బి.షా అనేకమందితో చర్చలు జరిపాడు. ఆ తరువాత కూడా ఎ.బి.షాను వివిధ సందర్భాలలో ఆంధ్రప్రదేశ్‌కు ఆహ్వానించి కార్యక్రమాలు జరిపించాను. 1967లో తెనాలి వెళ్ళి మంచంలో ఉన్న ఆవుల గోపాలకృష్ణమూర్తిని మద్రాసు వెళ్ళి గుండె చికిత్స చేయించుకోవలసిందిగా ఎ.బి.షా, నేను బ్రతిమలాడాం. ఆయన అంగీకరించాడు. కానీ అది జరగకముందే చనిపోయాడు.

మొత్తం మీద ఆంధ్రప్రదేశ్‌లో సెక్యులర్ వుద్యమానికి ఎ.బి.షా చక్కగా దోహదం చేశాడు. నేను అందుకు తోడ్పడ్డాను. పోలు సత్యనారాయణ, బి.ఎ.వి. శర్మ బాగా చేయూతనిచ్చారు. 1982 వరకూ అది సాగింది. ఎ.బి.షా చనిపోవడంతో వుద్యమం కుంటుపడింది.

సెక్యులరిజం అంటే ఎం.ఎన్.రాయ్ స్పష్టంగా శాస్త్రీయంగా విడమరిచాడు. అదే ఎ.బి.షా పాటించాడు. మతాన్ని రాజ్యపాలనను వేరుగా వుంచాలి. మత విశ్వాసాన్ని వ్యక్తిగతంగా అట్టిపెట్టి, ప్రభుత్వ పాలనలోకి తీసుకరాకూడదు. అందరికీ పౌరచట్టం ఒకే తీరుగా వుండాలి.

ఎ.బి.షా వ్యాసాలను తెనిగించాను. సంకలనం చేసి, విజయవాడలో అనుపమ ప్రచురణలు వారు 1968లో వెలువరించారు. ప్రొఫెసర్ కొత్త సచ్చిదానంద మూర్తి ఈ పుస్తకానికి పీఠిక రాశాడు. సభలో ప్రసంగించాడు. పోలు సత్యనారాయణ తెలుగులో

రాసిన 'సెక్యులరిజం' పుస్తకాన్ని తెనాలిలో సూర్యదేవర హనుమంతరావు వెలువరించాడు.

ఎ.బి.షాకు మహారాష్ట్రలో తోడ్పడిన హమీద్ దల్వాయ్‌ను హైదరాబాద్‌కు పిలిపించాం. ఆయన రచన ముస్లిం పాలిటిక్స్‌ను తెనిగించి, ప్రసారిత త్రై మాసపత్రికలో ప్రచురించాను. 1964 నుండీ 1982 వరకూ ఎ.బి.షా ప్రభావం తెలుగువారిపై వుంది. ఎ.బి.షాను హైదరాబాద్‌లో ముఖ్యమంత్రి భవనం వెంకట్రామ్, ఆలపాటి రవీంద్రనాథ్, నార్ల వెంకటేశ్వర రావులకు పరిచయం చేశాను. వారంతా ఆయన భావాలకు ఆకర్షితులయ్యారు.

ఎ.బి.షా ను నేను ఉస్మానియా విశ్వవిద్యాలయం వైస్ ఛాన్సలర్ డి.ఎస్.రెడ్డికి పరిచయం చేశాను. ముగ్గురం మూడు పెగ్గులు తీసుకుని చర్చలు జరిపాం. ఆ తరువాత ఎ.బి.షా కుమార్తె ఉస్మానియా యూనివర్సిటీ వైస్ ఛాన్సలర్ నూకల నరోత్తమరెడ్డి కుమారుని పెళ్ళిచేసుకోదలచింది. పూర్వాపరాలు కనుక్కోవలసిందిగా ఎ.బి.షా పురమాయించగా యథాశక్తి తోడ్పడ్డాను. వారికి పెళ్ళి అయింది కాని ఆ తరువాత విడిపోయారు. నా పిహెచ్.డి. థీసిస్‌కు ఎ.బి.షా తోడ్పడ్డారు. ఎం.ఎన్.రాయ్ అముద్రిత రచన పంపి, మాన్యుస్క్రిప్ట్ యావత్తు చదివే అవకాశం కల్పించారు. (ఫిలసాఫికల్ కాన్సిక్వెన్సెస్ ఆఫ్ మోడరన్ సైన్స్) చదివి తిరిగి యిచ్చాను. నోట్స్ తీసుకోనిచ్చారు.

ఎ.బి.షా పైప్ తాగేవాడు. ఇద్దరం పరిమితంగా ఔపోశనం పట్టేవాళ్ళం. ఒక సెమినార్‌కు వచ్చిన సందర్భంగా హైదరాబాద్‌లో ఎ.బి.షాకు గుండెపోటు వచ్చింది. ఆయన నాకు చెప్పలేదు. పూనా వెళ్ళిన తరువాత చెప్పాడు. ఆశ్చర్యపడి కోపం చూపాను. ఆలిండియా సెమినార్లలో బొంబాయిలో కొన్ని పర్యాయాలు ఎ.బి.షాతో పాల్గొన్నాను.

నాపై ఎ.బి.షా ప్రభావం బాగా వున్నది. ఆయన సైంటిఫిక్ మెథడ్ తెలుగులోకి అనువదించి, ఉస్మానియా విశ్వవిద్యాలయంలో ఎం.ఎ. ఫిలాసఫీకి పాఠ్యాంశంగా పెట్టించాను. షా సెమినార్లలో మాట్లాడే ధోరణి చాలా బాగుండేది. పొల్లుపోకుండా స్పష్టతతో వుండేది. 1982లో 62 ఏళ్ళకే షా చనిపోవడం సెక్యులర్ ఉద్యమానికి, వ్యక్తిగతంగా నాకు బాగా లోటు. ఆవుల గోపాలకృష్ణమూర్తి తరువాత నన్ను అంతగా ఆకట్టుకున్న మానవ మేధావి ఎ.బి.షా.

అమెరికాలో ప్రచురితమైన ఎన్‌సైక్లోపీడియా ఆఫ్ అన్ బిలీఫ్ సంకలనంలో భారతదేశం గురించి నా చేత వ్యాసం రాయించమని ఎ.బి.షా వారికి సూచించాడు.

దానికి ఎడిటర్ గార్డన్ స్టైన్ నాకు రాసి వ్యాసం రాయమన్నాడు. అయితే ఎ.బి.షా నాకు చెప్పకుండా ఆ పనిచేశాడు. నాపై గల విశ్వాసంతో ఆ పని జరిగింది. ఎ.బి.షా ద్వారానే తొలుత ఎడ్వర్డ్ షిల్స్ ప్రామాణిక పత్రిక మినర్వా నాకు తెలిసింది. షికాగో యూనివర్సిటీ సోషియాలజీ ప్రొఫెసర్ రాసిన 'ఇంటలెక్చువల్స్' కూడా షా వలన తెలిసింది.

హ్యూమనిస్ట్ అనే త్రైమాసిక ఇంగ్లీషు పత్రికను చాలా పద్ధతిగా ఎనిమిది సంచికలు షా వెలువరించాడు. ఎం.ఎన్.రాయ్ ఇరవైరెండు సిద్ధాంతాలను శాస్త్రీయంగా పరిశీలించి అనుపానులు ప్రచురించిన తొలి వ్యక్తి ఎ.బి.షా. ఆయన గుజరాత్ దిగంబర జైనశాఖ కుటుంబంలో జన్మించినా, మానవవాదిగా ఎదిగి, పూనాలో స్థిరపడ్డాడు. బొంబాయిలో అధ్యాపకుడుగా పనిచేశాడు. మంచి విద్యావిమర్శకుడు.

———◆◆◆———

కుమార్తె నవీన - కుమారుడు రాజు

మా అమ్మాయి నవీన 1965 మే 21న తెనాలిలో గల డా॥ ఝాన్సీవాణి ఆస్పత్రిలో పుట్టింది. తెలిసిన డాక్టర్ అని మా మామ కోమలను ప్రసవం నిమిత్తం అక్కడ చేర్పించాడు. డాక్టర్ ఝాన్సీవాణి కోమల ప్రసవించే టైమ్‌కి తిరుపతికి మొక్కు చెల్లించుకోటానికి వెళ్ళింది. సాధారణంగా ప్రత్యామ్నాయ ఏర్పాట్లు చేసి వెడతారు. ఆమె తిరిగి వచ్చేసరికి కోమల ప్రసవించింది. సమయానికి ప్రసూతి డాక్టర్ అందుబాటులో లేక చాలా ఇబ్బందులు పడింది. మా మామ చాలా ఆగ్రహం చూపితే డాక్టర్ ఝాన్సీ క్షమాపణ చెప్పింది. తరువాత హైదరాబాద్ వచ్చేశాం. అప్పటికే నేను కోమల స్కూలుకు సమీపంలో వేరే ఇల్లు తీసుకున్నాను. నవీనను చూసుకోవడానికి అమ్మమ్మ, నానమ్మ వుండేవారు.

1966 జూన్ 26న కోమల రాజును ప్రసవించింది. గత అనుభవం దృష్ట్యా ఈసారి హైదరాబాద్‌లోని హిమాయత్‌నగర్ లక్ష్మీదేశాయ్ క్లినిక్‌లో చేరింది.

నవీన పుట్టిన మూడు మాసాల వరకూ పేరు పెట్టలేదు. అలాగైతే చిట్టి, చిన్ని అంటూ ఏవో పిలుస్తారని, నవీనంగా వుండే పేరు పెట్టమని మా మామ సూచించాడు. ఆయన వుత్తరంలో 'నవీన' అనే మాటలు స్వీకరించి, ఆ పేరు పెట్టాం.

మా తండ్రి రాజయ్య పేరు కలసి వచ్చేట్లు రాజు పేరు పెట్టాం. మా అమ్మ కూడా అలా కోరింది. రాజును చిన్నప్పుడు వెలిది వెంకటేశ్వర్లు (సంతరావూరు టీచర్) చాలా యిష్టంగా చూచేవాడు. రాజు అతన్ని అయ్‌మామ అని పిలిచేవాడు. మొత్తంమీద నవీన, రాజు ఇద్దరూ బాగా పెరిగారు. మేం కొంత ఇబ్బంది పడినా పిల్లలకు ఎలాంటి లోపం లేకుండా చూచాం. నవీన పేరు విని ఆవుల గోపాల కృష్ణమూర్తిగారు 'కొత్త' అనే పదాన్ని సంస్కృతంలో పెట్టావన్నమాట అన్నారు.

బ్లూబెల్స్ అనే ప్రైమరీ స్కూలులో రాజు, నవీన చదువుకున్నారు. శ్రీమతి నజ్మా (మిసెస్ అహమ్మద్) ఆ బడిని ఆదర్శనగర్ నౌబత్‌పహాడ్ దిగువన నడిపేవారు.

ఆ స్కూలు విద్య నవీన, రాజు లకు చక్కని పునాది వేసింది. తరువాత ఆబిడ్స్‌లోని గ్రామర్ స్కూల్లో చదివారు. అప్పట్లో గ్రామర్ స్కూల్ మంచి ప్రమాణాలు పాటించింది. అందువలన రాజు, నవీనకు చక్కని విద్య అబ్బింది. జూనియర్ కాలేజీలో చైతన్య కళాశాల అనేది సుల్తాన్ బజార్ బడీ చావిడిలో నడుస్తుండేది. రాజు అందులో ఇంటర్ చదివేవాడు. స్టాన్లీ జూనియర్ కాలేజీలో నవీన చదివింది. ఇరువురూ నిజాం కళాశాలలో చేరారు. రాజు గ్రాడ్యుయేషన్ పూర్తి చేయగా, నవీన మొదటి సంవత్సరం తరువాత బెంగుళూరు మెడికల్ కళాశాలలో చేరింది. తరువాత గుజరాత్‌లోని ఆనంద్‌లో రూరల్ మేనేజ్‌మెంట్ కోర్సు చేసిన రాజు, ఒక ప్రాజెక్టు రీత్యా డైరీ డెవలప్‌మెంట్ కార్పొరేషన్‌లో పనిచేశాడు. టైమ్స్ ఆఫ్ ఇండియా జర్నలిజం కోర్సు చేసి ఎకనమిక్ టైమ్స్‌లో ఒక ఏడాది పనిచేశాడు.

హేతువాద ఉద్యమం

(రేషనలిస్ట్ మూవ్‌మెంట్)

హైదరాబాద్‌లో 1965 నుండీ వివాహ జీవితంలో స్థిరపడ్డాను. అప్పటి నుండీ ఒకవైపు చదువు, మరొకవైపు వుద్యమాలలో చురుకుగా కొనసాగడం కుదిరింది.

హేతువాద ఉద్యమం రాష్ట్రంలోనూ, దేశంలోనూ కుంటుతూ వున్నది. మద్రాసు నుండి నడిచిన ఇండియన్ రేషనలిస్ట్ ఇంగ్లీషు పత్రిక ఆగిపోయింది. ఎస్. రామనాథన్ వృద్ధాప్యం వలన చురుకుగా పనిచేయలేకపోయారు. బొంబాయి, మహారాష్ట్రలో సైతం అంతంత మాత్రంగానే ఉద్యమం వుంది.

ఆ సమయంలో ఆవుల సాంబశివరావు ఇంట్లో సమావేశాలు జరిపాం. ఎన్.కె. ఆచార్య, నర్రా కోటయ్య, వై. రాఘవయ్య (ఉస్మానియా పబ్లిక్ అడ్మినిస్ట్రేషన్ ప్రొఫెసర్), ఎ.ఎల్. నరసింహారావు (జర్నలిస్టు), జాస్తి జవహర్‌లాల్ (ఆడిటర్ జనరల్ ఆఫీసు ఉద్యోగి), పోలు సత్యనారాయణ, నేను చర్చలు సాగించాం. మద్రాసు నుండి జయగోపాల్, సూర్యనారాయణ సహకరించారు.

పత్రికను పునరుద్ధరించాం. ఆవుల సాంబశివరావు సంపాదకులు. ఎన్.కె. ఆచార్య ఇల్లు కార్యాలయం, మాసపత్రికగా అచ్చు పని, ఎ.ఎల్. నరసింహారావు చూచారు. నేను నెలవారీగా ఫిలాసఫీ, ఇతర విషయాలు రాశాను. కాని పత్రిక నిర్వహణలో సుశిక్షితులు ఎవరూ లేరు. సాంబశివరావు త్వరలోనే జడ్జి అయ్యారు. ఎన్. కె. ఆచార్య యథాశక్తిగా కొన్నాళ్ళు కొనసాగించారు. ఆ దశలో మద్రాసుకు తరలించడానికి జయగోపాల్, సూర్యనారాయణ అంగీకరించి, భారం మీదేసుకున్నారు.

దేశంలో హేతువాద ఉద్యమం బొంబాయిలో 1930 ప్రాంతాలలో ఆరంభమైంది. అబ్రహాం సాలమన్ లోఖండ వాలా, ఆర్.పి.పరాంజపే ప్రభృతులు కృషి చేశారు. ఆంధ్రలో ఆవుల గోపాల కృష్ణమూర్తి, ఎం.వి.రామమూర్తి బాగా కృషి చేశారు. అఖిల భారత సభలు నిర్వహిస్తే ఎం.ఎన్.రాయ్, అన్నాదురై వంటి వారు వచ్చి పాల్గొన్నారు.

ఇంగర్‌సాల్ బైబిల్ విమర్శ సాహిత్యం జనాకర్షణీయ సాహిత్యంగా వుండేది. తొలిదశలో ఛార్లెస్ బ్రాడ్లీ , అనీబిసెంట్ సాహిత్యం, హాలియోక్ రచనలు ఇంగ్లండ్ నుండి వచ్చి బాగా ఉత్సాహాన్నిచ్చాయి. ఉత్తరోత్తరా ఆంధ్రలో హేతువాద సంఘాలు తలెత్తి పనిచేశాయి. విశాఖపట్నం, విజయవాడ, గుంటూరు, తెనాలి, చీరాల, మంగళగిరి కేంద్రాలుగా వివిధ వ్యక్తులు బాగా ఉద్యమ ప్రచారం చేశారు. నేను కొన్ని స్టడీ కాంపులలో, సభలలో పాల్గొన్నాను. విజయవాడ నుండి తోటకూర బాబు పెట్టిన 'చార్వాక పత్రిక' బాగా యువతను ఆకట్టుకున్నది. వేసవి పాఠశాలలు నడిపిన తీరు బాబు గమనించి, ప్రభావితుడయ్యాడు.

ఆంధ్రలో హేతువాద ఉద్యమ వ్యాప్తికి అబ్రహాం టి. కోవూర్ పర్యటన చాలా ప్రోత్సాహం కల్పించింది. దానికి మ్యాజిక్, హిప్నాటిజం ప్రదర్శనలు జోడించారు. నేను, కోవూరు సభలలో పాల్గొన్నాను. నా భార్య కోమల, కుమార్తె నవీన కూడా హైదరాబాద్‌లో గాంధీ భవన్‌లో జరిగిన ప్రదర్శనలో పాల్గొన్నారు. సనాల్ ఎడమెరకు కేరళ నుండి వచ్చి పాల్గొన్నాడు. ఆయన మ్యాజిక్ ద్వారా బాబాల బండారం రట్టు చేశాడు.

తరువాత రావిపూడి వెంకటాద్రి, కత్తి పద్మారావు, రామకృష్ణ (చార్వాక స్కూలు), జయగోపాల్ (విశాఖపట్నం) ఎం.వి.రామమూర్తి హేతువాద ఉద్యమాన్ని చురుకుగా నడిపారు. నేను వ్యాసాలు రాయడం, పుస్తక ప్రచురణ ద్వారా వుద్యమానికి తోడ్పడ్డాను. హేతువాద సంఘాలు పనిచేస్తూ పోయినా బలంగా లేవు. వాటి పత్రికలు పరిమిత సర్క్యులేషన్‌తోనే సరిపెట్టుకున్నాయి. కొన్ని వేసవి పాఠశాలలు నడిచాయి.

వెనిగళ్ళ కోమల

1964లో నా వివాహం కోమలతో జరిగిన తరువాత, వెనిగళ్ళ యింటిపేరు అలాగే కొనసాగించాలనుకున్నాం. పెళ్ళి కాగానే భర్త ఇంటిపేరు పెట్టుకోవడం ఆచారంగా వస్తున్నది. అది మానేసి ఎవరి వ్యక్తిత్వం వారికే వుండాలని భావించాం.

1965లో నాకు సంపాదన లేనప్పుడు, కోమల టీచర్‌గా ఆర్జించిన సొమ్ము సంసారానికి సర్దడం తప్పలేదు. కోమలను స్కూలు నుండి కాలేజీకి మార్పించాలని తలపెట్టాం. అయితే ఎం.ఎ.లో కనీసం సెకండ్‌క్లాస్ ఉండాలనే నియమం వలన మరోసారి కోమల ఆంధ్రాయూనివర్సిటీలో పరీక్షరాసి, ద్వితీయశ్రేణి తెచ్చుకున్నది. కళాశాలకు మార్చే ప్రయత్నం చేస్తే, స్కూలు యాజమాన్యం అడ్డుపడింది. నరసింహారెడ్డి అనే ఆనందమార్గ్ భక్తుడు కోమల రాజీనామా అంగీకరించక రిలీవ్ చేయలేదు. అయినా సరే, ఖాతరు చేయక, అన్వర్ ఉల్ ఉలుం కళాశాల (మల్లేపల్లి)లో, ఇంగ్లీషు లెక్చరర్‌గా చేరింది. అందుకు ప్రిన్సిపాల్ ఖలీలా హుస్సేనీ సహకరించారు. ఆయన నాకు మిత్రుడయ్యాడు. ఉత్తరోత్తరా సెక్యులర్ మీటింగులు ఎ.బి.షా పెట్టినప్పుడు వచ్చి పాల్గొన్నారు. అయితే ఆయన తామిరే మిల్లత్ అనే ముస్లిం సంస్థకు నాయకుడు. కాలేజీలో ఆ రోజులలో 1967 నుండి మంచి వాతావరణం వుండేది. కోమలకు జీవితంలో అదొక పెద్ద మార్పు. అక్కడ వాచా, క్రిష్టినా, ఖమరున్నీసా, మాన్వి వంటి టీచర్లు చక్కని మిత్రులుగా ఆమెకు సహకరించారు. కోమల ఒక దశాబ్దం పైగా కళాశాలలో పనిచేసింది. విద్యార్థులు కూడా ఆమె పట్ల ఆదరణగా వుండేవారు.

కోమలను పిహెచ్.డి చేయించాలనుకున్నాం. ఆ ప్రకారమే ఆంధ్రా యూనివర్సిటీలో ప్రొఫెసర్‌గారి దగ్గర రిజిస్టర్ చేయించుకుని సిద్ధాంత వ్యాసం ఒక ఇంగ్లీషు రచయిత్రిపై రాసింది. తీరా పూర్తి అయ్యే సమయానికి, అలాంటి విషయంపై మరెవరో రాశారని, కనుక టాపిక్ మార్చమన్నారు. కోమల నిరుత్సాహపడి ఆ ప్రయత్నం విరమించింది.

1965లో మా అద్దె యింట్లో ఒక భాగం పంచుకుని పోలు సత్యనారాయణ, శేషారత్నం దంపతులు వున్నారు. వారిరువురూ ఒక వూరివారే. సంతరావూరు – గొల్లపాలెంకు చెందినవారు. నాకు కుటుంబ మిత్రులు. సత్యనారాయణ నాతోపాటు మానవవాద భావాలు పంచుకునేవాడు. కాని సత్యనారాయణ కాపుకులానికి, శేషారత్నం కమ్మ కులానికి చెందినవారు. పెళ్ళి చేసుకోవడానికి ఉభయ కుటుంబాలు వ్యతిరేకించాయి.

ఇంటలిజన్స్ సర్వీసు నుండి రాజీనామా చేసి వచ్చిన సత్యనారాయణ నా సహకారం కోరాడు. వాళ్ళకు అండగా నిలిచి, హైదరాబాద్ బృందావన్ హోటల్ రూఫ్‌గార్డన్ పై పెళ్ళి రిసెప్షన్ జరిపించాం. ప్రొఫెసర్ రాంరెడ్డి డా॥ వి. మధుసూదన రెడ్డి మొదలైన వారి సమక్షంలో సెక్యులర్ పెళ్ళి జరిపించాం. వారు మా యింట్లో ఒక భాగంలో కొంతకాలం వుండి, తరువాత మారారు. సత్యనారాయణ లెక్చరర్ కావడానికి నేనొక చెయ్యి వేశాను. శేషారత్నం అన్వర్ ఉల్ ఉలుం కళాశాలలో కెమిస్ట్రీ లెక్చరర్‌గా ఉన్నది.

మేం మళ్ళీ ఇల్లు మారి, నారాయణగూడలోనే మాదాల తిమ్మయ్యతో కలసి మరో ఇల్లు తీసుకున్నాం. ఆ విధంగా అద్దె భారం కొంత తగ్గింది.

నవీన బాల్యదశలో పాల డబ్బాలు అంత తేలిగ్గా దొరికేవి కాదు. చీరాల నుండి సి.హెచ్. రాజారెడ్డి, హైదరాబాద్‌లో మండవ శ్రీరామమూర్తి పాలడబ్బాల సరఫరాల విషయంలో తోడ్పడేవారు.

నవీనను ఇంట్లో చూసుకోవడానికి కోమల అమ్మ రామకోటమ్మ, మా అమ్మ ఆంతోనమ్మ వుండేవారు. అలాగే రాజుకు మా అమ్మ, వెలిది వెంకటేశ్వర్లు సహకరించారు. రాజు చిన్నప్పుడు చాలాసార్లు డా॥ ఉమ దగ్గరకు చికిత్స నిమిత్తం వెళ్ళవలసి వచ్చింది. ఆ తరువాత డా॥ టి.వి.కృష్ణారావు టాన్సిల్స్ తొలగించి, చికిత్స చేశాడు.

1965 నుండీ మా యింటికి నిరంతరం మానవవాద, హేతువాద, నాస్తిక, సెక్యులర్ ఉద్యమకారులు, ఇతర మిత్రులు వచ్చేవారు. కోమల ఆతిథ్యం స్వీకరించకుండా ఎవరినీ వెళ్ళనివ్వలేదు. చాలామంది అది గుర్తుపెట్టుకుని ఇప్పటికీ మెచ్చుకుంటారు.

నారాయణగూడాలో వుండగా ప్రొఫెసర్ ఆలఎంటి కృష్ణకుమార్, బి.ఎ.వి.శర్మ, గోరా, సి.నరసింహారావు, కొల్లూరి కోటేశ్వరరావు, వి. మన్మోహనరెడ్డి వచ్చారు. కోమల

మిత్రులు కూడా ఎప్పుడూ వస్తుండేవారు. ఆమె స్కూలు సహాధ్యాయిని హేమారాణి చాలా సన్నిహితంగా వుండేది. అవివాహిత. అనూహ్యమైన పరిస్థితులలో ఆకస్మికంగా చనిపోయింది. కోమలకు మంచి స్నేహితురాలు దూరమైంది. కోమల ప్రియ శిష్యురాళ్ళు అరుణ, ఉష యిద్దరూ ఎప్పుడు వచ్చినా తప్పనిసరిగా పూలు తెచ్చి, గంటల తరబడి కూర్చునేవారు. వారిద్దరూ డాక్టర్లు అయ్యారు. జీవిత మిత్రులయ్యారు. ఉష డెట్రాయిట్ (అమెరికా)లో స్థిరపడింది. అరుణ డా॥ సుభాశ్‌ను పెళ్ళి చేసుకున్నది. వారు కుటుంబ డాక్టర్లు కూడా అయ్యారు. సరోజిని స్కూలు సహాధ్యాయినిగా చనిపోయేవరకూ కోమల మిత్రురాలుగా ప్రేమగా వుండేది. కోమలకు కళాశాల లెక్చరర్లు కూడా అలాగే కుటుంబ మిత్రులుగా మిగిలారు.

ఉస్మానియా యూనివర్సిటీలో...

నేను ఉస్మానియా యూనివర్సిటీలో 1965-66లో ఎం.ఎ. ఫిలాసఫి చదివాను. ఆ తరువాత పిహెచ్.డి.కి వి.మధుసూదన రెడ్డి వద్ద రిజిస్టర్ చేసుకున్నాను. నేను ఎం.ఎ. చదివిన రోజులలో ఆయన అరవిందాశ్రమానికి వెళ్ళాడు. తరువాత వచ్చి ఫిలాసఫీ డిపార్ట్‌మెంటులో చేరాడు. వెదిరి రామచంద్రారెడ్డి ఆయన అన్న. వినోబాభావేకు నల్గొండ జిల్లాలో తొలుత భూదాన్ యిచ్చిన వ్యక్తి. మధుసూదన రెడ్డిని గైడ్‌గా ఉండమని కోరాను. రూల్స్ ప్రకారం గైడు ఉండాలి.

"ఫిలసాఫికల్ కాన్సిక్వెన్సెస్ ఆఫ్ మోడరన్ సైన్స్" అనేది నా పి.హెచ్.డి. టాపిక్. అది ఎం.ఎన్.రాయ్ రాసిన విషయం. ఎ.బి.షా సహకారంతో నేను రాయ్ రాతప్రతి చదివాను. విషయం అధునాతనమైనది. జటిలమైనది. నాకు ప్రీతిపాత్రం. మధుసూదన రెడ్డి సూత్రప్రాయంగా సంతకం పెట్టినా ఆయన ఏమీ సహాయపడలేదని నాకు తెలుసు. పైగా ఆయన అరవిందో భక్తుడు. స్నేహపూర్వకంగానే ఒప్పుకున్నాడు.

నా థీసిస్ కోసం నేను యూనివర్సిటీలో వున్న రావాడ సత్యనారాయణను (ఫిజిక్స్), కెమిస్ట్రీ, అస్ట్రానమీ, జెనెటిక్స్ శాఖల వారిని సంప్రదించాను. రీజినల్ రీసెర్చ్, న్యూట్రిషన్ లాబ్స్ గ్రంథాలయాలు సంప్రతించాను ఎ.బి.షా కొంత వరకు తోడ్పడ్డారు. థీసిస్ పూర్తి చేసి సకాలంలో సమర్పించాను. అలా చేయాలంటే, నా థీసిస్ అర్హతను ముందుగా గైడ్ మధుసూదన రెడ్డి అంగీకరించాలి. ఆయన సంతకం పెట్టారు. అయితే ఆయనే థీసిస్ పరిశీలకులను ఎంపిక చేయాలి. అలా పంపగా భిన్నాభిప్రాయాలతో థీసిస్ వెనక్కు వచ్చింది. మరో పానల్ ఏర్పరచి మళ్ళీ పంపారు. ఆ విధంగా మొత్తం 10 ఏళ్ళు జాప్యం జరిగింది. దీనిపై పార్థసారధి అనే హైకోర్టు జడ్జిని ఏకసభ్య విచారణ సంఘంగా వేశారు. హైకోర్టు జడ్జి దానిపై గైడ్ వైఖరిని తీవ్రంగా ఆక్షేపిస్తూ, నాకు అన్యాయం జరిగిందని తీర్పు ఇచ్చాడు. అంతటితో నేను హైకోర్టుకు విజ్ఞప్తి చేశాను. కోర్టు కూడా తీవ్రంగా పరిగణించింది. విచిత్రమేమంటే యూనివర్సిటీ పక్షాన వున్న న్యాయవాది బాబుల్ రెడ్డి కూడా నాకు అన్యాయం జరిగిన మాట వాస్తవమని, యూనివర్సిటీ తప్పు చేసిందన్నాడు. హైకోర్టు తీర్పు యిస్తూ,

రూల్స్ ప్రకారం విషయం తేల్చమన్నారు. వెంటనే మౌఖిక ఇంటర్వ్యూ పెట్టారు. అందులో రాజస్తాన్ నుండి డా॥ దయాకృష్ణ, నా గైడ్ మధుసూదన్ రెడ్డి ఉన్నారు. నా థీసిస్ నిరాకరించారు. దీనిపై హైకోర్టు ఆక్షేపించి, గైడ్‌గా థీసిస్‌ను ఆమోదించిన వ్యక్తి ఎలా నిరాకరిస్తారని ప్రశ్నించారు. అందువలన మధుసూదన రెడ్డి రాజీనామా యిచ్చి ఆశ్రమానికి వెళ్ళిపోయాడు. మెజారిటీ పరిశీలకుల నిర్ణయం ప్రకారం నాకు పిహెచ్.డి అవార్డు ప్రదానం చేశారు. పిహెచ్.డి. థీసిస్ కథనం పత్రికలలో ప్రధాన శీర్షికలలోకి ఎక్కింది. తరువాత థీసిస్‌ను, దాని వెనుక కథను ఎం.వి. రామమూర్తి పుస్తకం రాయగా బుక్‌లింక్స్ వారు ప్రచురించారు.

ఉస్మానియా యూనివర్సిటీలో 1964-74 మధ్య వివిధ బాధ్యతలు నిర్వహించాను. పిహెచ్.డి. థీసిస్ సమర్పించిన తరువాత లెక్చరర్‌గా చేరాను. నిజాం కాలేజీలో బి.ఎ. విద్యార్థులకు సైకాలజి, ఫిలాసఫి బోధించాను. ఒక బ్యాచ్‌లో విప్లవ కవి జ్వాలాముఖి వుండేవాడు. ఆ తరువాత కూడా ఆయన నన్ను మాస్టారూ అని పిలిచేవాడు.

వి. మధుసూదన రెడ్డి కోరికపై ఒకసారి అరవిందాశ్రమం వెళ్ళి పాండిచ్చేరీలో అన్నీ పరిశీలించాను. దర్శనం పేరిట మదర్‌ను పై అంతస్తులో వుంచి, భక్తుల్ని తీసుకువెళ్ళి, కథలు చెప్పిన తీరు పరిశీలించాను. ఆశ్రమవాసుల్ని ఇంటర్వ్యూ చేశాను. ఆ తరువాత ఆ విషయాలు విమర్శనాత్మకంగా వ్యాసాలు రాశాను. నా థీసిస్ కోసం మద్రాసు క్రిస్టియన్ కళాశాలలో సి.టి.కె.చారిని కలిసి సంప్రదించాను. ఆయన బాగా తోడ్పడ్డాడు.

ఉస్మానియా విశ్వవిద్యాలయంలో వుండగా వివిధ మానవవాద, సెక్యులర్, రేషనలిస్టు కార్యక్రమాలు జరిపాం. ఇంచుమించు అన్ని శాఖలలో పనిచేస్తున్నవారిని సెమినార్లలో చర్చలలో నిమగ్నం చేశాను. అందులో రషీదుద్దీన్ ఖాన్, ఎ.డి.భోగ్లే, యాదగిరి రెడ్డి, పి.వి.రాజగోపాల్, కె.శేషాద్రి, బి.ఎ.వి.శర్మ, సి.లక్ష్మన్న, రాఘవేంద్రరావులు వున్నారు. గౌతమ్ మాథుర్, ఆలంఖుంద్ మీరి, మొగిని తబస్సుం, అన్వర్ మోజం, సి.నారాయణరెడ్డి వున్నారు. కొందరి చేత మంచి వ్యాసాలు రాయించగలిగాం. ఉస్మానియాలో నేను ఎం.ఎ. విద్యార్థులకు ఫిలాసఫి ఆఫ్ సైన్స్ బోధించాను. నా సూచనపై ఎ.బి.షా రాసిన 'సైంటిఫిక్ మెథడ్' పుస్తకాన్ని పాఠ్యగ్రంథంగా పెట్టారు.

కొత్త మలుపు

1964నుంచీ నేను హైదరాబాద్‌లో ఉండటం వలన కొందరు వ్యక్తులు పరిచయమయ్యారు. వీరు – చలసాని ప్రసాదరావు, వెనిగళ్ళ వెంకటరత్నం, మండవ శ్రీరామమూర్తి, నర్రా కోటయ్య, ఎన్.కె.ఆచార్య, ఎ.ఎల్. నరసింహారావు పరిచయమై జీవిత మిత్రులుగా కొనసాగారు. తొలుత ఇంటికి వచ్చిన వారిలో నాస్తిక ఉద్యమ నాయకులు గోరా, రచయిత జి.సి.కొండయ్య వున్నారు.

నారాయణగూడాలో వుండగా 1967లో ఆవుల గోపాలకృష్ణమూర్తి మరణవార్త వచ్చింది. ఆయన మరణంతో నాకు జీవితంలో పెద్ద వెలితి ఏర్పడింది.

ఆ తరువాత కొద్ది రోజులకు కొల్లూరి కోటేశ్వరరావు కలిశారు. ఆయన బందరు (మచిలీపట్నం) నుండి తెలుగు విద్యార్థి పత్రిక నిర్వహించేవాడు. ఆయన కోరికపై అనేకమంది విద్యావేత్తలు, రాజకీయ వాదుల్ని ఇంటర్వ్యూ చేశాను. వారిలో సి.డి.దేశ్‌ముఖ్, అమ్రిక్ సింగ్, పి.వి.నరసింహారావు, డి.ఎస్.రెడ్డి, ప్రొఫెసర్ శ్రీదేవి, కాసు బ్రహ్మానందరెడ్డి మొదలైనవారున్నారు. కృష్ణాజిల్లాలో పేరుగల అనేక స్కూళ్ళను పరిశీలించి వ్యాసాలు ప్రచురించాను. కోటేశ్వరరావు వలన ఆచార్య మామిడిపూడి వెంకటరంగయ్యతో సన్నిహిత పరిచయం ఏర్పడింది.

కోటేశ్వరరావు కృష్ణాజిల్లా ఉపాధ్యాయ నియోజకవర్గం నుండి లెజిస్లేటివ్ కౌన్సిల్‌కు పోటీచేసి నెగ్గాడు. తరువాత న్యూ ఎం.ఎల్.ఎ. క్వార్టర్సులో తనకు క్వార్టర్ నెం.131 అలాట్ అయిందనీ, అందులో ఉండమనీ కోరాడు. తనకు శాసనమండలి విషయాలలో తోడ్పడమన్నాడు. అంగీకరించి నారాయణగూడా నుండి బషీర్‌బాగ్‌లోని న్యూ ఎం.ఎల్.ఎ. క్వార్టర్ 131కి 1968–1969లో మారాను. ఉస్మానియా యూనివర్సిటీలో రాజకీయశాస్త్ర విభాగం చేబట్టిన సర్వే కార్యక్రమంలో పాల్గొన్నాను. పాత నగరంలో పాకీపనివారిని, అట్టడుగు వర్గాల వారిని నేను, పోలు సత్యనారాయణ సర్వే చేశాం. వారి దారుణ, అమానుష స్థితిగతులు చూచాం. మేము వెళ్ళినప్పుడు, మమ్మల్ని కూర్చోమనడానికి, ఏదైనా పీట, లేదా నులకమంచం వుందేమోనని వెతికారు.

కాని దొరకలేదు. మేము వారిని వూరడించి, ఫరవాలేదు. నిల్చొని రాసుకుంటామని, సర్వే చేశాం.

నాకు ఇస్లాం సూఫిజం బోధించిన ప్రొఫెసర్ ఒలియుద్దీన్ పాతనగరంలో ఖానాబాగ్ ప్రాంతంలో ఒక బంగ్లాలో వుండేవారు. నన్ను అభిమానంతో యింటికి ఆహ్వానించి ఇంట్లో అందరితోపాటు కూర్చోబెట్టి ఆప్యాయంగా అల్పాహార విందు యివ్వడం మరువరానిది. ఆయన ఆక్స్‌ఫర్డ్ ప్రొఫెసర్. బాగా చెప్పేవాడు. సూఫిజంలో నాకు 80 శాతం మార్కులు వచ్చాయి.

ఆలం ఖుంద్ మీరి మలక్‌పేటలో వుండేవాడు. తరువాత సలీం నగర్‌కు మారాడు. ఆయన నాకు లెక్చరర్‌గా పరిచయమై, తరువాత సహచరుడయ్యాడు. ఇద్దరం ఉద్యమాలలో స్నేహితులమయ్యాం. ఎ.బి.షాకు పరిచయం చేశాను. ఇరువురూ మిత్రులయ్యాడు. ఆలం భార్య ఖదీజా ఆలం కూడా ఆప్యాయంగా చూచేది. ఆలం సంతానం కూడా స్నేహితులయ్యారు. ఆలం సుప్రసిద్ధ చిత్రకారుడు హుస్సేన్‌తో వియ్యమందారు. ఆ పెళ్ళి విందులో ఆయనతో పరిచయం అయ్యింది. ఉత్తరోత్తరా ఆయన చిత్రాలు హిందూ మతస్తుల ఆగ్రహానికి గురయ్యాయి. ఆలం ప్రతిభాశాలి. ఆయన నేను కలసి కార్యక్రమాలలో పాల్గొన్నాం. సినిమాలకు వెళ్ళాం. ఆరోజులలో మంచి ఇరాన్ సినిమాలు వచ్చేవి. చివరలో ఆయనకు ఆరోగ్యం పాడుకాగా డయాలసిస్ చేయించుకునేవాడు. అనతికాలంలోనే ఆలం చనిపోయాడు. కోమల, నవీన, రాజు కూడా ఆలం కుటుంబానికి పరిచితులయ్యారు.

జస్టిస్ పింగళి జగన్మోహనరెడ్డితో సాన్నిహిత్యం

ఆంధ్రప్రదేశ్ హైకోర్టు న్యాయమూర్తిగానూ, సుప్రీంకోర్టు జడ్జిగా పింగళి జగన్మోహనరెడ్డి పని చేస్తున్నప్పుడు నాకు ఆయనతో పరిచయం కలుగ లేదు. ఉస్మానియా యూనివర్సిటీ విలువలు పడిపోయినపుడు అప్పటి ముఖ్యమంత్రి జలగం వెంగళరావు పింగళి జగన్మోహనరెడ్డిని వైస్‌ఛాన్సలర్‌గా నియమించారు.

ఆయన వైస్‌ఛాన్సలర్‌గా ఉన్నప్పుడు నా పిహెచ్.డి. ఉదంతం విడ్డూరంగా ఉండడం గమనించిన పింగళివారు, జస్టిస్ పార్థసారధి ఏకసభ్య సంఘం నియమించారు. వి. మధుసూదన రెడ్డి నా విషయంలో అమానుషంగా ప్రవర్తించిన తీరు ఆయన నివేదించాడు. అది పత్రికలలో ప్రముఖంగా వచ్చింది. ఆ దశలో వాకబు చేసి, నాకోసం కబురు చేశాడు వైస్ ఛాన్సలర్. సెక్రటేరియట్ ఎదురుగా ఉన్న ఇంట్లో ఆయన వుండేవాడు. నాతో మాట్లాడిన తరువాత ఆశ్చర్యపోయి, అప్పుడప్పుడు పిలుస్తుండేవాడు. రానురాను మేమిరువురం బాగా అతుక్కుపోయాం. బ్రేక్ ఫాస్ట్‌కు, లంచ్‌కు పిలుస్తుండేవాడు. వేసవిలో తన తోటలో కాసిన మామిడిపండ్లు పంపేవాడు.

మాటల సందర్భంలో ఎం.ఎన్.రాయ్ గురించి అడిగితే కొన్ని అనుభవాలు చెప్పాడు. పింగళి వారిని రాడికల్ హ్యూమనిస్ట్ అధ్యయన తరగతులకు ఆహ్వానిస్తే వచ్చి మాట్లాడాడు. ఆయన జీవిత విశేషాలు రాయమని ప్రోత్సహించాను. ఒప్పుకొని రాశారు. పెద్ద గ్రంథం అయింది. అప్పుడు నా కుమారుడు రాజుని పిలిచి, యువకుడుగా తన జీవిత చరిత్ర చదివి అభిప్రాయం చెప్పమన్నాడు. రాజు చదివి నిర్మొహమాటంగా చెప్పాడు.

"మీరు బెర్ట్రాండ్ రస్సెల్ అనుకుంటున్నారా? ఎవరికి కావాలి యీ సోది. అనవసరమైన సంగతులు తొలగించి సంక్షిప్తం చేయండి" అన్నాడు రాజు. రాజు 18 ఏళ్ళవాడు. ఆ రిమార్కు చూచి అంత పెద్దాయన ఏమంటాడోనని నేను

చివుక్కుమన్నాను. కాని ఆయన ఆశ్చర్యకరంగా, సంతోషించి, రాజు మార్జిన్‌లో గుర్తుపెట్టిన అంశాలన్నిటినీ తొలగించి, అచ్చు వేయించాడు. 'డౌన్ ది మెమొరీ లేన్' అని శీర్షిక పెట్టాడు. తొలి ప్రచురణలో రాజుకు ధన్యవాదాలు చెప్పడం విశేషం. నీ కుమారుడి సలహా నచ్చిందని నాతో చెప్పాడు.

ఉస్మానియాలో రాంరెడ్డి పాలనాతీరుపై ఏకసభ్య సంఘం వేశాడు జగన్మోహనరెడ్డి. ఇది రాంరెడ్డి వైస్‌ఛాన్సలర్ కాకముందు. శ్రీమతి వనజా అయ్యంగార్ విచారణ జరిపి, రాంరెడ్డి అవినీతి లొసుగులు అన్నీ నివేదించింది. ఆమె సుప్రసిద్ధ కమ్యూనిస్టు మొహిత్‌సెన్ భార్య. లెక్కల శాఖలో ఉండేది. అయితే, వైస్‌ఛాన్సలర్ పదవి ముగిసి, పింగళి వెళ్ళిన తరువాత, జి. రాంరెడ్డి వైస్‌ఛాన్సలర్ అయ్యాడు. ఆయన తనపై వున్న నివేదిక తొక్కిపట్టాడు.

'ది యూనివర్సిటీ ఐ సర్వ్‌డ్' అనే శీర్షికతో పింగళి పుస్తకం రాశారు. బుక్‌లింక్స్ దీనిని ప్రచురించింది. బుక్‌లింక్స్ యజమాని కె.బి. సత్యనారాయణ, రాంరెడ్డికి మిత్రుడు. ఆ పుస్తకాన్ని నన్ను తెనిగించమని పింగళి కోరగా, అనువదించాను. ఈ పుస్తకాన్ని తెలుగు యూనివర్సిటీవారు ప్రచురిస్తామన్నారు. అప్పుడు తెలుగు యూనివర్సిటీకి డా॥ శివరామమూర్తి రిజిస్ట్రార్‌గా వుండేవాడు. ఈ లోగా సి.నారాయణరెడ్డి తెలుగు యూనివర్సిటీ వైస్ ఛాన్సలర్‌గా వచ్చాడు. ఆయన ప్రచురణ నిలిపివేశాడు. దీని వెనుక రాంరెడ్డి ప్రేరణ వుందని చెప్పనక్కరలేదు. పింగళి ఆగ్రహించాడు. వాస్తవాలు వెలికి రావాలని కోరాడు. అప్పుడు ఉదయం దినపత్రిక దాసరి నారాయణరావు యాజమాన్యంలో గజ్జెల మల్లారెడ్డి సంపాదకుడుగా వెలువడుతుండేది. రామచంద్రమూర్తి, ఎ.బి.కె. ప్రసాద్‌లు కూడా ఉదయంలోనే ఉన్నారు. పెద్దమనిషి రాసింది ప్రచురించాల్సిందేనని గజ్జల మల్లారెడ్డి పట్టుబట్టి, కొన్ని భాగాలు సీరియల్‌గా వేశారు.

జగన్మోహనరెడ్డి కోరికపై ఆయన మోనోగ్రాఫ్‌లు కొన్ని తెనిగించాను. 1. 'అల్ప సంఖ్యాక వర్గాలు రాజ్యాంగం', 2. 'గవర్నర్ల రాజ్యాంగ స్థితి', 3. 'రాజ్యాంగంలో విశిష్టతలు'. ఈ మూడు పుస్తకాలూ తెలుగు అకాడమీ ప్రచురించింది.

కరీంనగర్ జిల్లాలోని మంచిర్యాలలో రాజరెడ్డిని నాకు పరిచయం చేశారు పింగళివారు. ఆయనకు మంచి లైబ్రరీ వుంది.

జగన్మోహనరెడ్డిగారి కుమారులు జయరాం (ఆర్థోపెడిక్ డాక్టర్), గౌతం (అడ్మినిస్ట్రేటివ్ స్టాఫ్ కళాశాల), కుమార్తె, భార్య నాకు సన్నిహితమై, స్నేహంగా

వుండేవారు. జస్టిస్ వి.ఎం. తార్కుండే హైదరాబాద్ వచ్చినప్పుడు పింగళి యింటికి తీసుకెళ్ళేవాడిని. చక్కని చర్చలు జరిగేవి.

హరీంద్రనాథ్ ఛటోపాధ్యాయ, సరోజినీనాయుడు గురించి పింగళి చెప్పేవాడు. జర్మనీలో తన అనుభవాలు నాతో పంచుకున్నాడు. పైలట్‌గా కొన్నాళ్ళు విమానాలు నడిపారట.

<hr/>

న్యూ ఎం.ఎల్.ఎ. క్వార్టర్స్ అనుభవాలు

కొల్లూరి కోటేశ్వరరావు (తెలుగు విద్యార్థి మాసపత్రిక ఎడిటర్, మచిలీపట్నం) కోరికపై 1968 చివరలో ఆయన క్వార్టర్స్‌కు మారాను. కృష్ణా జిల్లా ఉపాధ్యాయ నియోజకవర్గం నుండి ఎన్నికైన కోటేశ్వరరావు శాసనమండలి సభావ్యవహారాలలో ప్రసంగించటానికి నా సహాయం కావాలన్నాడు. అంగీకరించి మారాను.

తెలంగాణా ప్రత్యేక రాష్ట్రం కావాలనే ఉద్యమం అప్పుడే ఆరంభమై క్రమేణా తీవ్రతరమైంది. నగరం గందరగోళంగా వున్నా, న్యూ ఎం.ఎల్.ఎ. కార్టర్స్ ప్రాంతం ప్రశాంతంగా వుండేది. పిల్లలు ఆడుకోవడానికి, స్వేచ్ఛగా వుండడానికి అది అవకాశం యిచ్చింది. యించుమించు ఒక దశాబ్దం న్యూ ఎం.ఎల్.ఎ. క్వార్టర్స్‌లో వున్నాను. నెల అద్దె చాలా తక్కువ. రోజంతా నీళ్ళు వచ్చేవి. పిల్లలు ఆడుకోవడానికి చక్కని లాన్ ఉంది. తోటి బాలబాలికలతో మా అమ్మాయి నవీన, అబ్బాయి రాజు స్వేచ్ఛగా పెరిగారు. ఎందరో వారిని ముద్దు చేసేవారు.

నేను ఇన్‌స్టిట్యూట్ ఆఫ్ ఏషియన్ స్టడీస్ అనే సంస్థలో ఆఫీసు కార్యదర్శిగా చేరాను. అదొక అనుభవం. వల్లూరి బసవరాజు (వి.బి.రాజు) అధ్యక్షుడు. వసంత్ కుమార్ బావా (వి.కె.బావా, ఐ.ఎ.ఎస్.) కార్యదర్శి. వి.బి.రాజు ఆరితేరిన చాణక్య రాజకీయనిపుణుడు. వి.కె.బావా స్టేట్ ఆర్కైవ్స్ డైరెక్టర్‌గా పరిశోధనలో ఆసక్తిగలవాడు. వారి పరిచయంతో చక్కని అనుభవం పొందాను. అనేక విలువైన సమావేశాలు జరిగాయి. నేను ధనరాజ్ (ఇంజనీర్), ఎ.బి.షాను, జి.ఆర్.దల్విని మరికొందరు హ్యూమనిస్టులను పిలిచాను.

సురేందర్ సూరి అనే రచయిత పరిచయం అయ్యాడు. ఆయన ఆహ్వానంపై హిమాచల్ ప్రదేశ్‌లోని సుందర్‌నగర్ సెమినార్‌కు వెళ్ళాను. అక్కడే బలరాజ్ పూరిని తొలిసారి కలిశాను.

సంస్థకు ఎన్.వి.రావు (నూతక్కి వెంకటేశ్వరరావు, పాకిస్తాన్‌లో భారత రాయబారి), సి.డి.దేశ్‌ముఖ్ ప్రభృతులు వచ్చేవారు. చిన్న సమావేశాలలో విలువైన చర్చలు జరిగేవి.

హైదరాబాద్ ఆలిండియా రేడియో కేంద్రం నుండి అనేక ప్రసంగాలు, చర్చలు చేశాను - ముఖ్యంగా 1970 నుండీ. వేలూరి సహజానంద అరవిందో భక్తుడు - కానీ నన్ను రేడియో చర్చలకు ఆహ్వానించడానికి అది అడ్డు రాలేదు. భావ స్వేచ్ఛ వుండాలనేవాడు. అనేక సందర్భాలలో చర్చలో నావైపు మొగ్గు చూపాడు. వేలూరి సహజానంద (ప్రోగ్రాం డైరెక్టర్) రావూరి భరద్వాజ ఈ చర్చలకు పిలిచేవారు. అక్కడే దండమూడి మహీధర్, దివి వెంకట్రామయ్య, నర్రావుల సుబ్బారావు, భండారు శ్రీనివాసరావు, మాడపాడి సత్యవతి కలిసేవారు. డొమింగో (వయొలినిస్ట్), పన్యాల రంగనాథరావు అక్కడ పరిచయమయ్యారు.

మరొకవైపు వెనిగళ్ళ వెంకటరత్నంతో కలసి నెల, నెలా సమావేశాలు జరిపాం. కొద్దిమంది వచ్చినా ఉపయోగకరంగా వుండేవి. ఈ సమావేశాలు ఎక్కువ భాగం సిటీ సెంట్రల్ లైబ్రరీలో జరిగేవి. మరికొన్ని రవీంద్ర భారతి మినీ హాలులో జరిగాయి. వీటిలో సంజీవదేవ్, నార్ల వెంకటేశ్వరరావు వంటివారు ప్రసంగించారు. అలా కొన్నేళ్ళు జరిపి ఆపేశాము.

న్యూ ఎం.ఎల్.ఎ.క్వార్టర్స్‌కు వచ్చిన తరువాత పుస్తకాలు తెలుగులో, ఇంగ్లీషులో రాసి ప్రచురించడం, అనువాద రచనలు వెలుగులోకి తేవడం ముమ్మరం చేశాను.

నా తొలి తెలుగు పుస్తకం "ఆంధ్రప్రదేశ్ రాజకీయ చరిత్ర" 100 పేజీల చిన్న గ్రంథం. దీనిని విజయవాడలో లోకేశ్వరరావు నవజ్యోతి ప్రచురణగా వెలువరించాడు. 100 కాపీలు కాంప్లిమెంటరీగా యిచ్చాడు. తొలి అనువాద రచనల గ్రంథం ఎ.బి.షా వ్యాసావళి - దీన్ని అనుపమ ప్రచురణలవారు విజయవాడలో ప్రచురించి, గ్రంథ ఆవిష్కరణ సభ కూడా పెట్టారు. ప్రొఫెసర్ కొత్త సచ్చిదానంద మూర్తి విడుదల చేసి, ప్రసంగించాడు. పుస్తకానికి ముందు మాట రాశాడు. ఇదంతా 1969-70 సంగతి.

సెమినార్లు, సభలు పెట్టినప్పుడు రచనలు ఆహ్వానించి, గ్రంథంగా ప్రచురించే సంప్రదాయాన్ని ఎ.బి.షా. అనుసరించగా, అదే నమూనా పాటించాము. మోడరన్ ట్రెండ్స్ ఇన్ తెలుగు, ఉర్దు లిటరేచర్ శీర్షికన కల్చరల్ ఫ్రీడం పక్షాన సెమినార్ హైదరాబాద్‌లో పెట్టాం. ఆ రచనలు చిన్ని పుస్తకంగా వెలికి తీశాం. ఇదీ 1970 నాటి మాట.

ఇంగ్లీషులో నేను రాసిన 'ఆంధ్రప్రదేశ్ రాజకీయాలు' మిత్రులు వెనిగళ్ళ వెంకటరత్నం టైప్ చేయించి, దాన్ని సైక్లోస్టైల్ చేయించి 100 కాపీలు ఇచ్చారు. అది బుక్‌లింక్స్ వారికి యిస్తే, కె.బి.సత్యనారాయణ ఆసక్తితో పంపిణీ చేయించాడు.

ఆశ్చర్యమేమంటే లైబ్రరీ ఆఫ్ కాంగ్రెస్ కూడా ఆ పుస్తకం తీసుకున్నది. హైదరాబాద్ జిల్లాపరిషత్ అధ్యక్షులు భోజ్‌రెడ్డి చాలా యిష్టపడి పుస్తకం కాపీలు తీసుకున్నాడు. నాకు మాత్రం ఆ పుస్తకం పట్ల తృప్తిలేదు. అది 1970 నాటి సంగతి.

ప్రతిసారీ పుస్తకం పూర్తికాగానే నాకు అసంతృప్తి వుండేది. ఇంకా బాగా రాయొచ్చు అనిపించేది. ఆ భావన చివరి వరకూ అన్ని పుస్తకాల విషయంలో వుండేది. మొత్తానికి ప్రచురణల పర్వం అలా ప్రారంభమైంది.

స్టేట్ బుక్ క్లబ్ అనే సంస్థను నేను, కె.బి.సత్యనారాయణ, పోలు సత్యనారాయణ ప్రారంభించాం. మామిడిపూడి వెంకటరంగయ్య దీనిని ప్రారంభించగా, డా॥ కె.శేషాద్రి అండగా నిలిచారు. పంచాయతీ రాజ్ వ్యవస్థపైన, ప్రత్యేక ఆంధ్ర ఉద్యమంపైనా (ఎం.వి.రామమూర్తి రచన) మరికొన్ని గ్రంథాలు వెలువరించాం. సంజీవదేవ్ రచనలు కొన్ని, ఇంగ్లీషు, తెలుగులో సి.భాస్కరరావు, శ్రీరమణ, వెనిగళ్ళ వెంకటరత్నం, నేను, వెలికి తెచ్చాం. ఆ బుక్ క్లబ్ పక్షాన కొన్ని సమావేశాలు కూడా జరిపాం. గ్రంథ సమీక్షలు చేయించాం. తరువాత అది ఆగిపోయింది.

షాకింగ్ సంఘటన

న్యూ ఎం.ఎల్. క్వార్టర్స్‌లో రాజు చిన్నతనంలో ఒకనాడు కనిపించలేదు. మామూలుగా రాజు ఆడుకునే ప్రదేశాలు, వెళ్ళే యిళ్ళూ వెతికాం. పోలీస్ అధికారి పర్వతనేని కోటేశ్వరరావు అన్ని పోలీస్ స్టేషన్లకు సందేశాలు పంపి, అప్రమత్తం చేశాడు. సాయంత్రం అవుతున్నకొద్దీ ఆందోళన, భయం ఎక్కువైంది. అప్పుడు క్వార్టర్స్‌లో కాపలాదారుగా వున్న నేపాలీ గూర్ఖా రాజుని వెంటబెట్టుకుని వచ్చి అప్పగించాడు. అతడే ఉదయం రాజును క్వార్టర్స్‌లో వున్న తన యింట్లో దాచాడు. రాజు కాసేపటికి నిద్రపోయాడు. గూర్ఖాభార్య యీ చర్యను అంగీకరించక, రాజును తీసుకెళ్ళి అప్పగించమన్నదట. అలా రాజు తిరిగి వచ్చేసరికి ఊపిరి పీల్చుకున్నాం. రాజు బాగా భయపడి, ఏది అడిగినా ఏమీ చెప్పలేదు. తరువాత మేమే పోలీస్ ఫిర్యాదు యివ్వగా, గూర్ఖాను తొలగించారు.

ఎం.ఎల్.ఎ. క్వార్టర్స్‌లో అదొక్క చేదు అనుభవం మినహా మరే అసంతృప్తికర ఘటన జరగలేదు.

శాసన సభలతో సంబంధాలు

న్యూ ఎం.ఎల్.ఎ. క్వార్టర్స్‌లో 1968 చివరలో ప్రవేశించినప్పటి నుండీ కొత్త పరిచయాలు, నూతన అనుభవాలు కలిగాయి. కొల్లూరి కోటేశ్వరరావు శాసనమండలి సభ్యుడుగా కొత్త. ఆయనకు ప్రశ్నలు, షార్ట్ నోటీసు పద్ధతులు, కాల్ అటెన్షన్ నోటీసులు, సభలో చేయాల్సిన ప్రసంగాలు రాసిపెట్టాను. ఇలా 10 ఏళ్ళు జరిగింది. దీని కారణంగా శాసనసభ సమావేశాలకు వెళ్ళి అన్నీ పరిశీలించాను. లైబ్రరీ ఉపయోగించాను. ఎందరితోనో పరిచయమైంది. న్యూ ఎం.ఎల్.ఎ క్వార్టర్స్‌లో తొలిసారి నాకు ఇంట్లో టెలిఫోన్ వచ్చింది. మొదటిసారి ఇంట్లో రిఫ్రిజిరేటర్ కొనగలిగాను. పిల్లలకు అధునాతన బాలసాహిత్యం కొనేవాడిని.

ఫతేమైదాన్ క్లబ్, సికింద్రాబాద్ క్లబ్‌లలో సభ్యత్వం తీసుకుని, తరచుగా కుటుంబ సమేతంగా వెళ్ళి కాలక్షేపం చేసేవాళ్ళం. క్రమేణా శాసనసభ్యులు కొందరు నా సహాయం అర్థించగా అందించాను. మానవవాదం, హేతువాదం, శాస్త్రీయ పద్ధతులు శాసన సభ్యుల ద్వారా ప్రచారం చేయడానికి ఉపక్రమించాను. కొంతవరకు సఫలమయ్యాను. బాబాల, మాతల బూటకాలను ప్రశ్నించడం శాసనసభ్యుల ద్వారా కొంత జరిగింది.

కడప నుండి ఉపాధ్యాయ నియోజకవర్గానికి ఎన్నికైన పి.భుజంగరావుకు చాలా తోడ్పడ్డాను. ఆయన మాసపత్రిక 'విద్యోదయ'కు రాసేవాడిని.

నెల్లూరు నుండి ప్రచురితమయ్యే 'జమీన్ రైతు' పత్రికకు రాజకీయ సమీక్షలు పేరు లేకుండా రాసేవాడిని. ఎడిటర్ నెల్లూరు శ్రీరామమూర్తి కోరికపై వారం వారం రాసేవాడిని. ఎన్. జనార్దన రెడ్డి ఎం.ఎల్.సి., ఆయన శ్రీరామమూర్తి వెంటబడి ఎవరు రాస్తున్నారో చెప్పమనేవాడు. ఆయన యిబ్బందిలో పడినా పేరు చెప్పలేదు.

ధనేకుల నరసింహం, ఎం.ఎల్.ఎ.గా క్వార్టర్స్‌లో ఉంటూ తన పత్రిక 'విజయభేరి'కి రాయమంటే, చాలా రాశాను. మంగళగిరి నుండి ఎన్నికైన తులాబందుల నాగేశ్వరరావుకు శాసనసభ విషయంలో తోడ్పడ్డాను.

కొల్లూరి కోటేశ్వరరావు (ఎం.ఎల్.సి.), తులాబందుల నాగేశ్వరరావు (ఎం.ఎల్.ఎ.) నేను రాసి యిచ్చిన ప్రసంగ పాఠాలు యథాతథంగా చెప్పేవారు. కంఠస్థం చేసినట్లుగా ప్రాక్టీసు చేసేవారు. అంత ఎలా జ్ఞాపకం పెట్టుకోగలిగారోనని ఆశ్చర్యపడేవాడిని.

కె. రోశయ్య ఎం.ఎల్.సి.గా క్వార్టర్స్‌లో వుండేవారు. మా పిల్లల్ని ముద్దు చేసేవాడు. ఆయనకు సభా కార్యక్రమాల ప్రశ్నలు యిత్యాదులు కొన్ని యిచ్చేవాడిని. నేను అనుకున్నవి రాబట్టాలంటే, తగిన ఎం.ఎల్.ఎ.లను ఎంపిక చేసుకుని వారికి యిచ్చేవాడిని. పాలడుగు వెంకటరావు అందులో ఒకరు.

క్వార్టర్స్‌లో వై.వి.కృష్ణారావు, గొట్టిపాటి బ్రహ్మయ్య, ఎం.వి.ఎస్. సుబ్బరాజు, దంటు భాస్కరరావు, అనగాని భగవంతరావు, మసాల వీరన్న పరిచయమై దగ్గరయ్యారు. తరువాత ఎం.వి.ఎస్. సుబ్బరాజు, భవనం వెంకట్రాం, కాకాని వెంకటరత్నం అలాగే చేరువయ్యారు. నేనుండే క్వార్టర్స్‌లోనే వేరే భాగాల్లో జి.రాజారాం, చనుమోలు వెంకటరావు వుండేవారు. కృష్ణాజిల్లా శాసనసభ్యులు, ఉపాధ్యాయ నియోజకవర్గాల నుండి ఎన్నికైన రాఘవాచారి, శివరామరాజు, మాణిక్‌రావు అంతా సన్నిహితమయ్యారు. కొద్దిరోజులు కవి గుర్రం జాషువా ఎం.ఎల్.సి.గా వున్నాడు. మునుస్వామి పక్క క్వార్టర్స్‌లో వుంటూ పలకరించేవాడు. భవనం జయప్రద వుండగా ఆమె చిన్న కుమార్తె దుర్గాభవాని, మా నవీన బాల్య స్నేహితులుగా ఆడుకునేవారు. వారికి జతగా ఎం.వి.ఎస్. సుబ్బరాజు మనుమరాలు మనోహరి వుండేది.

జి.రాజారాంతో రోజూ ఏదో సమయంలో కబుర్లు చెప్పుకునేవాళ్ళం. అప్పట్లో డి.శ్రీనివాస్ వాళ్ళ యింట్లో కుర్రాడిగా మెసలుతూ, వచ్చి పోతుండేవాడు.

గద్దె రత్తయ్య కొన్నాళ్ళు క్వార్టర్స్‌లో వుండేవాడు. ఆయన జె. చొక్కారావుకు సన్నిహితంగా వుండేవాడు. తెలంగాణా ప్రత్యేక వుద్యమం సాగినన్నాళ్ళూ క్వార్టర్స్ హడావుడిగా సందడిగా వుండేది.

శాసన సభ విషయాలలో కొందరికి సహాయపడడంలో, అనేకమంది మంత్రులను, శాసనసభ సిబ్బందిని కలసి పరిచయాలు పెంచుకోవడం తటస్థించింది. నగ్నముని (మానేపల్లి కేశవరావు) శాసనసభలో రిపోర్టర్‌గా పనిచేసేవాడు. ఆయనతో కూర్చొని మాట్లాడడం ఆనవాయితీ అయింది.

నేను ఎం.ఎల్.ఎ. క్వార్టర్స్ ఖాళీ చేసి వెళ్ళిపోబోయే ముందు చంద్రబాబు నాయుడు వచ్చి చేరాడు. మా పక్క క్వార్టర్‌లో లక్ష్మీనారాయణతోపాటు వుండేవాడు.

ఆయనకు కూడా ప్రశ్నలు రాసి యివ్వడం, కొన్ని విషయాలలో సమాచారం అందివ్వడం కద్దు. వివిధ పార్టీ ప్రముఖులు బాగా పరిచయమయ్యారు. వెంకయ్యనాయుడు, జయపాల్ రెడ్డి, చేకూరి కాశయ్య, జి.సి.కొండయ్య, మహిపాల్ రెడ్డి యిత్యాదులు సన్నిహిత జాబితాలో చేరారు. ఎం.ఎల్.ఎ. క్వార్టర్స్‌లో మా యింటికి వచ్చే పోయేవారి సంఖ్య విపరీతంగా వుండేది. కోమల విసుగు చెందకుండా ఆతిథ్యం యిచ్చేది.

గౌతులచ్చన్న తన డైరీలన్నీ తెచ్చి యిచ్చి, జీవితచరిత్ర రాయమన్నాడు. ఆయనతో చిరకాలంగా పరిచయం వున్నందున అంగీకరించి రాశాను. 'బహుజన పత్రిక'లో సీరియల్‌గా వేశారు. కాని కొన్ని భాగాలు క్రిటికల్‌గా వున్నాయని ఆయన దృష్టికి ఎవరో తేగా, ఆపేశారు. జి.సి.కొండయ్య అనువాదాలు, రచనలు ఎక్సర్‌సైజ్ పుస్తకాలలో రాసి, దిద్ది పెట్టమని పడేసేవాడు. ఆయనది జిలుగు రాత. అయినా స్నేహం కొద్దీ సహాయపడ్డాను. వెంకయ్య నాయుడి కోరికపై శాసనసభ, వెలుపలా కొన్ని రచనలు అందించాను. ఆయన చదువుకుని సమర్థంగా ఉపయోగించేవారు. నా ప్రశ్నలు కొన్ని గమనించి, విద్యామంత్రి భవనం వెంకట్రామ్ ఆయన్ను పిలిచి – "ఈ ప్రశ్నలు ఇన్నయ్య ఇచ్చాడుగదా నీకు?" అని అడగకపోలేదు.

భవనం వెంకట్రాంకు శాసనసభా విషయాలలో చాలా తోడ్పడ్డాను.

'ప్రసారిత'

'ప్రసారిత' పేరిట సామాజిక శాస్త్రాల త్రైమాస తెలుగు పత్రిక పోలు సత్యనారాయణ, నేను మొదలు పెట్టాం. దీనికి ప్రొఫెసర్ కె. శేషాద్రి బాగా సహకరించి తోడ్పడ్డాడు. పోస్ట్‌గ్రాడ్యుయేట్ స్థాయి వరకూ తెలుగులో పాశ్చాత్య శాస్త్రాల స్థాయిలో సాహిత్యం అందించాలని సంకల్పించాం. కొంతవరకు సఫలం అయ్యాం. పంచాయతీ రాజ్ విషయాలు సత్యనారాయణ చూసేవాడు. రాజకీయాలు, ఇంటర్వ్యూలు నేను చూచాను. రావి నారాయణ రెడ్డి వంటి వారి ఇంటర్వ్యూలు ప్రచురించాం. నక్సలైట్ ఉద్యమంలో పాల్గొని జైలుపాలైన వ్యక్తి కీ.శే. అశోక్ చేత రాయించాం. అతనెవరో తెలుసుకోవాలని ఎంత ప్రయత్నించినా మేం బయట పెట్టలేదు. అతను భాస్కర్ పేరిట అనుభవాలు రాశాడు. మంచి పుస్తకాల రివ్యూలు ప్రామాణికంగా రాయించాం. సంజీవదేవ్ 'బౌద్ధ ధర్మ దర్శన్' అనే నరేంద్రదేవ్ పుస్తకం సమీక్షించాడు. హమీద్ దల్వాయ్ 'ముస్లిం రాజకీయాలు', లక్ష్మణ్ శాస్త్రి జోషి 'హిందూయిజం' వంటివి వెలికి తెచ్చాం. ప్రత్యేక ఆంధ్ర ఉద్యమం పై ఎం.వి. రామమూర్తి వ్యాసం ప్రచురించాం.

నేను ఆంధ్రజ్యోతిలో చేరగానే పత్రిక నుండి విరమించాను. సత్యనారాయణ కొన్నాళ్ళు నడిపి ఆపేశారు. ప్రింటింగ్ విషయంలో ఆలపాటి రవీంద్రనాథ్ చేయూతనిచ్చారు. ప్రకటనలు ఆట్టే వచ్చేవి కావు. ఆర్థిక యిబ్బందులు వుండేవి.

నరిసెట్టి ఇన్నయ్య

కొల్లూరి కోటేశ్వరరావు

హైదరాబాద్‌లో కోటేశ్వరరావు క్వార్టర్స్‌లో 10 సంవత్సరాలున్న తరువాత పక్కనే వున్న ఆదర్శనగర్‌కు మారాను. కోటేశ్వరరావు నడిపిన తెలుగు విద్యార్థి మాసపత్రికలో అనేక వ్యాసాలు రాశాను. ఇంటర్వ్యూలు ప్రచురించాను. తెలుగు విద్యార్థి ప్రచురణల పేరిట కోటేశ్వరరావు నా గ్రంథం "రాజారామమోహనరాయ్ నుండి ఎం.ఎన్. రాయ్ వరకు" వెలువరించారు. ఈ గ్రంథం స్కూళ్ళల్లో, లైబ్రరీలలో బాగా ప్రాచుర్యం పొందింది. టీచర్ ఎం.ఎల్.సిగా కోటేశ్వరరావుకు విద్యకు సంబంధించిన ప్రముఖులతో సంబంధాలుండేవి. కొందరి రచనలు కూడా ప్రచురించి అమ్ముకున్నాడు. నా పుస్తకాల ద్వారా నేను ఎన్నడూ డబ్బు ఆశించలేదు. కోటేశ్వరరావు నా పుస్తకాలను ప్రచారంలో పెట్టాడనే సంతోషించాను. అరవిందో, వివేకానంద, మార్క్స్, గాంధీలపై వివాదాస్పదమైన వ్యాసాలు, 'తెలుగు విద్యార్థి' ప్రచురించింది.

కృష్ణాజిల్లాలో ఉత్తమ పాఠశాలల్ని ఎంపిక చేసి, నేను, కోటేశ్వరరావు, పర్యటించి, ఇంటర్వ్యూలు చేసి, 'తెలుగు విద్యార్థి'లో ప్రచురించాము. ఇది 1975-80 మధ్య జరిగింది. గుడ్లవల్లేరు, రుద్రపాక, విజయవాడలో కోటేశ్వరమ్మ మాంటిసోరీ స్కూలు, బిషప్ అజరయ్య స్కూలు వంటివి యిందులో వున్నాయి. విద్యార్థులను, ఉపాధ్యాయులను, యాజమాన్యాన్ని ప్రశ్నలు అడిగి, క్రాస్ పరీక్ష చేసి రాశాను. కోటేశ్వరమ్మ నా పట్ల అసంతృప్తి వ్యక్తపరచింది. అక్కడ విద్యార్థినులు ట్యూషన్లు చదువుతున్నారని, పాఠశాలలోని ఉపాధ్యాయినులే చెబుతున్నారనే వాస్తవం ఆమెకు మింగుడు పడలేదు.

కృష్ణాజిల్లాలో కోటేశ్వరరావు మరల ఎమ్.ఎల్.సి.కి పోటీ చేసినప్పుడు నేను కూడా పర్యటించి ప్రసంగించాను. అంతేగాక, శాసన మండలిలో కోటేశ్వరరావు ప్రసంగాలు, ప్రశ్నలు యిత్యాదులన్నీ క్రోడీకరించి పుస్తకం తెచ్చాను. అది కూడా ఎన్నికలలో తోడ్పడింది. కోటేశ్వరరావు ద్వారా ఐ.ఎ.ఎస్. అధికారి ఎం.వి.రాజగోపాల్ నాకు సుపరిచితుడయ్యాడు.

1968 నుండీ 1980 వరకూ కోటేశ్వరరావు క్వార్టర్స్లో వున్న నేను తరువాత పక్కనే వున్న ఆదర్శనగర్లో కల్వ చందయ్య యింటికి మారాను. తరువాత కోటేశ్వరరావుతో సంబంధాలు లేవు. ఆయన పత్రిక నిర్వహణ ఆయన కుమారుడు రమణ చేబట్టాడు.

'తెలుగు విద్యార్థి'లో హిందువుల ఛాందస వాదాన్ని విమర్శించినప్పుడు ఎ.ఎస్.అవధాని రియాక్ట్ అయి, విమర్శలు చేశారు. నేను జవాబులిచ్చాను.

నేను బందరు వెళ్ళి కోటేశ్వరరావు యింట్లో అనేక పర్యాయాలు వుండి, రచనలు అందించాను. ఎం.ఎన్.రాయ్ రచన "ఇండియా ఇన్ ట్రాన్సిషన్"ను తెనిగించినప్పుడు, కోటేశ్వరరావు బావమరిది వెంకటేశ్వరరావుకు చెప్పగా అతను లేఖకుడుగా వున్నాడు. అది హిస్టారికల్ సొసైటీ ఆఫ్ ఇండియావారు అడిగితే అనువదించాను. కాని అది గ్రంథంగా వెలుగు చూడనేలేదు.

హ్యూమనిస్ట్ ఉద్యమం

నేను 1958 నుండీ 'రాడికల్ హ్యూమనిస్ట్' పత్రికలకు వ్యాసాలు రాస్తూ, హ్యూమనిస్ట్ సాహిత్యాన్ని అనువదిస్తూ వచ్చాను. న్యూ ఎం.ఎల్.ఎ.క్వార్టర్స్‌లో 1968లో ప్రవేశించిన తరువాత, ఆ కార్యక్రమాలు బాగా ఎక్కువయ్యాయి. అఖిల భారత హ్యూమనిస్ట్ సమావేశాలు, చర్చలు, ఉపన్యాసాలు జరిపించాను. ఎం.ఎల్.ఎ. క్వార్టర్స్‌లోనే భారత హ్యూమనిస్ట్ సభలు జరిపించాను.

ఇంటికి మానవవాద నాయకులు వచ్చి వెళుతుండేవారు. కోమల వారికి పరిచయమైంది. ప్రేమనాథ్ బజాజ్, వి.బి.కర్నిక్, తార్కుండే ప్రభృతులు క్వార్టర్స్‌లో జరిగిన సభకు వచ్చారు. మణిబెన్ కారా, ఇందుమతి పరేఖ్, గౌరి మాలిక్‌లు హైదరాబాద్ రాగా కోమల వారిని పాతనగరం తీసుకెళ్ళి చూపెట్టింది. మణిబెన్ కారాను ఆవుల సాంబశివరావు ఇంటికి మలక్‌పేట తీసుకెళ్ళింది.

ప్రేమనాథ్ బజాజ్ ఆటోలో 2వేల రూపాయలు పోగొట్టుకోగా పోలీస్ రిపోర్టు యిచ్చి వెతికాం. ఈలోగా ఆటో డ్రైవర్ ద్వారకా హోటల్‌కు వచ్చి డబ్బున్న పర్స్ తన ఆటోలో మరచిపోయాడని యిచ్చాడు. బజాజ్ సంతోషించి పారితోషికం యిచ్చాడు. బజాజ్ సంచలన రచన 'భారత దేశంలో భగవద్గీత పాత్ర'ను ఆంధ్రజ్యోతిలో రివ్యూ చేయించాం. బజాజ్‌ను నార్ల వెంకటేశ్వరరావుకు పరిచయం చేశాను. ఆయన రచన నార్లను ఆకట్టుకున్నది.

ఆ తరువాత హ్యూమనిస్ట్ నాయకులు అప్పుడప్పుడూ హైదరాబాద్‌కు రావడం, వారిని ఆంధ్రాప్రాంతం తీసుకెళ్ళడం జరిగింది. సి.టి.దరు (అహమ్మదాబాద్) అలాగే పర్యటించాడు. వి.బి.కార్నిక్‌ను గుంటూరు తీసుకెళ్ళాను. ఎ.బి.షా అనేక పర్యాయాలు పర్యటించాడు.

జి.ఆర్.దల్వి హైదరాబాద్ అడ్మినిస్ట్రేటివ్ స్టాఫ్ కళాశాలలో వుండేవాడు. అనేకమంది హ్యూమనిస్టులు ఆయన్ని కలపటానికి వచ్చేవారు. వి.బి.కర్నిక్ చాలా

పర్యాయాలు వచ్చి సెమినార్లలో పాల్గొన్నాడు. నిస్సిం ఎజకిల్ (సుప్రసిద్ధ ఆంగ్ల కవి, రచయిత) హైదరాబాదు రాగా, కోమల ఆయన్ని ఓపెన్ యూనివర్సిటీ రేడియో పాఠాలకై ఇంటర్వ్యూ చేసింది. నేనూ సెమినార్లో ఆయనతో కలసి చర్చించాను.

లక్ష్మణ్ శాస్త్రి జోషి రెండు పర్యాయాలు వచ్చి ఉపన్యాసాలు ఇచ్చాడు. జె.బి.హెచ్. వాడియా వచ్చి తన అనుభవాలు చెప్పాడు. ఈ కార్యక్రమాలు ఒక దశాబ్దం నిరంతరంగా కొనసాగించాం. అవన్నీ మానవవాద ఉద్యమానికి తోడ్పడ్డాయి.

నేను అఖిల భారత హ్యూమనిస్ట్ సమావేశాలలో – బొంబాయి, ఢిల్లీ, డెహ్రాడూన్, శాంతినికేతన్, కలకత్తా, నాగపూర్లో పాల్గొన్నాను.

ఇందుమతి పరేఖ్ ఆంధ్ర పర్యటనలు చేసి, ఉద్యమాన్ని ప్రోత్సహించింది. 1994 తరువాత ఆమెను వాషింగ్టన్లో కూడా నేను కలసి అనేక విషయాలు చర్చించాను.

నరిసెట్టి ఇన్నయ్య

ఆంధ్రజ్యోతి - ఎడిటర్ వి.ఆర్.నార్ల

1970 ప్రాంతం నుండీ ఆంధ్రప్రభ, ఆంధ్రజ్యోతి ఎడిటర్ నార్ల వెంకటేశ్వర రావుతో సన్నిహిత సంబంధం ఏర్పడింది. మేము కుటుంబ మిత్రులమయ్యాం. నార్ల నేనున్న న్యూ ఎం.ఎల్.ఎ. క్వార్టర్స్‌కు రావడం, మా పిల్లలంటే యిష్టపడడం, మేము బంజారాహిల్స్‌లో ఆయన యింటికి వెళ్ళడం మామూలు అయిపోయింది. మా అమ్మాయి నవీనకు, అబ్బాయి రాజుకు పుస్తకాలు, కలాలు యిస్తూ, ఏటా విద్యాభ్యాస నిమిత్తం పారితోషికం యిచ్చేవాడు. మా అమ్మాయి నవీన మెడిసన్ చదివేవరకూ అలా చేస్తూ వచ్చాడు. రాజును బాగా అభిమానించారు. ఉత్తరోత్తరా తన పుస్తకం - 'మాన్ అండ్ హిజ్ వరల్డ్' పుస్తకం ఇండెక్స్ చేసి పెట్టమన్నాడు. తన పుస్తకంలో మా పిల్లల సేవకు గుర్తింపు ప్రకటించాడు. అలా కలసిపోయాం. సులోచనగారి ఆతిథ్యం మరువరానిది. నార్ల భార్యగా ఆమె ఆదర్శప్రాయురాలు.

నార్ల, నేనూ ఢిల్లీలో కూడా నేషనల్ మ్యూజియంకు, తదితర సంస్థలకు కలసి తిరిగేవాళ్ళం. హైదరాబాద్‌లో పేవ్‌మెంట్స్‌పై ఆదివారం పాత పుస్తకాలు విపరీతంగా వెతికేవాళ్ళం. నార్ల తన యింటికి వెళ్ళినప్పుడల్లా, తన దగ్గర రెండు కాపీలున్న పుస్తకాలలో ఒకటి నాకు ఇస్తూండేవాడు. సులోచనగారి వేడివేడి యిడ్లీ, ఉప్మా, దోసెలు తినడం ఆనవాయితీ అయింది. అలాగే మాటిమాటికీ టీ సేవించేవాళ్ళం. ఆమె పెద్దగా చదువుకోకపోయినా నార్ల లైబ్రరీలో ఉన్న 25 వేల గ్రంథాలలో ఏది ఎక్కడ వుందో తెలుసు. ఆయన అడిగినపుడు తెచ్చి ఇచ్చేది. పుస్తకాలను పసిపిల్లలవలె చూచుకొంది. అలాగే నార్ల సేకరించిన కళాఖండాలు కూడా జాగ్రత్తగా కాపాడారు. నార్ల అతిథులను ఆప్యాయంగా చూచేవారు.

నార్ల నాకు పరిచయమయ్యేనాటికి జర్నలిస్టుగా, రచయితగా ప్రముఖుడు. ఆంధ్రప్రభ ఎడిటర్‌గా వున్నప్పుడే నేను పాఠశాల విద్యార్థిగా ఆయన సంపాదకీయాలు చదువుతుండేవాడిని. చివరిదశలో నాకు సన్నిహిత పరిచయం గొప్పదం అనుకోని సంఘటన.

ఒకనాడు నార్ల నన్ను పిలిచి, ఆంధ్రజ్యోతిలో చేరమన్నాడు. బ్యూరోఛీఫ్‌గా గాని, స్పెషల్ రిపోర్టర్‌గా గాని పదవి చేబట్టమన్నాడు. సరే అని అంగీకరించాను. నెలకు 15 వందల రూపాయలు జీతం. సెక్రటేరియట్ ఎదురుగా ఆంధ్రజ్యోతి కార్యాలయం ఉండేది. నేనుండే ఎం.ఎల్.ఎ. క్వార్టర్స్ నుండి నాలుగు అడుగులు వేస్తే చాలు. అప్పటికి రామారావు ఆంధ్రజ్యోతిలో రిటైర్ అయ్యాడు. రామకృష్ణ ఛీఫ్‌గా వున్నాడు. బాధ్యతలు చేబట్టి చేతనైనంత కృషి చేశాను. విజయవాడలో ప్రధాన కార్యాలయం వుండేది. నండూరి రామమోహనరావు వర్కింగ్ ఎడిటర్. అందరినీ కలసి పరిచయం చేసుకున్నాను.

నేను కొన్నాళ్ళు స్పెషల్ రిపోర్టర్‌గా, మరికొన్నాళ్ళు బ్యూరో ఛీఫ్‌గా పనిచేశాను. అందువలన అటు రాజకీయంగానూ, సమాజంలోనూ ప్రముఖులతో పరిచయాలు ఏర్పడ్డాయి. నార్ల సంపాదకీయాలు హైదరాబాద్ నుండి టెలిప్రింటర్‌లో పంపేవాళ్ళం. నార్ల ఇంటికి ఉడయవర్లు వెళ్ళి సంపాదకీయాలు రాసుకొచ్చేవాడు. ఒకవేళ నార్ల రాస్తే, ఆయన చేతి వ్రాత ఉడయవర్లు మాత్రమే చదవగలిగేవాడు. నార్లను తు.చ. తప్పక అనుసరిస్తూ నండూరి రామమోహనరావు కొన్నిసార్లు సంపాదకీయాలు రాసాడు. ఆయన సొంతంగా రాసినవి రాణించలేదు.

నార్ల నా ఉద్యోగ విషయంలో ఎప్పుడూ జోక్యం చేసుకోలేదు. నేను రాసిన "కమ్యూనిస్టులు దాచిన మార్పు" ప్రత్యేక వ్యాసాలు ఎడిటోరియల్ పేజీలో 5 వారాలు ప్రచురించారు. అవి చాలా సంచలనం కలిగించాయి. ఒక స్థాయిలో నండూరి రామమోహనరావు అడ్డుకోబోయాడు. నార్ల త్రోసిపుచ్చాడు. మొత్తం ప్రచురించిన తరువాత మాకినేని బసవపున్నయ్య (విజయవాడలో వుంటున్న కమ్యూనిస్ట్ (మార్క్సిస్ట్) నాయకుడు)కు పంపి జవాబు రాయమన్నాడు. ఆయన రాయలేదు. ఆ తరువాత కొన్నేళ్ళకు డి.శేషగిరిరావు యింట్లో బ్రేక్‌ఫాస్ట్‌లో అనుకోకుండా బసవపున్నయ్యను కలిశాం. ఎందుకు రాశావని అడుగుతూ, అవన్నీ పాత సంగతులే గదా, మాకెప్పుడో తెలుసు అన్నాడు. ఆలపాటి రవీంద్రనాథ్ స్పందిస్తూ అయితే మీరే జనానికి ఎందుకు చెప్పలేదన్నాడు. బసవపున్నయ్య చెబుతూ ఇదంతా అందరికీ తెలుసు. మళ్ళీ రాయాల్సిన అవసరం ఏముంది? అన్నాడు. నవ్వుకున్నాము.

రమీజాబీ కేసు సంచలనాత్మకంగా సాగింది. ఆమె భర్తను పోలీసు స్టేషనులో కొట్టి చంపారు. హైకోర్టులో ఆ కేసు పరంగా వాదోపవాదాలను రిపోర్టు చేశాను. అది పెద్ద ఆకర్షణ అయింది. చెన్నారెడ్డి ముఖ్యమంత్రిగా వున్న రోజులలో జరిగిన సంఘటన అది. రిపోర్టర్‌గా ఇలాంటివెన్నో అనుభవాలున్నాయి.

ఆరోజులలో సుప్రసిద్ధ సైంటిస్ట్ యలవర్తి నాయుడమ్మ తరచు హైదరాబాద్ వస్తుండేవాడు. ఆయన్ను రాజ్‌భవన్ గెస్ట్ హౌస్‌లో కలిసి వివరంగా ఇంటర్వ్యూ చేసి ప్రచురించాను. అతి వివరంగా విషయాలు చెప్పారు. ఆ తరువాత ఆయన కనిష్క విమాన ప్రమాదంలో కార్క్ సిటీ, ఐర్లండ్‌లో చనిపోయాడు.

మదర్ థెరీసా ఏదో కార్యక్రమంపై రాగా, పబ్లిక్ గార్డెన్స్‌లో ఇంటర్వ్యూ చేశాను అది చాలా అసంతృప్తికరమైన ఇంటర్వ్యూ. ఏది అడిగినా, “అంతా భగవంతుడి దయ” అనేది. ఆమె చదువుకోలేదు. అనుభవరీత్యా చెప్పాల్సిందే. కాని కేథలిక్ మత మద్దతుతో బాగా ప్రచారంలోకి వచ్చింది.

ఆంధ్రజ్యోతి ‘బ్యూరోచీఫ్’గా ఉండగా ముఖ్యమంత్రులు జలగం వెంగళరావు, చెన్నారెడ్డి, అంజయ్య, విజయభాస్కర రెడ్డిలను కలిసేవాడిని.

గౌతు లచ్చన్నపై ఒకసారి రాజకీయ సమీక్ష రాస్తే, ఎవరో ఫిర్యాదు చేశారు. నండూరి రామమోహనరావు చాలా పిరికివాడు. విషయం పూర్వాపరాలు తెలుసుకోకుండా గొడవ చేశాడు. ప్రతి అక్షరం నిజం అని, నేను వెనక్కు తగ్గేది లేదన్నాను. చేసేది లేక వూరుకున్నాడు.

శ్రీరమణను ఆంధ్రజ్యోతికి తీసుకోమని నార్లకు చెప్పాను. ఎందుకైనా గాని ఆయన్ని తీసుకొన్నందుకు సంతోషించాను.

హైదరాబాద్ కేంద్ర విశ్వవిద్యాలయం వైస్ ఛాన్సలర్‌గా గుర్బక్షి సింగ్ వుండేవాడు. ఆయన విదేశాల నుండి చాలా మాగజైన్లు, పుస్తకాలు తెప్పించి లైబ్రరీకి సమకూర్చాడు. అమెరికా లైబ్రరీలలో పుస్తకాలు, మాగజైన్లు కొన్నాళ్ళు ఉపయోగించిన తరువాత లైబ్రరీల నుండి తొలగించి, వాటిని చాలా చౌకగా అమ్మటం ఆనవాయితీ. అలాంటి వాటిలో చాలా విలువైన పుస్తకాలు కూడా వుంటాయి. గుర్బక్షి సింగ్ అలాంటి వాటిని కాని ఓడల్లో తెప్పించి లైబ్రరీకి కొత్తపుస్తకాలు కొన్నట్టుగా లెక్కలు రాసి ఆ మార్జిన్ డబ్బు కాజేశాడు. నేను యూనివర్సిటీ లైబ్రేరియన్ ద్వారా విషయం తెలుసుకుని బయటపెట్టాను. ఈ విషయంపై సెంట్రల్ ఇంటెలిజన్స్‌లో పనిచేస్తున్న ఆంజనేయరెడ్డి వాస్తవాలు చెప్పమన్నాడు. నేను సోర్సు చెప్పటానికి నిరాకరించాను. ఆంధ్రజ్యోతిలో ప్రముఖంగా వెల్లడించాం.

వివిధ భారతీయ భాషల సమకాలీన సాహిత్యం ఎలా వున్నదో రాయించి ప్రచురంచాను. ఉస్మానియా, కేంద్ర విశ్వవిద్యాలయాలు, ఇంగ్లీషు సంస్థల నుండి వివిధ భాషల ప్రొఫెసర్ల ద్వారా రాయించాను. వారంతా ఇంగ్లీషులో రాస్తే, తెలుగు

చేసి ప్రచురించాం. పలాయనం చేసిన ప్రముఖుల వ్యాసాలు ఆంధ్రజ్యోతిలో ప్రచురించగా బాగా ఆకర్షించింది. వివిధ దేశాలలో పాలకులు, ప్రముఖులు ఎలా పలాయనం చేశారో పరిశోధించి రాసిన వ్యాసపరంపర అది.

ముఖ్యమంత్రి చెన్నారెడ్డి, రెవిన్యూమంత్రి ఎన్. జనార్దన రెడ్డి 1978లో రాజీవ్‌గాంధీ రాష్ట్ర పర్యటన వివరాలు ఫోన్‌లో సంభాషించుకున్నారు. ఆ విషయాలు సేకరించి 'ఆంధ్రజ్యోతి'లో ప్రచురించాను. ఆశ్చర్యపోయి, ఎవరి ద్వారా ఆవార్త ఇన్నయ్యకు తెలిసిందో కనుక్కోమన్నారు. చెన్నారెడ్డి, జనార్దన రెడ్డి వెంటబడి పోలీస్ శాఖను, హెూం మంత్రిని, ఆర్థిక మంత్రి జి. రాజారాంను డిమాండ్ చేశారు. వారు నన్ను చాలా బ్రతిమలాడి రాబట్టలేకపోయారు. సోర్సు చెప్పకపోవడం జర్నలిస్ట్ నీతి. 'ఆంధ్రజ్యోతి' యాజమాన్యం జోక్యం చేసుకోలేదు. హెూంమంత్రి ఎం.ఎం. హాషిం నన్ను విందుకు పిలిచి బ్రతిమలాడినా ప్రయోజనం లేకపోయింది.

'ఆంధ్రజ్యోతి' హైదరాబాద్ కార్యాలయం వచ్చేపోయే వారితో సందడిగా వుండేది. సమాచార సోర్స్‌గా కొందరు భావించేవారు. ఈనాడులో స్పెషల్ రిపోర్టర్ ఎస్.ఎన్. శాస్త్రి ఎప్పుడూ వచ్చి, సమాచారం వెనుక వార్తల్ని కోరేవాడు. అలాగే యునైటెడ్ న్యూస్ సర్వీస్‌లో పనిచేసిన కల్యాణి శంకర్ వార్తల వ్యాఖ్య కోసం వస్తుండేది. ఆ తరువాత కల్యాణి ఢిల్లీ వెళ్ళి ప్రముఖ జర్నలిస్టుగా పేరుతెచ్చుకుంది. ప్రధాని పి.వి. నరసింహారావుకు చేరువై, ఆయనతోపాటు అమెరికా వచ్చిన పత్రికా ప్రతినిధులతో కల్యాణి రాగా వాషింగ్టన్‌లో ఆమెను కలసి మాట్లాడాను.

నాదెండ్ల భాస్కరరావు అడ్వకేట్‌గా, యువకాంగ్రెస్ నాయకుడుగా, చెన్నారెడ్డి శిష్యుడుగా వుంటూ 'ఆంధ్రజ్యోతి' ఆఫీసులో నాదగ్గరకు తరచూ వస్తూ వుండేవాడు. అలా ఎందరో నన్ను కలిసేవారు.

వెంగళరావు ముఖ్యమంత్రిగా వుండగా జరిగిన నక్సలైట్ ఎన్‌కౌంటర్ హత్యలపై జస్టిస్ భార్గవ కమిషన్ని నియమించారు. దానిలో వాదించడానికి సుప్రసిద్ధ మానవవాద నాయకుడు వి.ఎం. తార్కుండే హైదరాబాదు వచ్చేవాడు. ఆ విచారణ వివరాలు నేను రిపోర్టు చేశాను. అదొక అనుభవం. అడ్వకేట్ కన్నబీరన్ వంటి కమ్యూనిస్టులు కలిసేవారు. అదొక సెన్సేషన్‌లా సాగింది. చివరకు ఆ కమిషన్ కొనసాగలేదు.

హైదరాబాద్‌లో 'ఆంధ్రజ్యోతి' ఏజంటుగా వున్న బాబూరావు పేపర్లు అమ్మగా, నెలనెలా వసూలైన డబ్బులు చేతికొచ్చిన తరువాత, ఆఫీసుకు వచ్చి జీతాలిచ్చేవారు. కనుక జీతాలకు ఒక నిర్దిష్ట తేదీ వుండేది కాదు.

'ఆంధ్రజ్యోతి' ఆఫీసు పక్కగదిలో అడ్వొకేట్ ఎన్.కె. ఆచార్య దగ్గర కూర్చుని లీగల్ విషయాలు చర్చించేవాళ్ళం.

టెలిప్రింటర్ పై తెలుగు వార్తల్ని ఇంగ్లీషు లిపిలో పంపడం అప్పటి పద్ధతి. అందువలన అచ్చు తప్పులు దొర్లేవి. కొన్నిసార్లు వివరణ యిస్తుండేవాళ్ళం. జర్నలిస్టులుగా దామోదర స్వామి, ఉడయవర్లు, రామానాయుడు, భగీరథ వుండేవారు. రామకృష్ణ ఢిల్లీకి బదిలీ కాగా, విజయవాడ నుండి ఐ. వెంకట్రావు వచ్చి చేరాడు. ఉత్తరోత్తరా ఆయన ఎడిటర్ అయ్యాడు. ఆంధ్రజ్యోతికి తరువాత దశలో యజమాని అయిన వేమూరి రాధాకృష్ణ నేను పనిచేసేటప్పుడు రిపోర్టర్‌గా ఉండేవాడు. ఇరువురం అసెంబ్లీ వార్తలు రిపోర్టు చేసేవాళ్ళం. రాధాకృష్ణ చాలా చురుకైన రిపోర్టర్.

'ఈనాడు తెలుగునాడు' అనే శీర్షికన ఈనాడు పత్రిక ఒక పక్ష పత్రిక నడిపింది. అది కేవలం విదేశాలలో ఉన్న తెలుగు వారికోసం ఉద్దేశించింది. కనుక ఆంధ్రప్రదేశ్‌లో గాని, ఇండియాలో గాని ఆ పత్రిక లభించదు. అందులో ప్రతిపక్షం రాజకీయ విశ్లేషణ నన్ను రాయమన్నారు. అట్లూరి రామారావు ఎడిటర్‌గా పనిచేసేవాడు. కాని ఎడిటర్‌గా రామోజీపేరు వుండేది. 'ఆంధ్రజ్యోతి'లో పనిచేస్తున్నందున వృత్తిపరంగా నైతిక బాధ్యతతో, సాక్షి పేరుతో పేరు మార్చి రాశాను. పైగా 'ఆంధ్రజ్యోతి' రిపోర్టింగ్‌కు అడ్డురాదు గనుక ఒప్పుకున్నాను. లోగడ 'ప్రజావాణి', 'వాహిని', 'ఆంధ్రభూమి'లో అదే పేరుతో రాశాను. కాని ఈనాడు నడిపిన పత్రిక ఆట్టే కాలం నడవలేదు. 12 లేక 15 సంచికలు వచ్చాయనుకుంటాను. వాటిని స్టేట్ ఆర్కైవ్స్‌కి పంపాను.

పుచ్చలపల్లి సుందరయ్య కమ్యూనిస్టు మార్క్సిస్టుగా అసెంబ్లీలో ప్రతిపక్ష నాయకుడు. చెన్నారెడ్డి ముఖ్యమంత్రిగా ఆయనకు డ్రైనేజ్ బోర్డు అధ్యక్ష పదవి యిస్తే, అంగీకరించాడు. సుందరయ్య అప్పుడు సెక్రటేరియట్‌లో ఫైళ్ళు పట్టుకుని తిరుగుతూ పనులు కాక విసుగు చెంది, రాజీనామా చేశాడు. విలేఖరుల సమావేశంలో ఆయన్ను యిబ్బంది పెట్టే ప్రశ్నలు వేశాను. చెన్నారెడ్డి అవినీతిపరుడని ఆయన పార్టీవారే విమర్శిస్తుండగా అలాంటి వ్యక్తి పదవి యిస్తే ఎలా పుచ్చుకున్నారని అడిగాను. ఇబ్బంది పడ్డాడు. తులాభారం తూగించుకుని తన బరువంత సొమ్ము స్వీకరించిన చెన్నారెడ్డి పాలనలో కమ్యూనిస్టులు ఏమి సాధించగలరని అడిగితే నీళ్ళు నమిలాడు. బి.టి.ఎల్.ఎన్. చౌదరి అసెంబ్లీలో సుందరయ్య కులాభిమానంతో చెన్నారెడ్డి యిచ్చిన పదవి పుచ్చుకున్నాడన్నాడు. ఆయన అసలు పేరు సుందర రామిరెడ్డి గనుక కులాభిమానం బయటపడిందన్నాడు. అవన్నీ యథాతథంగా రిపోర్టు చేశాను.

వందేమాతరం రామచంద్రరావు చెన్నారెడ్డి, రంగారెడ్డిని ఓడించిన ఖ్యాతి గలవాడు. అలాంటి వ్యక్తి చెన్నారెడ్డి ఎరవేస్తే, అధికార భాషా సంఘాధ్యక్షపదవి చేపట్టాడు. ఆయన్ను కూడా ప్రశ్నలతో యిబ్బందులకు గురిచేశాను. అవన్నీ రిపోర్టు చేశాను. ఆయన మా అన్న విజయరాజకుమార్ మిత్రుడు. అయినా జర్నలిజంలో అవి అడ్డురాలేదు. అధికార భాషా సంఘం అధికారం, బడ్జెట్ లేని అనామక శాఖ. కేవలం కుర్చీకోసం వున్న పదవి. అది కూడా కక్కుర్తితో స్వీకరించాడు.

కాళోజీ నారాయణరావు సత్తుపల్లి నియోజకవర్గంలో పోటీ చేసి దారుణంగా ఓడిపోయాడు. అక్కడ పర్యటించి, ఆసక్తికర అంశాలు రిపోర్టు చేశాం. కొన్ని వామ పక్షాలు కాళోజీని సమర్థించాయి. మొత్తం మీద 'ఆంధ్రజ్యోతి'లో జర్నలిస్టు జీవితం ప్రయోగాత్మకంగా వుండేది.

ఆ దశలో యాజమాన్యం - ఎడిటర్‌కు అభిప్రాయ భేదాలు వచ్చాయి. నార్ల రాజీలేని పోరాటం చేశాడు. కె.ఎల్.ఎన్. ప్రసాద్ రాజ్యసభ సభ్యుడుగా కాంగ్రెస్ పార్టీలో వున్నాడు. అధికారానికి అడుగుల మడుగులొత్తే రీతులు కె.ఎల్.ఎన్. ప్రసాద్‌కు అలవాటు. నార్ల అందుకు వ్యతిరేకి. దేశంలో ఇందిరాగాంధీ ఎమర్జన్సీ పేరిట స్వేచ్ఛను అణచివేస్తే నార్ల వ్యతిరేకించాడు. యాజమాన్యం మద్దత్తు పలికింది. విశ్వనాథ సత్యనారాయణ తిరోగమన సాహిత్య ధోరణిని నార్ల తీవ్రంగా గర్హిస్తూ లోగడ ఆయనపై రాసిన ఎడిటోరియల్ మరోసారి ముద్రించమన్నాడు. యాజమాన్య మద్దత్తుతో నండూరి రామమోహనరావు అందుకు నిరాకరించాడు. పురాణం సుబ్రహ్మణ్యశర్మ నండూరిని గుమాస్తా ఎడిటర్ అన్నాడు. కె.ఎల్.ఎన్. ప్రసాద్ - నార్ల కలహం బాగా ముదిరింది.

ఒక దశలో నార్ల రాజీనామా యిచ్చి, కె.ఎల్.ఎన్. ప్రసాద్ పై ధ్వజమెత్తాడు. నేను నార్ల పక్షాన నిలిచాను. ఫలితంగా నన్ను విజయవాడకు బదిలీ చేశారు. నేను నిరాకరించి రాజీనామా చేసి, నార్ల పక్షాన నిలిచాను. అంతటితో ఆంధ్రజ్యోతితో తెగతెంపులయ్యాయి.

ఇదంతా 1980 నాటి సంగతి.

నార్ల - నేనూ

20 ఏళ్ళు ఎడిటర్‌గా వున్న నార్ల వెంకటేశ్వరరావు, యాజమాన్య నీచవృత్తికి నిరసనగా 'ఆంధ్రజ్యోతి'కి రాజీనామా యిచ్చారు. అది జరిగిన కొద్ది రోజులకు నేను బ్యూరో స్పెషల్ రిపోర్టర్‌గా తప్పుకున్నాను. అప్పటి నుండీ నార్ల - నేను మరింత చేరువయ్యాం. హైదరాబాద్‌కు వచ్చిన ప్రతి హ్యూమనిస్టును నార్లకు పరిచయం చేశాను. చాలా సందర్భాలలో యిరువురం కలసి సమావేశాలకు వెళ్ళేవాళ్ళం. నార్ల యింట్లో నేను కలుసుకున్న ప్రముఖులు 'నేషనల్ హెరాల్డ్' ఎడిటర్ ఎం. చలపతిరావు. ఆయనకు విపరీతంగా నత్తి వుండేది. అడిగి ఆయన అనుభవాలు తెలుసుకునేవాడిని. గూటాల కృష్ణమూర్తి లండన్‌లో ఏకాకిగా వుంటూ, అరుదైన పుస్తకాలు ప్రచురించేవాడు. నార్ల ఇంట్లోనే ఆయన పరిచయమయ్యాడు. మహా మాయా ప్రసాద్ బీహార్ ముఖ్యమంత్రిగా చేశాడు. ఆయన నార్ల యింట్లో బస చేసేవాడు. ఎన్నో విశేషాలు విడమరచి చెప్పాడు. విద్వాన్ విశ్వాన్ని (మాణిక్యవీణ శీర్షిక ఫేం) నార్ల దగ్గరే పరిచయం చేసుకున్నాను.

పురాణం సుబ్రహ్మణ్యశర్మ నార్ల కాళ్ళమీద పడి భోరున ఏడవడం యాదృచ్ఛికంగా తటస్థపడింది. నార్ల క్షమించి మళ్ళీ 'ఆంధ్రజ్యోతి'లో ఉద్యోగం యిచ్చిన సందర్భం అది. అవసరాల సూర్యారావు రచనల్లో గురజాడ డైరీ గురించి అన్నీ తప్పులు రాయడం, ఆయనకు ఇంగ్లీషు ప్రావీణ్యం లేకపోవడం పట్ల నార్ల ధ్వజమెత్తాడు. ఆ వివాదంలో పురాణం కమ్యూనిస్టులను నెత్తికెత్తుకొని, సూర్యారావును సమర్థిస్తూ, నార్లను దూషించాడు. పురాణం తరువాత వచ్చి నార్లదే సరైన పాత్ర అని కాళ్ళపై పడ్డాడు. ఇలాంటి దృశ్యాలెన్నో కళ్ళారా చూశాను.

సంజీవదేవ్ కూడా నార్ల యింట్లో హాయిగా పుస్తకాల మధ్య గడిపేవాడు.

నేను కూడా పొత్తూరి వెంకటేశ్వరరావును నార్లకు పరిచయం చేశాను. నార్ల అంటే గౌరవంతో, బిడియంతో చాలా మంది వుండేవారు. పొత్తూరి కోరికపై వెంటబెట్టుకుని వెళ్ళి పరిచయం చేస్తే ఆయన సంతోషపడి అందరికీ చెప్పుకున్నాడు.

నార్ల ఆరోగ్యం అస్తవ్యస్తంగా వుండేది. మధురఫుట్‌తోనూ, చెవులలో రణగొణ ధ్వనులతోనూ బాధపడేవాడు. దానికి పావులూరి కృష్ణ చౌదరి హెూమియో చికిత్స చేయనారంభించాడు. నేను పరిచయం అయిన తరవాత నార్లతో స్పష్టంగా చెప్పాను. హెూమియో శాస్త్రీయం అని ఎక్కడా రుజువు కాలేదని, వైఫల్యాలకు వారు బాధ్యత వహించరన్నాను. ఎన్నో ఆధారాలు చూపాను. చివరకు నార్ల హెూమియో మానేసి వాస్తవం గ్రహించాడు.

ఒకరోజు నార్ల యింటికి మామూలుగానే వెళ్ళాను. వరండాలో కూర్చుని వున్న నార్ల నా చేతిలో తన రచన "నరకంలో హరిశ్చంద్ర" పెట్టాడు. అప్పుడే విజయవాడ నుండి కాపీలు వచ్చాయి. అట్ట తెరిచి చూసి విస్తుపోయాను.

"ప్రియమిత్రులు ఇన్నయ్యకు అంకితం" అని వున్నది.

ధన్యవాదాలు తెలిపాను. "ఆశ్చర్యపడ్డారా?" అని నార్ల అడిగాడు. అవునన్నాను. అది ఆయన రాసిన చివరి నాటకం.

కలకత్తా నుండి వచ్చిన మినర్వా అసోసియేట్స్ పుస్తక ప్రచురణ సంస్థ యజమాని, హ్యూమనిస్ట్, సుశీల్ ముఖర్జీని నార్లకు పరిచయం చేశాను. ఆయనకు నార్ల బాగా నచ్చగా 'గాడ్, గాబ్లిన్ అండ్ గాడ్ మెన్' అనే పుస్తకం అచ్చు వేశాడు. నార్ల ఎంతో సంతోషించాడు. వారిరువురూ బాగా మిత్రులయ్యారు.

ఉస్మానియా విశ్వవిద్యాలయం సోషియాలజీ శాఖలో ప్రొఫెసర్ సి.లక్ష్మన్న ద్వారా నార్ల ఉపన్యాసాలు ఏర్పరచాం. కులవ్యవస్థపై ఇంగ్లీషులో 3 ఉపన్యాసా లిచ్చాడు. అవి పుస్తకంగా బుక్‌లింక్స్ తీసుకువచ్చింది.

"ది ట్రూత్ ఎబౌట్ గీత" రచన పూర్తి చేసిన నార్ల అది అచ్చుకాకముందే చనిపోయారు. అది హైదరాబాద్‌లో నేను అచ్చు వేయించాను. ఆయన కుమార్తె మీనాక్షి (ఫీనిక్స్, అమెరికా) ఆర్థిక సహాయం చేసింది. అయితే పాశ్చాత్య లోకంలో ఆ పుస్తకం లభించేటట్లు పాల్‌కర్జ్‌కు చెప్పాను. ఆయన ప్రామిథియస్ ప్రచురణల ద్వారా వెలువరించారు. అమెరికా ఎడిషన్‌కు నేను, ఆరమళ్ళ పూర్ణచంద్ర ముందుమాట రాశాం. నార్ల బ్లాగ్ (http://narlavr.blogspot.in) ఏర్పరచి ఆయన రచనలు, ఫోటోలు పెట్టాం.

ధూళిపూడి ఆంజనేయులు

డి. ఆంజనేయులు మద్రాసులో ఎక్కువ కాలం వున్నారు. నేను అనేక పర్యాయాలు వెళ్ళి ఆయనతో కాలక్షేపం చేశాను. నాకు కవి దాశరథిని (అప్పట్లో మద్రాసు ఆలిండియా రేడియో ఉద్యోగి), దేవులపల్లి కృష్ణశాస్త్రిని, సెట్టి ఈశ్వరరావును (సోవియట్ క్యాన్సల్, మద్రాస్) కెప్టెన్ బాజి పరిచయం చేశాడు. ఆయన కుమార్తె శాంతిశ్రీ మా అమ్మాయి నవీన, అబ్బాయి రాజుకు కుటుంబ స్నేహితురాలైంది.

ఆంజనేయులుగారు చక్కని సాహితీ విశ్లేషకులు, విమర్శకులు. ఇంగ్లీషులోనే రాసేవారు. తన రచనలు కొన్నింటి ప్రచురణ విషయంలో నా సలహాలు, సహాయం కోరారు. ఆంధ్రాయూనివర్సిటీ వైస్‌ఛాన్సలర్ సి.ఆర్. రెడ్డిపై ఒక మోనోగ్రాఫ్ రాశారు. దానికి నేను చేసిన సహాయానికి తన రచనలో కృతజ్ఞత తెలిపారు. ఆంజనేయులు గారికి వి.ఆర్.నార్ల కూడా తన ఇంగ్లీషు రచనలు పంపి సలహాలు కోరేవారు.

హైదరాబాద్‌లో కొద్దికాలం, న్యూఢిల్లీలో కొన్నాళ్ళు ఆంజనేయులు ఉద్యోగం చేసాడు. నేను ఆ రెండుచోట్ల ఆయనతో కలసి సెమినార్లకు, సాహిత్య సదస్సులకు వెళ్ళాను. ఢిల్లీలో ఆయన లోధి కాలనీలో వుండేవాడు. అప్పుడు ఇద్దరం మ్యూజియంలకు వెళ్ళేవాళ్ళం. ఇండియా & ఫారిన్ న్యూస్ అనే ప్రభుత్వ పత్రికను ఎడిట్ చేసేవాడు.

తెలుగు కవులను, రచయితలను ఆంజనేయులు ఇంగ్లీషు పాఠకులకు పరిచయం చేశాడు. అందులో సి.నారాయణరెడ్డి కూడా వున్నారు. కాని సినారెకు ఆయన సునిశిత పరిశీలన సుతరామూ నచ్చలేదు. నా దగ్గర విమర్శించే వాడు.

ఆంజనేయులుకు చక్కని గ్రంథాలయం వుండేది. మద్రాసులో ఆయన ఇంట్లో కూర్చొని పాత గ్రంథాలు, మాగజైన్లు తిరగేసేవాడిని. బెజవాడ గోపాలరెడ్డి కూడా ఎక్కువగా కలిసేవాడు. ఎన్. ఆర్. చందూర్ మంచి స్నేహితులు. నాకు ఆయన ఆంజనేయులు ద్వారా పరిచయమయ్యాడు.

ఆంజనేయులుగారి మొదటి భార్య ఆదిలక్ష్మి లెనిన్‌గ్రాడ్ యూనివర్సిటీ (యు.ఎస్.ఎస్.ఆర్)లో తెలుగు - తమిళ భాషల ప్రొఫెసరుగా పనిచేస్తూ 1962లో చనిపోయింది. తొలిబిడ్డ పుట్టిన 15 రోజులకే ఆమె చనిపోయింది. ఆ పాపకు శాంతిశ్రీ అని నామకరణం చేశారు (రష్యాలో ఆమె పేరు టాన్యా). బిడ్డకు 16 నెలలు వచ్చేదాకా రష్యన్ ప్రభుత్వం వారి ఆధ్వర్యంలోనే పిల్లను పెంచి 1963లో అలెగ్జాండ్రా అలెక్సీన్‌వా అనే రష్యన్ డాక్టర్ పాపను తీసుకువచ్చి మద్రాసులో వుంటున్న ఆంజనేయులుగారి చేతుల్లో పెట్టింది. తరువాత కొన్నేళ్ళకు హేమలతను ఆంజనేయులు పెళ్ళి చేసుకుని, కొన్నేళ్ళు కాపురం చేసి, విడిపోయారు.

డాక్టరేట్ వింతగాథ

ఆంజనేయులుగారింట్లో ఆయనకు డాక్టరేట్ ప్రదానం చేసినట్లు ఒక సర్టిఫికేట్ ఉన్నది. ఇంటర్నేషనల్ కాలిఫోర్నియా యూనివర్సిటీ డాక్టరేట్ (అమెరికా) డిగ్రీ యిచ్చినట్లున్నది. ఆయన డాక్టర్ అని తన పేరుకు ముందు ఎన్నడూ పెట్టుకున్నట్లు నాకు గుర్తులేదు. సర్టిఫికెట్ గురించి అడిగితే దాటేశారు. నేను కొంత పరిశోధన చేశాను. మద్రాసులో ఒక తమిళ స్కాలర్ తిరువెంగళం సాహిత్య సంస్థను నడిపేవాడు. ఆయన్ని ఆంజనేయులుగారే నాకు పరిచయం చేశాడు. మైలాపూర్‌లో అతను సాహిత్య సమావేశాలు జరిపేవాడు. 'ఇండియన్ ఎక్స్‌ప్రెస్' ఎడిటర్ ఫ్రాంక్ మోరిస్ పేరిట అవార్డులు సైతం తమ సంస్థ తరుఫున యిస్తుండేవాడు. ఆయన సభలకు నేనూ వెళ్ళాను. ఒకసారి జగ్గయ్య మాట్లాడారు. బి.ఎస్. ఆర్ కృష్ణకు తిరువెంగళం తెలుసు. ఒకటి రెండుసార్లు కలిసినపుడు పిహెచ్.డి, డాక్టరేట్ గురించి ఆయన్ని అడిగాను. కొన్ని వివరాలు చెప్పాడు. వ్యక్తి రచనలు, జీవితంలో చేసిన కృషి ఆధారంగా డాక్టరేట్ యిస్తారని, దానికిగాను కొంత సొమ్ము చెల్లించాలన్నాడు. వివరించి అంతవరకే తెలిపాడు.

ఆ తరువాత తిరువెంగడం ద్వారా కొందరికి డాక్టరేట్ డిగ్రీ సర్టిఫికెట్లు వచ్చాయి. అలా స్వీకరించిన వారిలో కోటపాటి మురహరిరావు, ఆలపాటి రవీంద్రనాథ్, సినీయాక్టర్ మోహన్ బాబు వున్నారు.

మోహన్‌బాబు మద్రాసులో పెద్ద సభ పెట్టి సత్కారం అందుకున్నాడు. హైదరాబాద్‌లో ఆలపాటి రవీంద్రనాథ్‌కు ప్రెస్‌క్లబ్‌లో పి.రాజగోపాల నాయుడు ఆధ్వర్యాన సభ జరిపి సత్కరించారు. ఆ సభకు నేను వెళ్ళలేదు. సి.నారాయణరెడ్డి ఆ డిగ్రీ ప్రశ్నార్థకం అన్నాడు.

ఆ తరువాత నేను అమెరికా వెళ్ళినప్పుడు, పశ్చిమ తీరంలో శాన్‌ఫ్రాన్సిస్కో దగ్గర ఉంటున్న మా మేనల్లుడు చెరుకూరి రాజశేఖర్‌ను చూడడానికి వెళ్లాను. ఇండియాలో సేకరించిన అడ్రస్‌ను బట్టి, అంతర్జాతీయ కాలిఫోర్నియా యూనివర్సిటీ అక్కడే వున్నట్లు తెలుసుకున్నాను. ఫోను చేశాను. ఆలివర్ బి. రాయ్ అనే అతను మాట్లాడాడు. అతడే వైస్ ఛాన్సలర్‌గా సర్టిఫికెట్‌లో సంతకం చేశాడు. అడిగితే రమ్మన్నాడు. రాజశేఖర్ సహాయంతో వెళ్ళాను.

అది ఒక యిల్లు. అతన్ని కలిశాను. అతని భార్య వున్నది. ఆమె రచయిత్రి అని పరిచయం చేశాడు. యూనివర్సిటీ ఎక్కడ అని అడిగితే, వాషింగ్టన్ అడ్రస్ యిచ్చాడు. ఆశ్చర్యంవేసింది. క్లాసులు ఎక్కడ అంటే, అంతా కరస్పాండెన్స్ ద్వారా జరుగుతుందన్నాడు. కోర్సులలో హెూమియో వంటి అశాస్త్రీయ సిలబస్ చూపాడు. అతనితో ఫోటోలు తీసుకున్నాం. మద్రాసు నుండి 'హిందూ పత్రిక'లో తమ యూనివర్సిటీపై విమర్శలు వచ్చాయని, దానికి జవాబు యిచ్చానన్నాడు. అవి చూపాడు. సారాంశం ఏమంటే అలాంటి యూనివర్సిటీ లేదు. దీనికి ప్రభుత్వ గుర్తింపు ఉన్నదా అని అడిగితే, నీళ్ళు నమిలాడు. నేను వాషింగ్టన్ వెళ్ళినపుడు అతనిచ్చిన అడ్రస్ కోసం వెతికితే అది నివాసాలుండే ప్రాంతం అని గ్రహించాను. కాని అక్కడా అతను చెప్పినవారు లేరు. ఇంకా విశేషం ఏమంటే ఆ యూనివర్సిటీకి ఫోను లేదు. రికార్డులో అలాంటిది లేదు! ఇండియా, సిలోన్, నేపాల్ వ్యక్తుల దగ్గర డబ్బు వసూలు చేసి, డిగ్రీల మోజులో వెంటబడేవారికి, చక్కని డిగ్రీ అచ్చేసి పంపిస్తారు. ఇదీ కథ.

రవీంద్రనాథ్‌కు వాస్తవ కథ తెలిస్తే డాక్టరేట్ స్వీకరించేవాడు కాదని చెప్పాను. ఆయన అప్పటికి యీ విషయం తెలియక ముందే చనిపోయాడు. ఆంజనేయులు కూడా చనిపోయాడు. ఆలివర్ బి. రాయ్ నాటకంలో యిలా ఎందరు మోసపోయారో!

ముఖ్యమంత్రి భవనం వెంకట్రాం మిత్రత్వం

1978లో తొలిసారి మా కుటుంబ డాక్టర్ తంగిరాల సుభాశ్‌బాబు నన్ను భవనం వెంకట్రాంకు పరిచయం చేశాడు. అప్పటికి నేను న్యూ ఎం.ఎల్.ఎ. క్వార్టర్స్‌లో, కొల్లూరి కోటేశ్వరరావు క్వార్టర్‌లో ఉంటున్నాను.

భవనం అప్పుడే ఎం.ఎల్.సి. అయ్యారు. మేమిద్దరం పరస్పరం నచ్చి, మిత్రులుగా బాగా సన్నిహితులమయ్యాం. శాసనమండలి కార్యకలాపాలలో నేను భవనానికి బాగా తోడ్పడ్డాను.

భవనం సోషలిస్టు భావాలతో రాజకీయ జీవితం ప్రారంభించి, ఆ తరువాత కాంగ్రెస్‌లో చేరాడు. గుంటూరులో చదివేటప్పుడు ఆయనకు ఎన్.టి.రామారావుతో పరిచయమైంది. భవనం రెడ్డి కులస్థుడు. జయప్రదను ప్రేమించి పెళ్ళి చేసుకున్నాడు. ఆమె కమ్మ కులస్థురాలు. వారికి ఒక అబ్బాయి, ముగ్గురు అమ్మాయిలు. భవనం వెంకట్రాం స్వస్థలం వినుకొండ దగ్గర ముప్పాళ్ళ. చక్కని వక్త. అందమైన రూపం గలవాడు.

భవనం క్రమేణా మంత్రిగా, ముఖ్యమంత్రిగా పదవులు చేపట్టాడు. మేమిద్దరం కలసి ప్రయాణం చేశాం. ఎన్నో సంగతులు మాట్లాడుకునేవాళ్ళం. విద్యామంత్రిగా వుండగా, చాలా ఉపన్యాసాలు రాసిపెట్టాను. అవన్నీ హిట్ అయ్యాయి.

ముఖ్యమంత్రి అయినప్పుడు 1982లో భవనానికి శాసనసభ్యుల బలం లేకపోవటం వలన కాంగ్రెసు చదరంగంలో భాగం అయ్యాడు. ఆయనకు సన్నిహితంగా వై.ఎస్. రాజశేఖరరెడ్డి ఉండేవాడు. నాకు పదవి ఏదైనా యివ్వమని భవనాన్ని కోరాడు. భవనం నన్ను అడిగాడు. నేను నిరాకరించాను. ఆశ్చర్యపోయాడు. చంద్రబాబు నాయుడు అప్పుడు స్టేట్ మంత్రి. ఆయనకు కేబినెట్ హోదా ఇవ్వమని రాజశేఖర రెడ్డి అడిగాడు. అలా సిఫారసు చేయమని నాతోనూ చెప్పాడు. కాని భవనానికి అంత శక్తి లేదు. అంతా కేంద్ర కాంగ్రెసు చేతిలో కీలకంగా వుండేది. భవనంతో కలసి నేను అనేకసార్లు ఢిల్లీ వెళ్ళాను. ఆయన కోరికపై అలా చేశాను.

ఢిల్లీ వెళ్ళినపుడు అక్కడ మీడియా సెంటర్ నడుపుతున్న డా॥ ఎన్. భాస్కరరావును కలిసేవాడిని. జవహర్‌లాల్ నెహ్రూ యూనివర్సిటీలో కె.శేషాద్రిని కలిసేవాడిని. వి.ఎం. తార్కుండే కుమార్తె మాణిక్ పెళ్ళికి కూడా హాజరయ్యాను. 1982లో ఆ పెళ్ళి లోడి కాలనీలోని ఇండియా ఇంటర్నేషనల్ సెంటర్‌లో జరిగింది. నేనొక్కడినే ఆంధ్ర నుంచి హాజరయ్యాను. తార్కుండే సంతోషించాడు.

భవనం ముఖ్యమంత్రిగా పాలన 7 మాసాలే. కాశీ పాండ్యన్, రెబెల్లో ఐ.ఎ.ఎస్. ఆఫీసర్లుగా భవనానికి బాగా తోడ్పడ్డారు.

ఓపెన్ యూనివర్సిటీ మన రాష్ట్రానికి రావటానికి భవనం కృషే ప్రధానకారణం. ఆయన పదవి నుంచి దిగిపోయిన తరువాత అధికారికంగా యూనివర్సిటీ ఏర్పడింది.

సైంటిస్టుల సమావేశంలో ముఖ్యమంత్రి హోదాలో భవనం మాట్లాడాలి. ఆయన తటపటాయించాడు. నేను ఉపన్యాసం రాసిపెట్టాను. అది చదువుకుని, చక్కగా ఉపన్యసించాడు. సైంటిస్టులు ఆశ్చర్యపడి మెచ్చుకున్నారు. భవనం కృతజ్ఞతలు చెప్పాడు నాకు.

భవనం దిగిపోయేముందు మా అమ్మాయి నవీనకు మెడికల్ కాలేజీ సీటు కేటాయించాడు. అది రెసిప్రోకల్ స్థానం. రాష్ట్రానికి 12 స్థానాలున్నాయి. పొరుగు రాష్ట్రాలకు వెళ్ళి చదవాలి. నవీనకు బెంగుళూరు మెడికల్ కాలేజీలో వచ్చింది. కాని భవనం సంతకం చేసిన తరువాత పదవి కోల్పోయాడు. అటువంటి సంధి కాలంలో వచ్చే ముఖ్యమంత్రి ఆమోదించాలి. కోట్ల విజయభాస్కర రెడ్డి ముఖ్యమంత్రిగా ప్రమాణస్వీకారం చేశాడు. ఆ ఉత్సవానికి నేను, భవనం వెళ్ళాం. మెడికల్ సీటు ఫైలు పై సంతకం పెట్టి పంపమని విజయభాస్కర రెడ్డితో చెప్పమని భవనం నన్ను కోరాడు. ఎదురుగా కూర్చున్న విజయభాస్కర రెడ్డికి చెప్పాను. నీకేమిటి యిందులో ఆసక్తి అన్నాడు. మా అమ్మాయి నవీన సీటు వున్నదన్నాను. అంతే సంతకం చేశాడు. కానీ కొందరు అడ్డుపడి హైకోర్టులో కేసు వేశారు.

అప్పుడు ఛీఫ్ సెక్రటరీగా బి.ఎన్. రామన్ వున్నాడు. ఆయన ఫైలును సత్వరంగా చూసి ఉత్తరువులు జారీచేశాడు. నవీన వెంటనే బెంగుళూరు వెళ్ళి కాలేజీలో చేరిపోయింది. ఆ విషయం కోర్టులో చెప్పాం. మా పక్షాన అడ్వకేట్‌గా ఎన్.కె. ఆచార్య కేసు వాదించాడు. కేసుకు కాలదోషం పట్టిందని కొట్టేశారు. భవనం వెంకట్రాం సంతోషించాడు. మా స్నేహం ఆయన చనిపోయేవరకూ కొనసాగింది. భవనంపై నేను నిశిత విమర్శలు చేసినా, మా స్నేహానికి అవి అటంకం కాలేదు. ఆయన

చనిపోయినప్పుడు నేను అమెరికాలో ఉన్నాను. నవీన చిన్నప్పటి నుండీ మెడిసిన్ చదివి అమెరికా వెడతాననేది. అదే నిజమైంది.

నవీనకు సీటు యివ్వడంలో భవనం యింటిపోరు ఎదుర్కొన్నాడు. ఆయన భార్య జయప్రద మరొకరికి సిఫారసు చేసింది. భవనం ససేమిరా నవీన విషయంలో రాజీ లేదన్నాడు. అందువలన వారిరువురు కలహించుకున్నారు. భవనం స్నేహానికి నిలిచాడు.

నవీన మెడికల్ ఎంట్రన్స్ పరీక్షలు రాయడానికి సిద్ధపడుతుండగా, ఎపెండిక్స్ నొప్పితో ఆపరేషన్ చేయించుకోవలసి వచ్చింది. అయినాసరే అలాగే వెళ్ళి రాస్తానన్నది. మేం ఒప్పుకోలేదు. దిగులు పడింది. ఈలోగా భవనం మెడికల్ సీటు యివ్వడంతో తృప్తిపడింది.

ఆ విధంగా భవనం వెంకట్రామ్ మా కుటుంబంలో కీలక పాత్ర వహించాడు. ఆయనకు ఎ.బి.షాను పరిచయం చేస్తే చాలా సంతోషించాడు. షా అతనికి ఎంతగానో నచ్చాడు.

భవనం దగ్గరే ఆయన చిన్న అల్లుడు డాక్టర్ గురవారెడ్డి తొలిసారి పరిచయమయ్యాడు. ఆయన భార్య దుర్గాభవాని, మా అమ్మాయి నవీన ఎం.ఎల్.ఎ. క్వార్టర్స్‌లో చిన్నప్పుడు ఆడుకునేవారు.

ఆలపాటి రవీంద్రనాథ్‌తో సాన్నిహిత్యం

1955 ప్రాంతాల్లో తెనాలి 'జ్యోతి' ప్రెస్‌లో ఆలపాటి రవీంద్రనాథ్‌ను చూచాను. అప్పట్లో పరిచయం కాలేదు. మా అన్న విజయరాజ్ కుమార్‌కు బాగా స్నేహితుడు. ఆయన నడిపిన 'జ్యోతి', 'రేరాణి' పత్రికల పాఠకుడుగా అప్పటికే నాకాయన సుపరిచితం.

జిడ్డు కృష్ణమూర్తిని చూచి మగవాళ్ళలో యింత అందమైన వాళ్ళుంటారా, నిలబడి చూడబుద్ధి అయ్యేట్లుంటారా అని బెర్నాడ్‌షా విస్తుపోయాడంటారు. ఆలపాటి రవీంద్రనాథ్‌కు ఆ మాటలు అక్షరాలా వర్తిస్తాయి.

తరువాత హైదరాబాద్ వచ్చి 'జ్యోతి' ప్రెస్ పెట్టి నడిపిన రవీంద్రనాథ్ కూడా వెంటనే పరిచయం కాలేదు. 1968లో మా పరిచయం మొదలైంది. విజయరాజకుమార్ మా అన్న అని తెలిసి, నువ్వు నాకు బాగా తెలుసు కానీ మనమే ఎందుకో కలుసుకోలేదన్నాడు. తెనాలిలో టెన్నిస్ ఆడిన రవీంద్రనాథ్ హైదరాబాద్‌లో కూడా ఫతేమైదానంలో టెన్నిస్ కొనసాగించాడు.

పరిచయమైన తరువాత రవీంద్రనాథ్, నేనూ ఇంచుమించు రోజూ కలిసేవాళ్ళం అంటే యితరులు నమ్మరు. ఆయన డ్రైవింగ్ చేసుకుంటూ న్యూ ఎం.ఎల్.ఎ. క్వార్టర్స్ వచ్చి నన్ను ఎక్కించుకుని వెడుతుండేవాడు. అప్పుడప్పుడూ దొంతినేని శేషగిరిరావు కలిసేవాడు. ముగ్గురం కలసి హైదరాబాద్ పాతనగరంలో కొసరాజు సాంబశివరావు యింటికి వెళ్ళేవాళ్ళం. అది ఖానాబాగ్‌లో పెద్ద బంగళా. వంటమనిషి వుండేవాడు. ఎన్నో కబుర్లు చెప్పుకునేవాళ్ళం. సాంబశివరావుగారు ఒక్కడే వుండేవారు. ఆయన ఎం.ఎన్.రాయ్ ముచ్చట్లు చెబుతుంటే మేము రాయ్‌ని చూచినట్లే వుండేది.

లోక్‌సత్తా పార్టీ పెట్టిన జయప్రకాశ్ నారాయణ మామ పాపారావు మాకు మరోమిత్రుడు. ఆయన ఎం.ఎన్.రాయ్ అభిమాని. పత్తి మేలురకం విత్తనం పెంపొందించి పేరు పొందాడు. బెంగుళూరు దగ్గర సింధనూరులో పత్తి తదితర

పంటల పెద్ద వ్యవసాయ క్షేత్రం వుండేది. అక్కడకు వెళ్ళి విడిది చేసి కబుర్లు చెప్పుకున్నాం. ఒక సందర్భంలో కర్నాటక గవర్నర్ సుఖాడియా పొలానికి రాగా, కలిసి ముచ్చటించుకున్నాం. సుఖాడియా రాజస్తాన్ వాస్తవ్యులు. కర్నాటక గవర్నర్‌కి పాపారావు మిత్రుడు. మేము హైదరాబాదు నుండి కారులో సింధనూరు వెళ్ళి, రాత్రికి బెంగుళూరులో కాలక్షేపం చేసేవాళ్ళం. పాపారావు తన అనుభవాలు, ఎం.ఎన్.రాయ్ అనుచరుల పరిచయాలు చెప్పేవాడు. ఆయన బెంగుళూరు నుండి జనతాపార్టీ పక్షాన లోక్‌సభకు పోటీ చేశాడు.

రవీంద్రనాథ్ స్నేహంతో నేను ఫతేమైదాన్, సికింద్రాబాద్ క్లబ్‌లలో సభ్యత్వం తీసుకున్నాను. సికింద్రాబాద్ క్లబ్‌లో సభ్యత్వం కలిగి వుండటం ప్రతిష్ఠాత్మకంగా భావించేవారు. అప్పట్లో డక్కన్‌క్రానికల్ యజమాని చంద్రశేఖర రెడ్డి క్లబ్ ప్రెసిడెంట్‌గా ఉన్నాడు. మంచి గ్రంథాలయం వుండేది క్లబ్‌లో. సాయంకాలం కూర్చొని కబుర్లు చెప్పుకోడానికి బాగా వుండేది. చిట్టిబాబు వీణ కచేరీ జరిగితే కోమల, నవీన వచ్చి ఆనందించారు. ఫతేమైదాన్ క్లబ్ ఇంటికి దగ్గరగా వుండడంతో రోజూ సాయంకాలాలు వెళ్ళేవాళ్ళం. రాజు, నవీన అక్కడ లైబ్రరీలో పిల్లల పుస్తకాలు చదివేవారు. సినిమాలు చూసేవారు. కాలక్షేపం బాగా వుండేది. రవీంద్రనాథ్, శేషగిరిరావు, ఎస్.వి.పంతులు, నేను వుంటున్న యింటి యజమాని కల్వ చందయ్య మొదలైన వారెందరో చేరేవారు. చర్చలు, కబుర్లు బాగా వుండేవి.

రవీంద్రనాథ్ నేనూ మద్రాసు కూడా తరచుగా వెళ్ళేవాళ్ళం. కాస్మోపాలిటన్ క్లబ్‌లో (మౌంట్‌రోడ్) డి. ఆంజనేయులు, పాలగుమ్మి పద్మరాజు వంటి వారిని కలిసేవాళ్ళం.

రవీంద్రనాథ్ హైదరాబాద్‌లోని గాంధీనగర్‌లో వుండేవాడు. అక్కడ సాయంత్రాలు నేను, ఆయన కలసి మాట్లాడుతూ చర్చించుకునేవాళ్ళం. నేను మానవవాద ప్రముఖులు శిబ్ నారాయణ్ రే (కలకత్తా) వి.ఎం.తార్కుండే (ఢిల్లీ), ఎ.బి.షా (పూనా)లను ఆయనకు పరిచయం చేశాను. ఉస్మానియా విశ్వవిద్యాలయం నుండి జి.రాంరెడ్డి, ఎన్.యాదగిరి రెడ్డి, కె.శేషాద్రిని పరిచయం చేశాను. డా॥ సి.నారాయణరెడ్డి అప్పుడప్పుడూ మాతో చేరగా ఆసక్తికరంగా మాటలు సాగేవి.

ఒకసారి సుప్రసిద్ధ కళా విశ్లేషకులు సూర్యదేవర సంజీవదేవ్‌ను ఇంటికి పిలిచాం. మాతోపాటు ఆయనకూ విస్కీ ఇచ్చాను. ఆయనకు అలవాటు లేదు. అయినా ఆనాడు శాంపిల్‌గా రెండు గుక్కలు సేవించాడు. బూదరాజు రాధాకృష్ణ, తాళ్ళూరి నాగేశ్వరరావు ఎప్పుడైనా వచ్చి చేరేవారు.

రవీంద్రనాథ్ వద్ద మంచి పుస్తకాలు, సోషల్ సైన్స్ ఎన్‌సైక్లోపీడియా వుండేది. టైం మ్యాగజైన్ వచ్చేది. అవన్నీ చర్చకు ఉపకరణాలు.

ఎం.ఆర్.పాయ్ ఐ.ఎ.ఎస్ అధికారి మాతో క్లబ్‌లో కలిసేవారు. జస్టిస్ గంగాధరరావు యింటికి వెళ్ళేవాళ్ళం. జస్టిస్ చిన్నపరెడ్డిని కలిసేవాళ్ళం. మంచి పుస్తకాలు ఎక్కడైనా వుంటే వెళ్ళి చూసి, బేరం చేసి కొనేవాళ్ళం.

విదేశీ సినిమాలు (ఇంగ్లీషు కాకుండా) వచ్చినప్పుడు మాక్స్‌ముల్లర్ భవన్, అలయన్స్ ఫ్రాన్సైస్, సారథీ స్టూడియోస్‌కు వెళ్ళి చూచేవాళ్ళం.

రవీంద్రనాథ్‌కు పూర్తిగా సినిమా చూసే ఓపిక వుండేది కాదు. సగానికి పైగా చూసి బయటపడేవాళ్ళం. మంచి పుస్తకాల రివ్యూలు టైం మాగజైన్‌లో వస్తే తెప్పించేవాడు. స్టోరీ ఆఫ్ సివిలిజేషన్ (విల్‌డ్యూరాంట్ దంపతులు) 12 వాల్యూంలు అతి చౌకగా అమెరికా నుంచి లభించగా, తెప్పించాడు. బౌద్ధంపై ప్రత్యేక ఆసక్తి వుండేది. అవి కొనేవాడు. ఆ విధంగా సాహిత్యం, కళలు, మానవవాదం, మా చర్చల్లో ప్రధానంగా వుండేవి.

కొప్పరపు సుబ్బారావు భార్య సరోజినిని రవీంద్రనాథ్ నాకు ఆయన ప్రెస్‌లో పరిచయం చేశాడు. ఆమె నాటకాలలో వేషాలు వేసింది. కొప్పరపు సుబ్బారావు రాసిన "ఇనపకచ్చడాలు" మళ్ళీ ముద్రించమని కోరగా, రవీంద్రనాథ్ వేయించాడు. సుబ్బారావు నాటక ప్రక్రియను మార్జిన్‌లో సుస్పష్టంగా రాశాడు. అది చాలా నిర్దుష్టంగా వుంది. సరోజినితో చాలాసార్లు ఆమె అనుభవాల గురించి ఇంటర్వ్యూ చేశాను.

టంగుటూరి సూర్యకుమారి ఒకసారి లండన్ నుండి వచ్చి తన పుస్తకం కళాజ్యోతి ప్రెస్‌లో అచ్చు వేయించింది. రవీంద్రనాథ్ సహాయం చేశారు. చాలా సంవత్సరాల తరువాత చూచినా, ఆమె నన్ను గుర్తుపట్టి, మా అన్న విజయ రాజకుమార్ గురించి అడిగింది. ఆమె లండన్‌లో స్థిరపడ్డా ప్రపంచమంతా తిరిగి నాటక ప్రదర్శనలు ఇచ్చేది. రవీంద్రనాథ్ పరిచయంలో ఆ విధంగా ఎన్నో అనుభవాలున్నవి. మా మిత్రత్వం కుటుంబ స్నేహంగా మారింది.

కళాజ్యోతి ప్రెస్‌ను క్రమేణా రవీంద్రనాథ్ నుండి ఆయన కుమారులు ఆలపాటి బాపన్న, దేవేంద్రనాథ్‌లు చేబట్టారు. యాజమాన్య బాధ్యతల నుంచి ఆయన విమోచన పొందారు. ఒక దశలో ప్రెస్‌కు భారీ ఎత్తున విదేశీ పేపర్ తెప్పించాలంటే, ఒక మాగజైన్ ద్వారా సాధ్యం అన్నారు. అందు నిమిత్తం ఆలోచించి, మిసిమి అనే పక్షపత్రిక పెట్టారు. తొలి సంచిక నుండీ నేను, రవీంద్రనాథ్ సంప్రదించుకొని వ్యాసాలు

సేకరించాం. మొదటి సంచికలో నేను సుభాస్ చంద్రబోసు నెగ్గితే ఏమై వుండేది అనే సుదీర్ఘ వ్యాసం రాశాను. పత్రిక కొన్నాళ్ళు నడిపిన తరువాత, ఆపేద్దామనుకున్నారు. అయితే రవీంద్రనాథ్ కుమారులు మీకు కాలక్షేపంగా వుంటుంది ప్రింటింగ్ ఖర్చు లేదుకదా! కొనసాగించండి అని తండ్రికి సలహా చెప్పారు. అప్పుడు మిసిమిని మాస పత్రికగా మార్చి రవీంద్రనాథ్ సీరియస్‌గా పత్రికను వెలువరించటం మొదలుపెట్టాడు. తన వ్యక్తిత్వమంతా అందులో ప్రతిబింబింపచేశాడు.

'మిసిమి' అంటే మేలిమి బంగారం అనే అర్థంలో రవీంద్రనాథ్ ఆలోచించాడు. తన మనుమరాలికి అదే పేరు పెట్టాడు. మరో మనుమరాలు కళాజ్యోతి. ప్రెస్ పేరు కూడా అదే.

మిసిమి ప్రారంభించినప్పటి నుండీ రవీంద్రనాథ్ చనిపోయేవరకూ రోజూ సంప్రదించుకునేవాళ్ళం. నేను అనేక రచనలు అందించాను. విక్రంసేత్ రచన 'సూటబుల్ బోయ్' వంటి పుస్తకాలు కొని కోమలకు యిచ్చి, రివ్యూ రాయించాడు. ప్రతి రచన పరిశీలించి, అవసరమైతే రచయితకు తిప్పి పంపి, తిరగరాయమనేవాడు. తిరస్కరించిన రచనలు లేకపోలేదు. వాసిరెడ్డి సీతాదేవికి చాలా ఆగ్రహం వచ్చినా ఆయన పట్టించుకోక, ఆమె రచన నిరాకరించాడు. సంజీవదేవ్ చేత రాయించాడు. ఫిలాసఫీ, సైన్స్ పై అనేక రచనలు నేను రాశాను. కథలు, కవితలు వద్దనుకున్నాడు. అలాగే నడిపాడు. సంస్కృతి, కళలు, సైన్స్, అధునాతన విషయాలు మిసిమిలో అందించాడు.

ఒక దశలో 'ఇంటలెక్చ్యువల్స్' అనే పాల్ జాన్సన్ పుస్తకం మాకు తటస్థపడింది. తెప్పించి చదివి, బాగున్నది, దీని సారాంశం వెంకటేశ్వర రెడ్డి చేత వ్యాసాలు రాయించమన్నాను. తెనాలిలో వుంటున్న వెంకటేశ్వర రెడ్డి అరవిందో పులుముడు వాదం నుండి బయటపడి, బౌద్ధానికి వచ్చాడు. ఆయనకు పుస్తకం పంపగా, 'మేధావుల మెతకలు' అనే శీర్షికతో వరుసగా తెనిగించి రాశాడు. తరువాత పుస్తకంగా వేశాడు. అందులో పాల్‌జాన్సన్ రచన అని చెప్పకుండా, సొంత రచనగా చూపాడు. నేను అభ్యంతరం తెలిపాను. పైగా ఇంగ్లీషు పుస్తకంలో కొందరిని వదిలేశాడు. రవీంద్రనాథ్ చనిపోయిన తరువాత యీ తతంగం జరిగింది. పిమ్మట ఎవరికీ తెలియని మారుమూల ఎక్కడో మూలం పాల్ జాన్సన్ అని వేశాడు. గ్రంథ చౌర్య నైపుణ్యాలు యిలా వుంటాయి.

'మిసిమి'కి కొత్త శీర్షికలు మేం చర్చించుకునేవాళ్ళం. అప్పుడు అశోక్ నగర్‌లో వుంటున్న పురాణం సుబ్రహ్మణ్య శర్మ దగ్గరకు వెళ్ళి, మధురవాణి ఇంటర్వ్యూలు

చేసినట్లుగా వివిధ కవులు, రచయితలపై రాయమన్నాం. పురాణం ఒప్పుకొని రాశాడు. బ్రతికి వున్న వారిని గురించి రాయవద్దనీ, వివాదాలు తేవద్దనీ చెప్పాం. అయినా ఎక్కడో తొంగి చూచేవి. రవీంద్రనాథ్ నిర్దాక్షిణ్యంగా వాటిని ఎడిట్ చేశాడు. నార్లను గురించి రాసేటప్పుడు ఆంధ్రజ్యోతి యజమాని కె.ఎల్.ఎన్.ప్రసాద్‌పై దురుసుగా చేసిన వ్యాఖ్యలు తొలగించాడు. ఒకటి రెండుచోట్ల నన్ను గురించి ప్రస్తావన తెస్తే, అదీ తొలగించాం. అది బాగా సక్సెస్ అయింది. రవీంద్రనాథ్ 'మిసిమి'ని 'హిందూ' దినపత్రిక, 'ఈనాడు' లాంటి పత్రికలు గుర్తించి, అభినందించాయి.

రవీంద్రనాథ్ మరణం నాకు వ్యక్తిగతంగా వెలితి తెచ్చిపెట్టింది. ఆయన జ్ఞాపకార్థం మిసిమి కొనసాగించదలచి, ఆయన కుమారులు వెంకటేశ్వర రెడ్డిని నడపమన్నారు. ఆయన స్థాయి చాలకపోయినా నడిపాడు. తరువాత ఎడిటోరియల్ బోర్డు పెట్టి, ఆంజనేయరెడ్డి ఆధ్వర్యాన సాగించారు. వల్లభనేని అశ్వనీకుమార్ ఎడిటర్‌గా ఉన్నాడు. రవీంద్రనాథ్ మిసిమి స్థాయిగాని, గుణంగాని తిరిగి రాలేదు. ఆయన వద్దన్న కవితలు, కథలు మిసిమిలో వస్తున్నాయి.

రవీంద్రనాథ్ ఒక్కసారే అమెరికా దర్శించి, న్యూజెర్సీలో వుంటున్న ఆయన కుమార్తె దుర్గ, అల్లుడు నన్నపనేని చౌదరి దగ్గర వుంటూ పరిమితంగా పర్యటించారు.

వాకింగ్ జర్నలిస్టుగా

1980 నుండీ హైదరాబాద్ నగరంలో కేంద్రస్థానంగా వున్న ఆదర్శనగర్‌లో అద్దెకున్నాను. అప్పట్లో అంతగా రద్దీ లేకుండా, ప్రశాంతంగా వున్న ప్రాంతమది. ఆదర్శనగర్ వచ్చిన తరువాత జీవితంలో తొలిసారి యింట్లో బ్లాక్ అండ్ వైట్ టీ.వి. ఏర్పాటు చేసుకోగలిగాను. పిల్లలు క్రికెట్ వంటి కార్యక్రమాలు చూసి ఆనందించేవారు.

ఆదర్శనగర్ చిన్న ప్రాంతం. అప్పుడు పి.వి. నరసింహారావు (తరువాత ప్రధాని), ఎం.బాగారెడ్డి (పార్లమెంటు సభ్యుడు, మంత్రి), పి.వి.రాజగోపాల్ (నిజాం కాలేజీ ప్రిన్సిపాల్), నీలకంఠేశ్వరమ్మ (ఎం.ఎల్.సి., రాజకీయ రంగంలో కొన్నాళ్ళు కీలకపాత్ర వహించింది.) గెల్లి నారాయణ (గెల్లి రమేష్ తండ్రి, 100 సంవత్సరాల వయస్సు), దేవులపల్లి కృష్ణశాస్త్రి, సీత, అనసూయ, శశాంక వుండేవారు. అంతా వాడకట్టులో వారే. సీత, అనసూయ వద్ద మా అమ్మాయి నవీన జానపద గేయాలు నేర్చుకున్నది.

మిత్రుడు బొబ్బా రంగారావు వుండేవాడు. మిత్రులం అప్పుడప్పుడూ చేరి డాబా మీద కూర్చొని ఆనందించేవాళ్ళం. అప్పటికి బిర్లా మందిరం రాలేదు. అందుకే దేవాలయ కాలుష్యం లేదు. నౌబత్ పహాడ్ పై అస్ట్రానమీ కేంద్రం విజ్ఞానం వెదజల్లే ఆకర్షణగా వుండేది.

ఆదర్శనగర్ నుండి ప్రెస్ కాన్ఫరెన్స్‌లు, మీటింగులకు, సెక్రటేరియట్, అసెంబ్లీ, ఆలిండియా రేడియోలకు నడిచి వెళ్ళేవాడిని. అందుకనే వాకింగ్ జర్నలిస్ట్ అనేవారు. 'ఆంధ్రజ్యోతి'లో ఉద్యోగానికి రాజీనామా యిచ్చిన తరువాత కొండా లక్ష్మారెడ్డి నేషనల్ న్యూస్ సర్వీస్, ఆది రాజు వెంకటేశ్వరరావు 'సమాచార భారతి' వి.హనుమంతరావు డేటా న్యూస్ సర్వీస్‌లో పనిచేసేవాడిని. అవేవీ డబ్బిచ్చే సంస్థలు కావు. 'ఈనాడు', 'ఉదయం', అనేక వార మాసపత్రికలకు రాసేవాడిని. అసెంబ్లీలో సభ్యులకు సహాయపడడం కొనసాగింది.

క్రమేణా ఫ్రీలాన్స్ జర్నలిస్టుగానే వున్నాను.

డాక్టర్ తంగిరాల సుభాస్ బాబు కుటుంబ డాక్టర్ కావడంతో, నా ఆరోగ్య పరిస్థితి కుదుట పడింది. ఆయన చాలా పద్ధతిగా శాస్త్రీయంగా వైద్యం చేసేవారు. కనుక ఇన్నాళ్ళూ ఆయాసంతో బాధపడిన నేను, బాగా కోలుకోగలిగాను. అది ఎంతో సహాయకారి అయింది.

మరొకవైపు రచనలు, అనువాదాలు కొనసాగించాను. తెలుగు అకాడమీ పుస్తకాలు, ముఖ్యంగా అనువాదాలు ప్రచురించింది. ఆంధ్రప్రదేశ్ రాజకీయాల పుస్తకం ఉస్మానియా యూనివర్సిటీ బి.ఎ. వారికి పెట్టారు. మామిడిపూడి వెంకటరంగయ్య, నేను కలసి రాసిన 'ఆంధ్రలో స్వాతంత్ర్య సమరం' అనే రచన సర్వీస్ కమిషన్ విద్యార్థులకు పెట్టారు. కనుక బాగా అమ్ముడు పోయింది. అయితే హక్కులు నావి కావు గనుక నాకేమీ డబ్బులు రాలేదు.

మానవవాద ఉద్యమంలో భాగంగా ఎం.ఎన్.రాయ్, వి.బి.కర్నిక్, ఎ.బి.షా రచనలు తెనిగించగా, తెలుగు అకాడమీ వెలువరించింది. అవన్నీ విడుదల చేస్తూ హైదరాబాద్, విజయవాడలలో పెద్ద సభలు జరిపారు. హైదరాబాద్‌లో సి.నారాయణరెడ్డి మాట్లాడుతూ ఎం.ఎన్.రాయ్ రచన 'వివేచన, ఉద్వేగం, విప్లవం' రెండు భాగాల విశిష్టతపై గంట ప్రసంగించాడు. 4 పెగ్గుల విస్కీ సేవించినట్లున్నదని జర్నలిస్ట్ వి.సతీష్ వ్యాఖ్యానించాడు. వైస్-ఛాన్సలర్ నవనీతరావు అధ్యక్షత వహించాడు. తెలుగు అకాడమీ విజయవాడలో ఏర్పాటు చేసిన సభను, ఎం.ఎన్.రాయ్ శతజయంతి సభగా మార్చాము. అందులో రావిపూడి వెంకటాద్రి, దగ్గుబాటి వెంకటేశ్వరరావు (మంత్రి), ఇంద్రారెడ్డి (విద్యామంత్రి), ప్రొఫెసర్ పి. లక్ష్మన్న (ఎం.పి.) మాట్లాడారు. తెలుగు అకాడమీ డైరెక్టర్ వెంకారెడ్డి బాగా సహకరించాడు.

ఆదర్శ నగర్ యిల్లు ఎప్పుడూ రాకపోకలతో సందడిగా వుండేది. సి. నరసింహారావు విజయవాడ నుండి సైకాలజి పత్రిక నడుపుతూ, దానికి జతగా 'నూతన ప్రపంచం' అనే మాస పత్రిక ప్రారంభించాడు. అందులో రెండు వ్యాసాలు రాశాను. కాని ఆ పత్రిక నిలిచిపోయింది. దేవీప్రియ ఎడిట్ చేసిన 'ప్రజాతంత్ర'లో ఆంధ్రప్రదేశ్ రాజకీయాలు సీరియల్‌గా రాశాను.

ఇంటికి వచ్చి వెళ్ళేవారిలో చలసాని ప్రసాదరావు, పర్వతనేని కోటేశ్వరరావు, కోనేరు జనార్దనరావు, బండారు రత్నసభాపతి, కె.బి. సత్యనారాయణ, గోవిందు చౌదరి (దూరదర్శన్), ఎస్.వి. పంతులు, సి.నరసింహారావు, అశ్వనీ కుమార్, నార్ల వినయకుమార్, శివనాగేశ్వరరావు గుత్తికొండ, గూడూరు వెంకటరత్నం, డి.శేషగిరిరావు,

ఆలపాటి రవీంద్రనాథ్, జి.రాంరెడ్డి, వి.ఆర్.నార్ల, ఎం.వి.రామమూర్తి వుండేవారు. వెనిగళ్ళ వెంకటరత్నం నేనూ కలసి నెలనెలా సమావేశాలు కొన్నాళ్ళు నడిపాం. చిన్న సమావేశాలైనా బాగా జరిగాయి. అందులో వి.ఆర్.నార్ల, సంజీవదేవ్ వంటి వారు మాట్లాడారు. ప్రొఫెసర్ ఆలంఖుంద్ మీరి, సి.లక్ష్మన్న సభలకు వస్తుండేవారు.

అప్పట్లో ఇరాన్ నుండి వచ్చి అన్వర్ ఉల్ ఉలుం కాలేజీలో చదువుకునే విద్యార్థి, విద్యార్థినులు కొందరు ట్యూషన్ల నిమిత్తం యింటికి వచ్చేవారు. కోమల వారికి ఇంగ్లీషు చెప్పింది. ఫరీదా అనే అమ్మాయి కొన్నాళ్ళు యింట్లోనే వుండేది. వారి వలన ఇరాన్ జీవన సంస్కృతి తెలిసింది. వారి విందులు వినోదాలకు పిలిచేవారు. అయొతుల్లా ఖొమెని రాకతో వారి స్వేచ్ఛ పోయింది. తిరిగి ఇరాన్ వెళ్ళిపోయారు. అంత వరకూ లేని ముసుగులు బలవంతంగా ధరించవలసి వచ్చింది. రాజు స్నేహితులు, నవీన స్నేహితులు ఇంట్లో మనుషుల వలె మెలిగేవారు. భవనం వెంకట్రాం పదవి వున్నప్పుడూ, లేనప్పుడూ మా యింట్లో సమాన ఆదరణ పొందాడు. ఆయన చాలాసార్లు వచ్చి వెడుతుండేవాడు. పాలడుగు వెంకటరావు, చేకూరి కాశయ్య, బాపిరాజు, మహిపాల్ రెడ్డి, ఇంట్లో మనుషుల వలె వుండేవారు. వెంకయ్య నాయుడు అంతే.

నవీన, రాజు ఫోటోగ్రఫీ, టైపింగ్, షార్ట్‌హాండ్, కొత్తగా వచ్చిన కంప్యూటర్ శిక్షణ నేర్చేవారు. ఇంటి దగ్గరలో వున్న రిట్జ్ హోటల్ స్విమ్మింగ్ పూల్‌లో నవీన, రాజు ఈత నేర్చారు. ఇంటి యజమాని కల్వచందయ్య. వారి పిల్లలు, మా పిల్లలు అంతా కలసి మెలసి వుండేవారు. ఎంతో హాయిగా పిల్లలకు గడిచింది. మాకు చాలా సంతోషంగా సాగింది. 1980–85 మధ్య ఆదర్శనగర్ జీవితం అలా సాగింది.

ఇల్లు కట్టి చూశా!

జర్నలిస్టులకు ఇళ్ళ స్థలాలు తక్కువ ధరలో కేటాయించినప్పుడు, జూబ్లీహిల్స్‌లో నాకు 350 గజాల స్థలం వచ్చింది. కష్టం మీద దానికి చెల్లించాం. బెటర్‌మెంట్‌తో సహా గజం 40 రూపాయలు దాని ధర. ఆనాడు జూబిలీహిల్స్ తీరూ తెన్నూ లేకుండా భయంకరంగా వుండేది. అక్కడ స్థలం ఎక్కడుందో తెలుసుకోటానికి ఎంతో సమయం పట్టింది. బుక్‌లింక్స్ సత్యనారాయణ నన్ను స్కూటర్‌పై తీసుకెళ్ళి, వెతికి కనుక్కోలేక వచ్చేశాం! అలాంటి స్థితిలో హౌసింగ్ డెవలప్‌మెంట్ ఫైనాన్స్ కార్పొరేషన్ వారికి దరఖాస్తు పెడితే 80 వేల రూపాయలు వాయిదాలపై తీర్చుకునే పద్ధతిలో లోను మంజూరు చేశారు.

మా కుటుంబ మిత్రుడు మేడపాటి సత్యనారాయణ రెడ్డి (అడ్వొకేట్) ముందుకొచ్చి, తాను యిల్లు కట్టించి పెడతానన్నాడు. ఆయనకు భవన నిర్మాణంలో విశేష అనుభవం వున్నది. ఇల్లు నిర్మిస్తూ పోతాను. అయిన ఖర్చు చెబుతాను. తరువాత డబ్బివ్వండి అన్నారు. అది పెద్ద రిలీఫ్. మరొక మిత్రుడు కొసరాజు సీతారామారావు కొత్తగూడెంలో స్టీల్ పరిశ్రమ నడిపేవాడు. ముందుగా ఇంటికి బోరు వేయించాడు. అది వాస్తు విరుద్ధంగా వున్నదన్నారు చూచిన వారు. వాస్తు ప్రకారం చూపించినచోట నీళ్ళు పడవన్నారు. ఇవన్నీ పట్టించుకోవద్దని చెప్పాను. బోరువేస్తే బాగా నీరు పడింది. అప్పట్లో ఉదయం ఒకటి, సాయంత్రం ఒకటి 9వ నంబరు సిటీబస్సు ఒక్కటే జూబ్లిహిల్స్‌కు వెళ్ళేది. కోమల ఆ బస్సులో వెళ్ళి జరుగుతున్న ఇంటి పనులు చూచి వచ్చేది. నిర్మాణం జరుగుతుండగా, మిత్రుడు అరిగెపూడి దిలీప్ కొత్తగా సిమెంట్ ఫ్యాక్టరీ పెట్టి, కొంత సిమెంట్ సరఫరా చేసాడు. కొత్తగూడెం నుండి సీతారామారావు కొంత స్టీల్ యిచ్చాడు. గుత్తికొండ శివనాగేశ్వరరావు గేటు, తలుపులు, కిటికీల విషయం చూడగా, మరో మిత్రుడు రత్నకిషోర్ తలుపులు ఫాక్టరీలో చేయించి సరఫరా చేయించారు. ఎలక్ట్రికల్ పనులు మిత్రులు జి.జయరాం పర్యవేక్షించాడు. ఆయన రోజూ నన్ను కారులో తీసుకెళ్ళి పనులు చూపించి తీసుకొచ్చేవాడు. కట్టడమంతా సత్యనారాయణరెడ్డి చూడగా యిల్లు పూర్తయింది. తన లారీ సిద్ధంగా వుంది సామాను తరలించుకోండని సీతారామారావు చెప్పగా హడావుడిగా సర్ది 1986లో జూబ్లిహిల్స్ వచ్చేశాం. అప్పటికి ఒకే యిల్లు అక్కడ వున్నది. అది ఆంధ్రభూమి జర్నలిస్టు కనకాంబర రాజుది. అది ఆషాఢమాసం. జోరున వర్షం కురుస్తుండగా యింట్లో ప్రవేశించాం. వీళ్ళేం మనుషులు! ముహూర్తం చూడకుండా ఎలాంటి పూజ లేకుండా, అలా గృహ ప్రవేశం చేశారని కనకాంబర రాజు కుటుంబీకులు అప్పట్లో విస్తుపోయారు.

పాశం యాదగిరి యిల్లు యింకా నిర్మాణంలో వుంది. మాది రెండో యిల్లు. ఇంటి కప్పు వేసేనాడు విజయవాడలో మానవవాద సమావేశానికి వెళ్ళాను. కోమల దగ్గరుండి తిప్పలు పడింది!

ఆ విధంగా 47 సంవత్సరాలకు ఒక ఇంటి వాడినయ్యాను !

జి. రాంరెడ్డి కథాకమామిషు

1964 నుండీ ఉస్మానియా విశ్వవిద్యాలయంలో జి. రాంరెడ్డి నాతో స్నేహంగా వుండేవాడు. పబ్లిక్ అడ్మినిస్ట్రేషన్ శాఖలో లెక్చరర్‌గా వుంటూ, పొలిటికల్ సైన్స్ శాఖకు మారాడు. ఆయన్ను ఎన్నో సమావేశాలకు పిలిస్తే, పాల్గొన్నాడు. విషయంలో అంతగా లోతుపాతులు లేకున్నా, లౌక్యంగా మాట్లాడేవాడు. నాకు గైడ్‌గా వున్న వి.మధుసూదన రెడ్డిపట్ల, వారి కుటుంబంపట్ల వ్యతిరేకంగా మాట్లాడేవాడు. రాంరెడ్డి నాకు పరిచయమయ్యే సరికి రెండవ భార్యతో కాపురం చేస్తున్నాడు. ఆమె ఒక స్కూలు నడుపుతుండేది. రాంరెడ్డితో పరిచయం పెరిగి కుటుంబ సన్నిహితులమయ్యాం. రాకపోకలు వుండేవి. రాంరెడ్డిని ఒక దశలో వరంగల్లు బదిలీ చేశారు. ప్రయత్నించి కొన్నాళ్ళకు మళ్ళీ హైదరాబాదు వచ్చేశాడు. పంచాయతీరాజ్ వ్యవస్థపట్ల ఆసక్తి వలన ముఖ్యమంత్రి జలగం వెంగళరావుకు రాంరెడ్డి చేరువయ్యాడు. ప్రొఫెసర్ కె.శేషాద్రి పంచాయతీ రాజ్ సాహిత్యాన్ని రాంరెడ్డికి యిచ్చేవాడు. రాంరెడ్డి క్రమేణా ఉస్మానియా పొలిటికల్ సైన్స్ శాఖాధిపతిగా, ఆర్ట్స్ కాలేజి ప్రిన్సిపాల్‌గా, ఉస్మానియా యూనివర్సిటీ వైస్‌ఛాన్సలర్‌గా ఎదిగాడు. ఆయనకు ఎప్పుడూ అనుకూల వర్గం వుండేది. తీవ్రవాద కమ్యూనిస్టు ప్రొఫెసర్ జి.హరగోపాల్ కూడా రాంరెడ్డికి యథాశక్తి రాసిపెట్టడం చేసేవాడు.

రాంరెడ్డికి నేను ఆలపాటి రవీంద్రనాథ్, ఎ.బి.షా, పోలు సత్యనారాయణ, కె.బి.సత్యనారాయణలను పరిచయం చేశాను. ఫతేమైదాన్ క్లబ్‌కు వెళ్ళి అప్పుడప్పుడూ ఔపోశనం పట్టేవాళ్ళం. ఇంచుమించు నేను నిర్వహించిన కార్యక్రమాలన్నిటికీ రాంరెడ్డి వచ్చి పాల్గొనేవాడు. హేతువాది కాకున్నా, సెక్యులరిస్ట్‌గా వుండేవాడు. కొన్నాళ్ళకు బి.ఎ.వి శర్మను దగ్గరకు తీసి, వాడుకొని వదిలేశాడు. వైస్‌ఛాన్సలర్ అయ్యే వరకూ సి.నారాయణరెడ్డితో మాటలు వుండేవికావు. కుటుంబ విభేదాల కారణంగా అలా జరిగింది.

రాంరెడ్డి ఓపెన్‌యూనివర్సిటీ వైస్‌ఛాన్సలర్ కావడానికి నేను సైతం యథాశక్తి తోడ్పడ్డాను. చివరి నిమిషంలో ఆయనకు ఒ.ఎస్.రెడ్డి అడ్డుపడగా, నేను నచ్చజెప్పాను. అప్పుడు భవనం వెంకట్రాం ముఖ్యమంత్రిగానూ, వై.ఎస్. రాజశేఖర రెడ్డి కేబినెట్ మంత్రిగానూ అధికారంలో వున్నారు. వారికి సన్నిహితుడుగా, రాంరెడ్డికి మొగ్గ వచ్చేట్లు చేయగలిగాను. అందుకు రాంరెడ్డి చాలా కృతజ్ఞతతో వున్నాడు. కె.బి.సత్యనారాయణ బుక్‌లింక్స్ పుస్తకషాపు అధిపతి నాకు మిత్రుడు. నా కోరికపై రాంరెడ్డి సత్యనారాయణ కుమార్తెకు ఓపెన్ యూనివర్సిటీలో ఉద్యోగం యిచ్చి, ఇంటికి వచ్చి ఆర్డరు కాగితం యిచ్చాడు. సత్యనారాయణ ఆశ్చర్యపడి కృతజ్ఞతలు చెప్పాడు. రాంరెడ్డి పుస్తకాలు ప్రచురించి బాగా అమ్మిపెట్టాడు కూడా.

నేను తెలుగు అకాడమీకి ఆంధ్రప్రదేశ్ రాజకీయ చరిత్ర రాస్తే, దానికి లాంఛనంగా రాంరెడ్డి ఎడిటర్‌గా వున్నాడు. అందుకు కొంత డబ్బిచ్చారు.

నాగార్జున సాగర్ వద్ద ఓపెన్ యూనివర్సిటీ స్థాపించి, గ్రామీణ యువతకు ప్రోత్సాహం యివ్వాలని భవనం వెంకట్రాం కోరాడు. కాని రాంరెడ్డి కొన్నాళ్ళు ఆగి, వెంకట్రాం పదవి పోగానే హైదరాబాద్‌లో ఏర్పరచాడు.

తనకు అనుకూలమైన సిబ్బందిని చేర్చారు. కొన్నాళ్ళ తర్వాత ఆయన ఢిల్లీ వెళ్ళి, ఇందిరాగాంధీ జాతీయ ఓపెన్ యూనివర్సిటీకి వైస్ ఛాన్సలర్ అయ్యాడు. ప్రొఫెసర్ సి.లక్ష్మన్న రాజ్యసభ సభ్యుడుగా ఆ విషయంలో తోడ్పడ్డాడు. నేను రాంరెడ్డితో అప్పుడప్పుడూ కలుస్తుండేవాడిని. ఆయనకు ఎవరో ఆకాశరామన్న ఉత్తరం రాస్తూ, ఇన్నయ్య చెప్పినట్లే వినమనీ, లేకుంటే ప్రమాదమనీ హెచ్చరిక చేశారు. అలాంటి ఉత్తరం సి.నారాయణరెడ్డికి కూడా రాశారు. ఆయన వెంటనే నాకు చూపాడు. అది బోగస్ అనీ, అలాంటివి నమ్మవద్దన్నాను. కాని రాంరెడ్డి నమ్మాడు. నన్ను అడిగితే, అబద్ధం అని చెప్పినా, ఆయన ఒప్పుకోలేదు. నాతో మాట్లాడడం మానేశాడు.

ఆ సమయంలో నా కుమారుడు రాజు గుజరాత్‌లోని ఆనంద్‌లో రూరల్ మేనేజ్‌మెంట్ కోర్సు ఫస్ట్‌క్లాసులో పూర్తి చేయగా, సర్టిఫికెట్లు యివ్వడానికి, స్నాతకోత్సవం ఏర్పరచారు. ఢిల్లీ నుండి జి. రాంరెడ్డిని పిలిచారు. ఈలోగా రాంరెడ్డి నాపట్ల ప్రవర్తించిన తీరు తెలిసిన రాజు, అతని చేతి మీదుగా సర్టిఫికెట్ తీసుకోనన్నాడు. అప్పుడు ఆనంద్‌లో వేరే ఏర్పాటు చేసి సర్టిఫికెట్ యిచ్చారు. నా భార్య కోమల ఓపెన్ యూనివర్సిటీలో ఇంగ్లీషు శాఖలో పనిచేస్తుండేది. రాంరెడ్డి ధోరణితో ఆయన శిష్యబృందం నన్నేమీ చేయలేక, ఆమెపట్ల వివక్ష చూపారు. కోమల ఖాతరు చేయలేదు. ఆర్.వి.ఆర్.

చంద్రశేఖరరావు వైస్‌ఛాన్సలర్‌గా తాను అసమర్థుడననీ, ఏమీ చేయజాలనని కోమలకు సంజాయిషీ చెప్పాడు. సి.నారాయణరెడ్డి కూడా అలాగే ప్రవర్తించాడు. కోమల పట్టించుకోలేదు. అప్పట్లో నేను ఆంధ్రప్రదేశ్ శాఖ సోషల్ సైన్స్ అకాడమీకి అధ్యక్షుడుగా వున్నాను. ప్రొఫెసర్ కొత్తపల్లి విల్సన్ కార్యదర్శి. అనేక కార్యక్రమాలు నిర్వహించాం. అందులో భాగంగా ఆంధ్రప్రదేశ్ ఓపెన్ యూనివర్సిటీ పై ఒక సెమినార్ నిర్వహించాం. ఉస్మానియా యూనివర్సిటీ లైబ్రరీలో ఇండియన్ కౌన్సిల్ ఆఫ్ సోషల్ సైన్స్ రీసెర్చి హాలులో ఒక రోజు గోష్ఠి నిర్వహించాం. వర్క్ పేపర్స్ చర్చించాం. ఓపెన్ యూనివర్సిటీ నుండి డా.పుష్ప రామకృష్ణ, టి.వి.సుబ్బారావు, నేను పేపర్లు సమర్పించాం. బాగా చర్చలు సాగాయి. చివరి పేపర్ నాది. ఓపెన్ యూనివర్సిటీ లక్ష్యం సాధించకుండా, సంప్రదాయ యూనివర్సిటీల తీరులో నడుస్తున్నదని, పరీక్షలు కూడా అలాగే ఉన్నాయని విమర్శ చేశాను. ఓపెన్ యూనివర్సిటీలో రాంరెడ్డి తన శిష్యగణాన్ని చేర్చి స్తోత్రపాఠాలతో కాలక్షేపం చేయడం వలన, అకడమిక్ స్వభావం లోపించిందన్నాను. గ్రామీణ ప్రాంతాలకు సన్నిహితంగా యూనివర్సిటీని తీసుకెళ్ళడానికి మారుగా, విద్యార్థుల్ని హైదరాబాద్ చుట్టూ తిప్పుకునే సంప్రదాయం నెలకొల్పారన్నాను. రాంరెడ్డి వీటికి పునాదులు వేసినందున, అలాగే సాగిపోతున్నదన్నాను. సెమినార్‌లో పొలిటికల్ సైన్స్ శాఖ (ఉస్మానియా) నుండి వచ్చిన సత్యనారాయణ అనే వ్యక్తి నన్ను తప్పుపట్టాడు.

డా.యార్లగడ్డ లక్ష్మీప్రసాద్ మాట్లాడుతూ విమర్శ సక్రమంగా సాగిందని, దాని పై చర్చ కూడా అలాగే వుండాలన్నాడు. ఓపెన్ యూనివర్సిటీ నుండి అనేక మంది పాల్గొన్నా, ఎవరూ అభ్యంతర పెట్టలేదు. చర్చించలేదు. కానీ వెంటనే ఢిల్లీలో వున్న రాంరెడ్డికి వార్త చేరవేశారు. ఆయన తలక్రిందులై పోయాడు. అక్కడ మొదలైంది రభస. ఢిల్లీ నుండి రాంరెడ్డి తన వందిమాగధులకు, తాను ఉద్యోగాలిచ్చినవారికి, తెలిసినవారికి ఫోన్ల పరంపర చేశాడు.

దశ్శరభా అంటూ బయలుదేరారు. నా వర్క్ పేపర్‌కు సమాధానం లేదు. కాని తిడుతూ రాసి, సైక్లోస్టయిల్ చేసి పంచుకున్నారు. పత్రికలలో ప్రకటించే దమ్ములేక ఆ పనికి పూనుకోలేదు. నా వర్క్ పేపర్ కాపీలు తీయించారు. నాకు ఒకరిద్దరు బెదిరింపు ఫోన్‌కాల్స్ చేశారు. అంతటితో ఆ గొడవ ఆగింది.

ఆనాడు రాష్ట్ర హోం మంత్రిగా ఇంద్రారెడ్డి వున్నాడు. ఆయన స్టూడెంట్‌గా పరిచయం అవటాన ఇంటికి వచ్చి వెడుతుండేవాడు. ఎం.ఎన్.రాయ్ శతజయంతి సందర్భంగా విజయవాడలో పెద్ద సభ పెట్టాను. దానిలో ఇంద్రారెడ్డి మాట్లాడి నేను

రాసి, అనువదించిన రాయ్ సాహిత్యాన్ని తెలుగు అకాడమీ ద్వారా ఆవిష్కరించాడు. రాంరెడ్డి ఆయనకు ఫోన్ చేశాడు. నేను కలిసినప్పుడు, నీవు ఏమి ఏడిపించావోగాని, 40 నిమిషాలు ఢిల్లీ నుండి నాతో మాట్లాడి ఫోన్‌లోనే బావురుమని ఏడ్చాడని ఇంద్రారెడ్డి చెప్పాడు.

ఉస్మానియా వైస్‌ఛాన్సలర్‌గా చేసిన నవనీతరావు నేను ఏర్పాటు చేసిన సభలలో పాల్గొనేవాడు. ఎం.ఎన్.రాయ్ శతజయంతి ఉపన్యాసం అగేహానంద భారతితో ఉస్మానియాలో ఏర్పాటుచేస్తే, నవనీతరావు అధ్యక్షతవహించాడు. తెలుగు అకాడమీ విడుదల చేసిన నా సాహిత్యంపై ప్రెస్‌క్లబ్‌లో ఉపన్యసించాడు. రాంరెడ్డి కారణంగా ఆయన కూడా వారితో కలిశాడు.

ఓపెన్ యూనివర్సిటీ వారు రాంరెడ్డి పట్ల తమ విధేయత, భక్తిశ్రద్ధలు రుజువు చేసుకోడానికి ప్రారంభించారు. ఓపెన్‌యూనివర్సిటీ వ్యాన్‌లో రోజూ బయలుదేరి కొందరిని దర్శించుకుని, నాపై ఫిర్యాదులు చెప్పి, సెమినార్ పేపర్ కాపీ అందించారు. అలా బయలుదేరిన ముఠాలో రిజిస్ట్రార్ నాగరాజు, ప్రొఫెసర్ శివలింగ ప్రసాద్, కేతు విశ్వనాథరెడ్డి, విశ్వేశ్వరరెడ్డి (పబ్లిక్ రిలేషన్స్ ఆఫీసర్), శేషారత్నం (కెమిస్ట్రీ లెక్చరర్), ఆమెభర్త పోలు సత్యనారాయణ, ఉస్మానియా నుండి రవీంద్రప్రసాద్, కె. మధుసూదన రెడ్డి వున్నారు. వీరికి వంత పలికిన వారిలో విప్లవ కమ్యూనిస్టు హరగోపాల్ వున్నాడు. మధ్య మధ్యలో ముఖ్యమైన వారిని కలవడానికి సి.నారాయణరెడ్డి, నవనీతరావు చేతులు కలిపారు.

ఈలోపు ఓపెన్ యూనివర్సిటీ పబ్లిక్ రిలేషన్స్ అధికారి విశ్వేశ్వరరెడ్డి నాకు ఫోను చేసి, గురువుగారూ, మీరు నాకు ఉద్యోగం యిప్పించారు. అయినా మీకు వ్యతిరేకంగా ముఠాతో తిరగవలసి వచ్చింది. క్షమించాలి అని చెప్పాడు.

తొలుత యీ ముఠా నా మిత్రుడు, సహాధ్యాయి కె. విల్సన్ ఇంటికి రాత్రి వేళ వెళ్లి, సెమినార్ పేపర్లు యివ్వమని, నాకు వ్యతిరేకంగా ప్రకటనలో సంతకం పెట్టమని అడిగారు. ఆయన నవ్వి నిరాకరించాడు.

ఇండియన్ అకాడమీ ఆఫ్ సోషల్ సైన్సెస్ కార్యదర్శి ఎన్.పి.చౌబేకు ఫిర్యాదు చేశారు. ఆయన అలహాబాద్‌లో వుంటాడు. ఖాతరు చేయలేదు.

నేను అప్పట్లో వి.హనుమంతరావు, సతీష్‌లతో కలసి డేటా న్యూస్ ఫీచర్స్ సంస్థలో పనిచేస్తుండేవాడిని. అక్కడకు వెళ్ళి నన్ను తొలగించమన్నారు. హనుమంతరావు వారిని తిప్పి పంపాడు.

అప్పుడు ముఖ్యమంత్రి ఎన్.టి.రామారావు దగ్గరకు సి.నారాయణరెడ్డిని అడ్డం పెట్టుకొని వెళ్ళారు. అంతా విని "మాకేమి సంబంధమండీ! మేం పట్టించుకోం" అనే సరికి గుక్కతిప్పుకోలేక పోయారు. ఆవుల సాంబశివరావు, పింగళి జగన్మోహన రెడ్డి వీరి మాటలు పెడచెవిన బెట్టారు.

చంద్రబాబునాయుడు, గాలి ముద్దుకృష్ణమ నాయుడు దగ్గర మొర బెట్టుకున్నారు. వారిరువురూ ఆ తరువాత నన్ను కలసినప్పుడు, ఇక వాళ్ళను వదిలేయకూడదా అన్నారు నవ్వుతూ.

'ఈనాడు', 'ఆంధ్రజ్యోతి' పత్రికల వారికి విజ్ఞప్తి చేస్తూ నా రచనలు బాయ్‌కాట్ చేయమన్నారు. ఈ ప్రహసనం అంతా ఓపెన్ యూనివర్సిటీలో వ్యాన్‌లో తిరుగుతూ నెల రోజులలో అందరినీ కలసి, వెనకంజ వేశారు. నెలతప్పింది. ఇక చేసేది లేక, తిరగడం విరమించారు. మగవాడు తిరక్క చెడ్డాడంటారే, అందుకు తిరిగినట్లుంది.

నెలరోజులు తిరిగిన తరువాత ప్రొఫెసర్ కుప్పుస్వామి కోమల దగ్గర 'ఇన్నయ్యగారు ఎంత వివేచనాపరులో, మేం ఎంత మూర్ఖులమో' తెలిసి వచ్చిందని అన్నారు. క్రమేణా ఒక్కొక్కరూ యూనివర్సిటీలో కోమలతో మాట్లాడడం మొదలెట్టారు. నాకు వ్యక్తిగతంగా మిత్రులు అయిన పోలు సత్యనారాయణ, ఆయన భార్య శేషారత్నం ఏమీ జరగనట్లు నన్ను కలియడానికి యింటికి వచ్చారు. వారితో ఇక నేను స్నేహంగా వుండలేదు. నాకు ప్రియ మిత్రుడైన కె.బి.సత్యనారాయణ దగ్గరకు వెళ్ళి నా రచనలు అమ్మవద్దనీ, వున్నవి తొలగించమన్నారు. ఆయన బాగా చివాట్లు పెట్టి పంపాడు.

ఇదీ ఓపెన్ యూనివర్సిటీ అధిపతిగా జి.రాంరెడ్డి నిర్వాకం.

ఒక పెద్ద విద్యాసంస్థకు ఆధ్వర్యం వహిస్తున్న వ్యక్తి జాగ్రత్తగా ప్రవర్తించకపోతే విమర్శలు రావటం సహజం. రామిరెడ్డి విషయంలో అలాంటి విమర్శలే పరంపరగా వచ్చాయి. ఆయన ఓపెన్ యూనివర్సిటీ లక్ష్యాలు ఆదర్శాలను గురించి చెప్పింది ఒకటి చేసింది మరొకటి కావడం విమర్శకు దారితీసింది. ఆ నేపథ్యంలో జరిగిన సంఘటనలు గమనార్హం.

ఉస్మానియా యూనివర్సిటీలో రామిరెడ్డిపై వచ్చిన తీవ్ర అభియోగాల్ని విచారించడానికి డా॥ వనజా అయ్యంగార్‌తో ఒక విచారణ సంఘాన్ని జగన్మోహన రెడ్డి నియమించాడు. ఆమె వివరంగా నివేదిక సమర్పిస్తూ రామిరెడ్డి దుశ్చర్యలన్నింటినీ బయటపెట్టింది. వాటిపై చర్య తీసుకోకముందే జగన్మోహనరెడ్డి వైస్‌ఛాన్సలర్ పదవి

ముగిసింది. అయితే ఆయన తన పుస్తకంలో యూనివర్సిటీ వ్యవహారాలన్నిటినీ రాస్తూ రామిరెడ్డి గుట్టు కూడా బట్టబయలు చేశాడు. (ది యూనివర్సిటీ ఐ సర్వడ్). ఆ తరువాత రామిరెడ్డి వైస్‌ఛాన్సలర్‌గా వచ్చి తనపై వచ్చిన అభియోగాలను దాచిపెట్టేశాడు.

రాంరెడ్డి చనిపోయిన తరువాత సి.నారాయణరెడ్డి నవనీతరావు ధైర్యం తెచ్చుకొని పలకరించారు! ఓపెన్ యూనివర్సిటీ సంకుచిత ప్రవర్తనకు నా భార్య కోమల కించిత్తు కూడా చలించక నిలిచింది. ఉత్తరోత్తరా ఒక్కొక్కరు సిగ్గుపడి, జరిగింది తప్పని బయట పడ్డారు. అకడమిక్ బానిసత్వంలో అలా కొందరు వుంటారు మరి!

చివరగా నా మిత్రుడు డా.ఎన్. యాదగిరి రెడ్డి కలిసి, తనకు రాంరెడ్డి వియ్యంకుడు కావడంతో వ్యవహారంలో యిబ్బంది పడ్డానని చెప్పాడు. మేం యిరువురం మంచి మిత్రులం కావడమే ఇందుకు కారణం.

ఆ తరువాత ఒకనాడు మల్లాది రామమూర్తి ఏదో సందర్భంలో ప్రస్తావన తెచ్చి, తన వద్దకు ఓపెన్ యూనివర్సిటీ బాచ్ వస్తే, ప్రశ్నల వర్షం తట్టుకోలేక వెళ్ళిపోయినట్లు చెప్పాడు. ఇవి ఆలస్యంగా వెలుగులోకి వచ్చిన విషయాలు.

జర్నలిస్ట్ కాలనీ

హైదరాబాద్‌లో ఆదర్శనగర్ అద్దె యింటి నుండి 1986లో జూబ్లీహిల్స్‌లో జర్నలిస్ట్ కాలనీకి మారాను. అంతకుముందే హఠాత్తుగా మద్రాసులో వున్న అమెరికా కాన్సలేట్ నుండి కబురు వచ్చింది ఉద్యోగం యిస్తాం రమ్మని. నా మిత్రుడు అక్కడే పనిచేస్తున్న కె.వి.సుబ్బయ్య లేఖ పట్టుకొచ్చాడు. చాలా ఆకర్షణీయ ప్రెస్ ఉద్యోగం, పుష్కలంగా జీతం. ఒక నిర్ణీత తేదీ చెప్పి, వచ్చి చేరమన్నారు. కాని నేను వెళ్ళలేదు. వారెంతో ఆశ్చర్యపోయారు. ఇంతవరకూ ఎవరూ నిరాకరించలేదన్నారు. అసలు విషయం - ఉద్యోగంలో ఉన్నంతకాలం బయట పత్రికలకు ఏమీ రాయకూడదు. పుస్తకాలు ప్రచురించకూడదు. అది నేను ఒప్పుకోలేదు. అంతే, ఉద్యోగం కాదనుకున్నాను. మంచి అవకాశం పోయిన మాట నిజమేకాని, స్వేచ్ఛకే విలువనిచ్చాను.

జర్నలిస్ట్ కాలనీ సంక్షేమ సంఘానికి అధ్యక్షుడుగా ఉండమని మిత్రుడు కొండా లక్ష్మారెడ్డి కోరాడు. అంగీకరించి కాలనీ విషయాలు కొన్నేళ్ళు పట్టించుకున్నాను. ఉదయమే ప్రతి యింటికీ వెళ్ళి పలకరించి, సమస్యలు తెలుసుకునేవాడిని. కాలనీలో మొక్కలు పెంచి పోషించాం. పెరిగి చెట్లుకాగా నీడనిస్తుంటే, సంతోషించాం.

జర్నలిస్ట్ కాలనీ యింట్లో మా అమ్మాయి, అబ్బాయి చుట్టపు చూపుగా వచ్చి ఉండడం తప్ప, ఎప్పుడూ అక్కడ నివసించలేదు. అమ్మాయి నవీన బెంగుళూరు మెడికల్ కాలేజీలో చదివి, నిజాం కాలేజీలో పరిచయమైన హేమంత్‌ను పెళ్ళి చేసుకుని అమెరికా వెళ్ళింది.

మా అబ్బాయి రాజు గుజరాత్‌లోని ఆనంద్‌లో రూరల్ మేనేజ్‌మెంట్ కోర్సు చదివి, టైమ్స్ ఆఫ్ ఇండియా జర్నలిజం కోర్సు పూర్తి చేసి, కొద్దికాలం ఢిల్లీలోని ఎకనమిక్ టైమ్స్‌లో ఉద్యోగం చేసి, అమెరికా వెళ్ళిపోయాడు.

నేను మానవవాద, హేతువాద సెక్యులర్ కార్యక్రమాలలో ముమ్మరంగా పాల్గొని, వాటిని నిర్వహించాను. రాష్ట్రంలో ఉన్న వివిధ సంఘాలను సమాఖ్యగా రూపొందించి,

కామన్ ప్లాట్‌ఫారంతో కార్యక్రమాలు సాగించాం. తెనాలి నుండి ఎం.బసవపున్నారావు బాగా సహకరించారు.

జనవిజ్ఞానవేదిక, నాస్తిక సంఘం, రాడికల్ హ్యూమనిస్ట్, హేతువాద సంఘ కార్యక్రమాలు ఉమ్మడిగా నిర్వహించాం. టి.వి. కార్యక్రమాలు విరివిగా నిర్వహించి, చర్చలు చేశాం.

మార్గాంతర చికిత్సలు, జ్యోతిషం, వాస్తు, హెూమియోపతి, బాబాల బండారంపై పత్రికా విలేఖరుల సమావేశాలు, సభలు విస్తృతంగా జరిపాం. ప్రేమానంద్, పి.ఎం. భార్గవ వంటి వారిని పిలిచి చర్చలు చేశాం. చందనాచక్రవర్తి బాగా తోడ్పడ్డారు.

మండపేట, రాజమండ్రి, కాకినాడ, తణుకు, ఏలూరు, విజయవాడ, తెనాలి, చీరాల, ఇంకొల్లు, గుంటూరులలో అనేక సభలు, చర్చలు పెట్టాం.

క్రమేణా జూబ్లీహిల్స్ ప్రాంతం మంచి నివాస ప్రదేశంగా మారింది. 'మిసిమి' ఎడిటర్ ఆలపాటి రవీంద్రనాథ్ సైతం జూబ్లీహిల్స్ మకాం మార్చి నాకు దగ్గరగా వచ్చేశాడు. పురాణం సుబ్రహ్మణ్యశర్మ కూడా అలాగే వచ్చాడు. మా పొరుగున డా॥ రవీంద్రనాథ్ (గ్లోబల్ హాస్పిటల్ యజమాని) వుండేవాడు. రవాణా సౌకర్యాలు పెరిగాయి.

ఓపెన్ యూనివర్సిటీ ఇంటికి సమీపంలోకి వచ్చేసింది. రద్దీ పెరిగింది. సందడి జాస్తి అయింది. అపోలో ఆస్పత్రి కూతవేటు దూరాన వచ్చింది. చివరకు మా వీధి చివరకే 'ఆంధ్రజ్యోతి' కార్యాలయం వచ్చింది.

ముమ్మరంగా కార్యక్రమాలు చేశాం. టి.వి. చర్చలలో జ్యోతిషం, వాస్తు, బాబాల బండారం, మాతల గొడవ, మత, మూఢ నమ్మకాలు చర్చకు రాగా, హేతువాద ప్రక్రియను వ్యాప్తి చేశాం. కాని రాను రాను చదువుకున్న వారితో సహా ఛాందస భావాలు, చాదస్తాలు ఎక్కువయ్యాయి. తమ ఉద్యోగ పరిధి మినహాయిస్తే, మిగిలిన రంగాల్లో మానసిక బానిసత్వం పెరిగింది.

అఖిల భారత స్థాయిలోనూ, ఆంధ్రప్రదేశ్‌లోనూ రాడికల్ హ్యూమనిస్ట్, రేషనలిస్ట్, సెక్యులరిస్ట్, స్కెప్టిక్, ఉద్యమాలలో వివిధ స్థాయిలలో కృషి చేశాను. రాడికల్ హ్యూమనిస్ట్ ఉద్యమంలో అన్ని స్థాయిల నాయకులు, కార్యకర్తలతో, అలాగే హేతువాద, సెక్యులర్ ఉద్యమాలలో సన్నిహిత సంబంధాలు పెట్టుకుని పనిచేశాను. ఇంగ్లీషు, తెలుగు పత్రికలకు రాశాను. అనువాదాలు చేశాను. టి.వి. రేడియో ప్రసారాలలో పాల్గొన్నాను. వివిధ

రాష్ట్రాలలో అధ్యయన తరగతులు, సెమినార్లు, సమావేశాలలో పాల్గొన్నాను. నిరంతర పరిశోధన ప్రక్రియలో నిమగ్నమయ్యాను. ఇంకా బాగా చేయాలనే ఆసక్తి ఎప్పుడూ వెన్నాడుతుండేది. దేశ, విదేశ మానవవాద ఉద్యమకారులతో నిరంతర ఉత్తర ప్రత్యుత్తరాలు జరిపాను. 55 సంవత్సరాల వయస్సు వచ్చిన తరువాత మొదటిసారి అమెరికా ప్రయాణం తలపెట్టాను.

భారత స్థాయిలో సన్నిహితంగా నేను కలసి పనిచేసిన మానవ, హేతువాద, సెక్యులర్ వాదులు వి.ఎం. తార్కుండే, శిబ్‌నారాయణ్ రే, ఎ.బి.షా, జస్టిస్ రాఘవేంద్ర జాగీర్దార్, ఇందుమతి పరేఖ్, సి.ఆర్.ఎం.రావు, ప్రేమనాథ్ బజాజ్, రాంసింగ్, సునీల్ భట్టాచార్య, వి.కె.సిన్హా, జయంతి పటేల్, గౌరి మాలిక్, అబ్రహాం సాలమన్, జి.ఆర్.దల్వి, వి.బి.కర్నిక్, జె.బి.హెచ్. వాడియా, లక్ష్మణశాస్త్రి జోషి, ఆర్.ఎస్.యాదవ్, మల్లాది రామమూర్తి, ఆవుల గోపాలకృష్ణమూర్తి, గుత్తికొండ నరహరి, సి.హెచ్.రాజారెడ్డి, కొల్లి శివరామరెడ్డి, మల్లాది సుబ్బమ్మ, ప్రేమానంద్, అబ్రహాం కోవూర్, హెచ్.నరహింహయ్య, నానావతి ప్రభాకర్, మణిబెన్ కారా, ఆవుల సాంబశివరావు, పాలగుమ్మి పద్మరాజు, అబ్బూరి రామకృష్ణారావు, ఎస్. రామనాథన్, సనాల్ కె. ఎడమరుకు, ఎ.ఎస్.అవధాని, కోగంటి సుబ్రహ్మణ్యం, రావిపూడి వెంకటాద్రి, ఎన్.వి.బ్రహ్మం, రేఖా సరస్వత్, బి.డి.వర్మ, మొహనాత్, కిరణ్ నానావతి, బిపిన్ ష్రాఫ్, ఎ.ఎల్.నరసింహారావు, ఎన్.కె. ఆచార్య, గోరా, లవణం, విజయం, వికాస్, భట్టిప్రోలు హనుమంతరావు, జాస్తి జగన్నాథం, సిద్ధార్థ బక్ష్, కల్లూరి బసవేశ్వరరావు, కోగంటి రాధాకృష్ణమూర్తి, ఆలపాటి రవీంద్రనాథ్, గుమ్మా వీరన్న, అంచా బాపారావు, గోరంట్ల రాఘవయ్య, ఎం.వి.శాస్త్రి, పెమ్మరాజు వెంకటరావు, జంపాల శ్యాంసుందరరావు, సి.టి.దరు, మనోజ్‌దత్, శుభాంకర్, అజిత్ భట్టాచార్య, సుశీల్ ముఖర్జీ, సమరేన్‌రాయ్, జి.వి.కృష్ణారావు, ఎలవర్తి రోశయ్య.

భావాలకు బలం వుంటే...

హోమియో వైద్యం

హోమియో జర్మనీలో శామ్యుల్ హానిమన్‌కు జనించిన విషపుత్రిక. ఫ్రాన్స్‌లో చిత్రవిచిత్రంగా పెరిగిన దుష్టశక్తి. అది భారతదేశం, అమెరికాకు పాకి, పార్థీనియం వలె అల్లుకున్నది. ఇందులో మత నమ్మక ధోరణి జాస్తి.

ప్రపంచంలో శాస్త్రీయ పరిశోధనలు ఎన్ని చేసినా, విఫలమైన వైద్యమే హోమియోపతి. అది జ్యోతిషం వాస్తువలె అలా అంటిపెట్టుకున్నది. నమ్మకస్తులకు యిది జాడ్యం వలె అంటుకున్నది.

శాస్త్రీయాధారాలు చూపి యిది విఫలమైందన్నా, మూఢనమ్మకస్తులు ఒప్పుకోరు. వారికి మద్దతు వైద్యం చేసే హోమియో వ్యాపారులే. నేను 50 సంవత్సరాలుగా ఎందరో వైద్యులతో హోమియో గురించి చర్చించాను. విశాఖపట్టణం, హైదరాబాద్, విజయవాడ, గుంటూరు, సంగారెడ్డి, ఢిల్లీ, అమెరికాలలో, బ్రస్సెల్స్‌లో హోమియో చర్చ చేశాను. హోమియోను శాస్త్రీయం అని రుజువు చేయమని సవాల్ చేశాను. ఈ విషయంలో ఎందరో నిష్ణాతుల అండ నాకున్నది.

జేమ్సురాండీ అమెరికాలోని బ్యాంక్‌లో 5 కోట్ల రూపాయలు డిపాజిట్ చేసి, కమిటీ ఏర్పరచి, రుజువు చేసి, తీసుకోమని హోమియో వారిని ఛాలెంజి చేశాడు. నేను జేమ్సురాండీని అమెరికాలో కలసి వివరంగా తెలుసుకున్నాను.

బ్రస్సెల్స్‌లో ఓపెన్ యూనివర్సిటీలో హోమియోపై మాట్లాడాను (2004) అప్పటికే అక్కడ మానవవాదులు హోమియో గుట్టు రట్టుచేశారు. హైదరాబాదులో డా॥ఎం.పి.భార్గవ హోమియోను ఎదుర్కొన్నాడు. ఆయనకు అండగా నేను రంగంలో నిలిచాను. భారతదేశంలో, బసవ ప్రేమానంద్ హోమియోను ఛాలెంజ్ చేశాడు. ఆయన పత్రిక ఇండియన్ స్కెప్టిక్‌లో నేను హోమియోపై రాశాను. 'రాడికల్ హ్యూమనిస్ట్' పత్రికలో రాశాను. తెలుగు పత్రికలలో అనేక వ్యాసాలు ప్రచురించాను.

“అబద్ధాల వేట - నిజాలబాట” అనే నా గ్రంథంలో హోమియో చర్చ వివరంగా చేశాను.

తెలుగు పత్రికలలో ‘ఈనాడు’ దినపత్రిక హోమియోకు బాగా ప్రచారం చేసింది. పావులూరి కృష్ణచౌదరి ‘ఈనాడు’లలో ధారావాహికంగా హోమియో ప్రచారం చేశాడు. నేను ఛాలెంజ్ చేసి రాసిన వ్యాసం వెయ్యకపోగా, తిప్పి పంపారు. రికార్డుగా 1985 నుండీ అట్టిపెట్టాను.

రాజమండ్రిలో మానవవాది సిద్ధార్థ బక్షి ఒక బహిరంగ చర్చ ఏర్పరచాడు. హోమియోను విమర్శిస్తూ నేను మాట్లాడగా, సమర్థిస్తూ పావులూరి కృష్ణ చౌదరి, ఎన్.వి.బ్రహ్మం ప్రసంగించారు. ఫిజిక్స్ ప్రొఫెసర్ ఎర్నేని వెంకటేశ్వరరావు, (గుడివాడ) అధ్యక్షత వహించి, సభ పెట్టి, హోమియో శాస్త్రీయం అని రుజువు చేయాల్సిన బాధ్యత వుందన్నాడు. చాలా చిన్న పత్రికలలో హోమియో చర్చ సాగింది. ‘హేతువాది’, ‘స్వేచ్ఛాలోచన’, ‘తెలుగు విద్యార్థి’ వంటి పత్రికలలో రాశాను.

మానవవాదులు, నాస్తికులు, హేతువాదులలో అతి కొద్దిమంది హోమియో వైద్యం చేశారు. శాస్త్రీయం అని రుజువు చేయడంలో విఫలమై మొండి వాదనలకు దిగారు.

హోమియో చికిత్స ఒక దశలో ఏదో కొన్ని రుగ్మతలకు తీసుకున్న మానవవాద నాయకుడు వి.ఎం. తార్కుండే నాతో వాదనకు దిగాడు. కాని శాస్త్రీయం అని రుజువు పరచలేకపోయాడు. హోమియో డాక్టర్లు, వారి కుటుంబీకులు సీరియస్‌గా జబ్బుపడితే, అలోపతి వైద్యం చేయించుకుంటారనేది వేరే సంగతి.

నోటి ప్రచారం హోమియోలో జాస్తి. అలాగే హస్తవాసి దుష్ప్రచారం కూడా! వాళ్ళకు తగ్గిందని వీళ్ళు వీళ్ళకు తగ్గిందని వాళ్ళు చెప్పడం, ఎత్తుగడలో ఒక భాగం. హోమియో చికిత్సలో చనిపోయినా, బాధపడినా, హోమియో వైద్యులు ఏమీ ఎరగనట్లే వుంటారు. పైగా అలోపతి దోషాల గురించి విపరీతంగా వ్యతిరేక ప్రచారం చేస్తారు. అలోపతిలో నిత్య పరిశోధనతో దోషాలు సరిదిద్దుకుంటూ పోయే పద్ధతి వుంది. హోమియోలో హానిమన్ మూలసూత్రాలే వేద ప్రమాణం. మారవు. హోమియోలో ఎటువంటి మందు లేదని స్పష్టపడింది. ఎంత శక్తిమంతమైన మందైనా గుప్పెడు గుళికలు మింగి ఏమీ కాలేదని, మానవవాదులు, యూరోప్‌లో, ఇండియాలో బహిరంగ ప్రదర్శన ద్వారా రుజువు చేశారు.

ప్రభుత్వంలో ఉన్నవారిని పట్టుకుని మెడికల్ చట్టాలు తమకు వర్తించకుండా హెూమియోవారు అమెరికాలో, ఇండియాలో జాగ్రత్తపడ్డారు. అంతా దొంగ వ్యవహారమే. ఇలాంటి విషయాలు నేను పుస్తకాలలో పత్రికలలో టి.వి.లలో చెప్పాను.

హెూమియో కొన్నింటికి బాగా పనిచేస్తుందని మరో ప్రచారం వుంది. అవేమిటో చెప్పమని, మిగిలిన వాటికి పనిచేయవని అనుకోవచ్చా అంటే, మళ్ళీ కోపం. హెూమియో సర్వరోగనివారిణి అని మూలపురుషుడు చెప్పాడు గదా!

హెూమియో సూత్రాల నుండి ఆచరణ వరకూ ఆద్యంతాలు అసత్యాలే. అయినా బాబాల మహత్తువలె చలామణి అవుతున్నదని నా విమర్శ. మన అశాస్త్రీయతకు హెూమియో గీటురాయి.

✦

మనకు తెలిసిన వివేకానంద వేరా?

1985 ప్రాంతాలలో సుప్రసిద్ధ సినీ ప్రొడ్యూసర్ దాసరి నారాయణరావు "ఉదయం" దినపత్రిక హైదరాబాద్ కేంద్రంగా స్థాపించాడు. తొలి సంపాదకుడు ఎ.బి.కె. ప్రసాద్, అప్పుడు నా వ్యాసం ఎడిటోరియల్ పేజీలో ప్రచురించాడు. శీర్షిక – "మనకు తెలిసిన వివేకానంద వేరా?" అని. ఎడిటర్ నోట్ రాస్తూ, ఎవరైనా యీ వ్యాసం పై విమర్శ రాస్తే ప్రచురిస్తామని అన్నారు.

ఆ వ్యాసం పై తీవ్ర ఆందోళన, వూరేగింపులు జరిగాయి. ఉదయం పత్రిక కార్యాలయానికి కర్రలతో హిందూ ఛాందసవాదులు వచ్చారు. దాసరి నారాయణరావు ఏమాత్రం లొంగకుండా, చేతనైతే సమాధానం రాయమనీ, దాడికి దిగితే, తామూ ఎదురు దాడి చేస్తామన్నారు. కానీ వ్యాసానికి ఎవరూ సమాధానం రాయలేకపోయారు. ఈలోగా ఎ.బి.కె.ప్రసాద్ లొంగి వచ్చి, వివేకానంద సూర్యుడివంటివాడని, చేయి అడ్డుపెట్టి ఆయన కాంతి ఆపజాలమంటూ అర్థంపర్థంలేని సంపాదకీయం రాశాడు. కడప, గుడివాడ, విజయవాడ వంటి చోట్ల నిరసన ఊరేగింపులు జరిగాయి.

ఇంతకూ విషయం ఏమిటంటే...

"వివేకానంద ధైర్యంగల స్వామి. జ్యోతిషాన్ని ఖండించిన దమ్ముగలవాడు. విమర్శలు ఎదుర్కొన్నాడు. అలాంటి వ్యక్తిని మానవవాదులు నిశితంగా అధ్యయనం చేశారు. ఎం.ఎన్.రాయ్‌తో ప్రారంభించి, నిరంజన్ ధర్ వరకూ యీ పరిశోధనా విశ్లేషణ జరిగింది. ఆధారాలు లేని రచనలు మానవవాదులు చేయరు. వేదాంత – 'బెంగాల్ రినైజాన్స్' అనే రచనలో నిరంజన్ ధర్ క్షుణ్ణంగా పరిశోధించి వాస్తవాలతో వివేకానందను విశ్లేషించాడు. దాని సారాంశమే నా వ్యాసం. అతి క్రూరులైన రామనాడ్ రాజా (తమిళనాడు), ఖేత్రి జమిందార్లను వెనకేసుకొచ్చిన వివేకానంద, వారు చేపట్టిన సామాన్యుల అణచివేత చర్యలను సమర్థించాడు. యోగ గురించి చిట్కా వైద్యం వలె రాసి, పుస్తకాలు అమ్ముకున్నాడని అగేహానంద భారతి రాశాడు. అమెరికాలో ఆయన విలాసజీవితాన్ని నిరంజనధర్ బయటపెట్టాడు. జమీందార్లు డబ్బిచ్చి, ఆయన్ను

అమెరికా పంపించారు. ఇందులో అసత్యాలు లేవు. కాని గుడ్డిగా అనుసరించేవారికి వాస్తవాలు మింగుడుపడవు.

నేను వివేకానందపై 'తెలుగు విద్యార్థి'తో సహా అనేక మ్యాగజైన్లలో రాశాను. వివేకానంద భజనపరులు ఆయన జ్యోతిషాన్ని గురించి ఖండించిన సంగతి పట్టించుకోరు. ముక్కుమూసుకుని భజన చేసే బదులు పేదలకు సేవ చేయమన్న సలహా పాటించరు.

1936లోనే ఎం.ఎన్.రాయ్ శాస్త్రీయ విశ్లేషణ ద్వారా రామకృష్ణ పరమహంసను, వివేకానందను చాలా సునిశితంగా పరిశీలించాడు. మానవవాదిగా ఆ విషయాలను రాసాను. రాజీపడలేదు.

మదర్ తెరీసా నిజాలు

ఆంధ్రజ్యోతి బ్యూరో ఛీఫ్‌గా హైదరాబాద్‌లో వుండగా 1975లో మదర్ తెరీసాను ఇంటర్వ్యూ చేశాను. పబ్లిక్ గార్డెన్స్‌లో జరిగిన ఒక కార్యక్రమంలో ఆమె పాల్గొన్నప్పుడు యిది జరిగింది. మదర్ తెరీసా పెద్దగా చదువుకోలేదు. స్కూలు విద్యతో మానేసింది. ఏది అడిగినా దేవుని కృప అని సమాధానమిచ్చేది. చాలా నిరుత్సాహపడ్డాను.

చాలామందికి మదర్ తెరీసా అంటే పేదలకు, పిల్లలకు సేవచేసిందని, వసతి గృహాలు పెట్టిందని తెలుసు. అంతకు మించి లోతుపాతులు అధ్యయనం చేయలేదు. మానవవాదులు అమెరికాలో, యూరోప్‌లో ఆమె కార్యకలాపాలు నిష్పక్షపాతంగా చూచారు. అనేక పరిశోధనలు చేశారు. సాక్ష్యాధారాలు లేకుండా అమెను గురించి రాయలేదు.

ఆధారాలు లభించేకొద్దీ ఆశ్చర్యకరమైన విషయాలు బయటపడ్డాయి. ఆ సంగతులు తెలుగు, ఇంగ్లీషు పత్రికలలో రాశాను. పెద్ద పత్రికలు నా విమర్శని నిరాకరించాయి. ఆంధ్రజ్యోతి ఎడిటర్‌గా కె.రామచంద్రమూర్తి ఉన్నప్పుడు విషయాలన్నీ ఆధారాలతో వున్నాయి గాని ప్రచురించే సాహసం చేయజాలమన్నాడు. నేను పుస్తకాలలోనూ రాశాను.

విదేశాలలో క్రిస్టోఫర్ హిచిన్స్ మూల పరిశోధన చేసి, అనేక షాకింగ్ సంగతులు రాశాడు. పోప్ సైతం అతన్ని రోమ్ పిలిచి సాక్ష్యం తీసుకున్నాడు. ఎవరూ హిచిన్స్ రాసింది ఖండించలేకపోయారు. సాక్ష్యాధారాలు అలా వున్నాయి. పరమ దుర్మార్గ పాలకులు, లాటరీ వ్యాపారస్తులు ఇత్యాదుల నుండి డబ్బు స్వీకరించింది.

భారతదేశంలో ఆమె స్థాపించిన కలకత్తా బాలమందిరాలను లాన్సెట్ మాగజైన్ ఎడిటర్ స్వయంగా చూచి బిత్తరపోయాడు. మందులు యివ్వకుండా ప్రార్థన చేస్తే రోగాలు పోతాయని బోధించడం, చన్నీళ్ళలో కడిగి, సిరంజీలను వాడడం, యింకా ఎన్నో రికార్డు చేశారు.

పిల్లల పేరిట కోట్లాది రూపాయలు వసూలు చేసిన మదర్ తెరీసా, వాళ్ళ సౌకర్యాలకు వాడకుండా ఆ ధనం పోప్‌కు చేరవేసింది. చనిపోయేనాటికి కోట్లాది ధనం మూలుగుతున్నది గాని, పిల్లలకు సౌకర్యాలు అమర్చలేదు. ప్రార్థన చేసి జబ్బులు పోగొట్టుకొమ్మని బోధించిన మదర్ తెరీసా తనకు జబ్బు చేస్తే స్టార్ హాస్పిటల్స్‌లో చేరి వైద్యం చేయించుకుంది.

అరూప్ ఛటర్జీ సాక్ష్యాధారాలతో మదర్ తెరీసా, కలకత్తా భాగోతం అంతా గ్రంథస్థం చేశాడు. అయినా మార్క్సిస్టు కమ్యూనిస్టులు కళ్ళు మూసుకున్నారు. మదర్ తెరీసా 'ఫైనల్ వర్డిక్ట్' – అనే గ్రంథం చాలా ఆసక్తికరమైన వివరాలు, వాస్తవాలతో లండన్ నుండి వెలువరించారు. నేను ఆయనతో ఉత్తర ప్రత్యుత్తరాలు జరిపాను.

'స్టెరన్' అనే జర్మనీ పత్రిక మదర్ తెరీసా వసూళ్ళు, దారి తప్పించిన తీరు రాసింది. కీటింగ్ అనే వ్యక్తి అమెరికాలో అతి దుర్మార్గంగా జనాన్ని మోసం చేసి డబ్బు సంపాదించాడు. మదర్ తెరీసాకు చందాగా కొన్ని కోట్ల రూపాయలు (డాలర్లలో) యిచ్చాడు. అతన్ని పట్టుకొని విచారిస్తుండగా, మదర్ తెరీసా అనూహ్యంగా అతన్ని వదిలేయమని కాలిఫోర్నియాలో జడ్జికి సిఫారసు చేసింది! పరమ నీచంగా ప్రజల్ని పీడించి పాలించిన హైతి రాజు, రాణీలు క్యాథలిక్కులు. వారు పిలిస్తే మదర్ తెరీసా వెళ్ళి సన్మానం పొంది, డబ్బు తీసుకుని వారిని పొగిడింది! ఇవన్నీ హిచిన్స్ బయట పెట్టాడు. ఇండియాలో ఆమెకు భారతరత్న యిచ్చారు. ఆమె డబ్బుకు లెక్క పత్రం లేదు. ఆడిట్ లేదు. అడిగే దిక్కు లేదు.

పోప్ ఆమెను సెయింట్ చేయదలచాడు. ఆమె చనిపోయిన తరువాత బెంగాల్‌లో ఆమె పేరిట అద్భుతాలు జరిగినట్లు కథలు అల్లగా వాటి రహస్యాలను హిచిన్స్ బయట పెట్టాడు. ఆమె దగ్గిర పనిచేసిన వారే కొన్ని రహస్యాలు బయటపెట్టారు.

ఇల్లాంటి వాటితో నేను స్టాటన్ ఐలండ్ (న్యూయార్క్ దగ్గర) అమెరికన్ ఎథియిస్ట్ అసోసియేషన్ ప్రెసిడెంట్ శ్రీమతి ఎలెన్ జాన్సన్ నన్ను ఇంటర్వ్యూ చేసినపుడు అవన్నీ చెప్పాను. నా ఇంటర్వ్యూ 2000 సం॥లో అమెరికాలో కొన్ని ఛానల్స్ టెలికాస్ట్ చేశాయి. ఇంగ్లీషు తెలుగు పత్రికలలో రాశాను. 'అబద్ధాలవేట'లో ప్రచురించాను. గుడ్డిగా నమ్మేవారు, ఆమె విగ్రహాలు పెట్టి ఆరాధించేవారు.

సెయింట్‌గా పోప్ ముద్రవేసినందున కేథలిక్కులు మదర్ తెరీసా పేరిట ఇంకా కొన్నాళ్ళు మత వ్యాపారం సాగిస్తారు.

ఇస్లాం

అన్ని మతాలు మాకు సమానమే. అన్నిటినీ సమదృష్టితో వ్యతిరేకిస్తామని మానవవాది ఆవుల గోపాలకృష్ణమూర్తి అన్నమాటలతో నేను ఏకీభవించాను.

“నేనెందుకు ముస్లింను కాదు’ అనే శీర్షికతో, ఇబన్ వారక్ రాసిన ఇంగ్లీషు పుస్తకం (వై అయాం నాట్ ఎ ముస్లిం) అనే రచన తెలుగులో అనువదించాను. ప్రచురించడానికి చాలామంది సందేహించారు. వెంకయ్య నాయుడు (భారతీయ జనతాపార్టీ నాయకుడు) అమెరికాలో కలిసినప్పుడు ఆయనకు చూపాను. ఉదాసీనంగా ఉన్నాడు. చివరకు హేతువాద సంఘం, చీరాల వాళ్ళు వెలువరించారు. దాని రచయిత ఇబన్ వారక్ చాలా మురిసిపోయాడు. దానిపై ఢిల్లీ నుండి ఒక వ్యాసం వెలువడింది. అది చదివి, నేను బఫెలో నగరంలో అమెరికాలో కలిసినప్పుడు చెప్పాడు. అప్పటికి నాకే ఆ సంగతి తెలియదు. నేను సమీక్ష వ్యాసంగా రాసిన పెద్ద రచన ‘మిసిమి’లో ప్రచురించాను. దానిని జగన్నాథం అనే వ్యక్తి అనువదించాడు. చాలాబాగా అనువదించగా అనేక పత్రికలు అమెరికాలో, ఇండియాలో పునర్ముద్రించాడు. చాలా క్షుణ్ణంగా ముస్లిం పాలక దేశాలను, కొరాన్‌ను, ఇస్లాంను స్త్రీలపట్ల వారి మానవహక్కుల వ్యతిరేకతను ఇబన్ వారక్ సాక్ష్యాధారాలతో రాశాడు. అది మంచి రచన. ఆయన పేరు మార్చుకుని అమెరికాలో వున్నాడు.

మానవవాదులలో ముస్లింలుగా నా మిత్రులు కొందరు ఆచరణలో ఆదర్శంగా నిలిచారు. వారు ఆదర్శప్రాయులు. సిద్ధార్థ బక్ష్ (మండపేట, తూర్పుగోదావరిజిల్లా) షేక్ బాబు (ఇంకొల్లు, ప్రకాశం జిల్లా), షరీఫ్‌గోరా, ఆలంఖుంద్‌మిరి (ఫిలాసఫీ ప్రొఫెసర్) అలా ఎందరో వున్నారు. ముస్లింలతో కలసి సమస్యలు చర్చించాం. నేను ఉస్మానియా విశ్వవిద్యాలయంలో ఎం.ఎ.లో సూఫిజం చదివాను. ప్రొఫెసర్ వలియుద్దీన్ మా ప్రొఫెసర్. ఫిలాసఫీ ప్రొఫెసర్ వహిదుద్దీన్. ఇస్లాంను విమర్శనాత్మకంగా పరిశీలించడంలో మొగినతబస్సుం, అన్వర్ మోజం (ఉస్మానియా యూనివర్సిటీ) సహకరించారు.

మహారాష్ట్రలో ముస్లింలను సంస్కరించాలని, "ముస్లిం పాలిటిక్స్" రాసిన మిత్రుడు హమీద్ దల్వాయ్ బాగా కృషి చేశాడు. నేను అది అనువదించి "ప్రసారిత" త్రైమాసిక సాంఘిక పత్రికలో ప్రచురించాను. అనేక సెమినార్లు, సదస్సులు ఏర్పరచి ముస్లింలను ఆహ్వానించి చర్చించాం. స్నేహపూర్వకంగా అవన్నీ జరిగాయి. రాను రాను ముస్లింలలో ఛాందస భావాలను ముల్లాలు రెచ్చగొట్టారు. ద్వేషాలు పెంచారు.

————◆◆◆————

బాబాలు - మాతలు

తరతమ భేదాలు తప్ప, అందరు బాబాలు, మాతలు జనాన్ని పీల్చుకతిని, సంపాదించినవారే. వారి పెట్టుబడి భక్తుల మూఢనమ్మకం. తమపై తాము ఆధారపడలేక, తమ బలహీనతలకు తమను ఎవరో కాపాడతారని చూచే మూఢనమ్మకస్థులున్నంతకాలం బాబాలకు మాతలకు తిరుగులేదు.

మానవవాద, హేతువాద సెక్యులర్ సంఘాల ద్వారా మేము అనేకమందిని శాస్త్రీయ పరిశీలనకు ప్రేరేపించాం. నిజానిజాల్ని ప్రజలకు తెలియపరుస్తూపోయాం. అందులో మొదటి స్థానం షిర్డిసాయి విషయం.

ఒకప్పుడు పండరీనాథ్ భజనలతో హోరెత్తిన తెలుగు భక్తజనం, మహారాష్ట్ర నుండి మరొక బాబాను దిగుమతి చేసుకుని, ఆరాధించారు. షిర్డీలో ఒక దర్గావద్ద బికారిగా వుండే సాయి అనే వ్యక్తి పుట్టుపూర్వోత్తరాలు ఇదమిత్థంగా తెలియవు. ఆయన జననంపై చాలా కట్టుకథలున్నాయి.

19వ శతాబ్ది చివరలో మొదలైన సాయికథ నెమ్మదిగా నోటి ప్రచారంతో దేశం మొత్తం వ్యాప్తి చెందింది.

దర్గావద్ద పడివుండే సాయి సూఫీ వచనాలు చెబుతుండగా, అతనికి చదువు రానందున, అతని పక్కనే వున్న అబ్దుల్ అనే అతను కాగితాలపై రాశాడు. అవి ఒక 100 పేజీల వరకూ పోగయ్యాయి. సాయి 1920 ప్రాంతాలలో చనిపోగా, అతని పక్కన వున్న అబ్దుల్‌కు మరొకరు తోడుగా రజాక్ అనే బికారి చేరాడు. ఇంచుమించు 2000 సంవత్సరం వరకూ రజాక్ జీవించాడు. అతని వద్దే సాయి చెప్పాడన్న సూఫీ ప్రవచనాలు దొరికాయి. వాటి ప్రతులను నేను సేకరించి, టి.వి.9లో హైదరాబాద్‌లో 2008లో చూపాను.

కొందరు మహారాష్ట్ర హిందువులు చాకచక్యంగా సాయి చుట్టూ కథలు అల్లి నోటి ప్రచారం చేశారు. సాయి ముస్లిం అని చెబితే, హిందువులు ఒప్పుకోరని ఎత్తుగడ వేశారు.

సాయి హిందువు అంటూ, అతని మహత్తులని కొన్ని కథనాలు బాగా వ్యాప్తిలోకి తెచ్చారు. ట్రస్ట్‌గా ఏర్పడి, గుడి కట్టించారు. అలా మొదలై, బాగా డబ్బు ఆర్జించే గూడుపుఠాణి సంస్థ అయింది. అదే అంటురోగంగా తెలుగువారిలో వ్యాపించింది. పైగా సాయి గుడులకు దేవాదాయ ధర్మాదాయ శాఖ పెత్తనం లేదు గనక ప్రతివారూ గుడికట్టి, సంపాదనకు దిగారు. ప్రచారం పెరిగింది.

మహారాష్ట్రలో షిర్డీసాయి ట్రస్ట్ అవినీతిపై విచారణ జరిగింది. అరెస్టులు కూడా జరిగాయి. అయినా దీర్ఘ రోగంగా తగిలిన సాయి మహత్తుకు కొందరు భక్తులు వశం అయ్యారు. దీనిపై యథాశక్తి పత్రికలలో టి.వి.లో చెప్పాం. కొందరు సత్యసాయిని ఖండించినా, షిర్డీసాయి అసలైనవాడన్నారు.

కల్కిబాబా

శక్తివంతంగా తయారైన కల్కిబాబాపై నిశిత పరిశీలనతో విమర్శలు చేశాం. టివి5 ఛానల్ నుండి హైదరాబాదులో నేను చేసిన విమర్శల కారణంగా, బాబాకు చెందిన వారు నాకు కోర్టు నోటీసులు యిచ్చి 50 కోట్ల రూపాయలు నష్టపరిహారం చెల్లించమన్నారు. ఇది 2008లో జరిగింది. దీనికి మిత్రులు అడ్వకేట్ ఎన్. నాగేంద్రబాబు దీటుగా కోర్టుద్వారా జవాబు యివ్వడంతో నోరు నొక్కేసుకున్నారు. కల్కిబాబా విషయమై జన విజ్ఞానవేదిక, మానవ వికాస వేదిక, హేతువాద సంఘాల ద్వారా తీవ్ర విమర్శలతో కూడిన వ్యాసాలు ప్రచురించాం. ప్రేమానంద్ 'ఇండియన్ స్కెప్టిక్'లోనూ విమర్శలు చేశాం.

కల్కిబాబా కూడా ఆశ్రమ కేంద్రాల ద్వారా శక్తిమంతంగా ఎదిగి, అధికారంలో వున్న వారిని ఆకర్షించాడు. వారే కొమ్ముకాస్తున్నారు. ఆయన విషయంలో ఆటుపోటులు చాలా వున్నాయి.

జిల్లెళ్ళమూడి అమ్మ

అసలు పేరు అనసూయమ్మ. గుంటూరు జిల్లాలో బాపట్ల సమీపంలోని జిల్లెళ్ళమూడి గ్రామంలో అమ్మ అవతారమెత్తింది. ఆమె మహత్తులకు కొందరు ఆకర్షితులు కాగా, అందులో జర్నలిస్టు పొత్తూరి వెంకటేశ్వరరావు, డా॥ శ్రీపాద గోపాలకృష్ణమూర్తి వున్నారు. ఇంగ్లీషు, తెలుగు పత్రికలు కూడా నడిపి, పుస్తకాలు ప్రచురించారు. నేను పొత్తూరి, శ్రీపాదలతో వాదించి, వారు తప్పు చేస్తున్నారన్నాను.

అమ్మ చెప్పేది సైంటిఫిక్ అని వారు వాదించడం మరీ విడ్డూరంగా వుండేది. అమ్మను గురించి పరిశోధించాం. మిత్రులు, మానవవాది మల్లాది రామమూర్తిని పురమాయించి పరిశోధన చేయించాను. ఆయన రాసిన వివరాలతో స్టేట్‌బుక్ క్లబ్ పక్షాన "జిల్లెళ్ళమూడి అమ్మ" పేరిట ప్రచురించాం. కొంతకాలం ఆధ్యాత్మిక వ్యాపారం సాగించిన అమ్మ, ఉస్మానియా హాస్పిటల్‌లో చికిత్స పొంది, 1975 ప్రాంతాలలో చనిపోయింది.

కేరళలో మరో అమ్మ

కేరళకు చెందిన మాతా అమృతానందమయి ప్రపంచవ్యాప్తంగా ప్రచారం తెచ్చుకున్నది. ఆమె కౌగలించి, ఎనర్జీ ప్రసరింపజేస్తుందని ప్రచారం చేశారు.

విపరీతంగా డబ్బురాగా, కొన్ని సంస్థలు పెట్టింది. ఆమె పూర్వాపరాలన్నీ సేకరించాను. కేరళలో హేతువాద మిత్రుడు పట్టధానంను వివరంగా పరిశోధించ మన్నాం. ఆయన రాసిన విషయాలు ప్రచురించాం. అమ్మ అమెరికా వెళ్ళి అనేకమంది భక్తులను పోగుచేసుకోగలిగింది. సికింద్రాబాద్‌లో బ్రాంచి ఆఫీసు తెరిచారు. ఏ ఆధ్యాత్మిక దుకాణం తెరిచినా భక్తులుంటారని రుజువైంది.

శాస్త్రీయ పరిశీలన, ప్రశ్నించడం, సందేహించడం కొరవడిన చోట మాతలకు, బాబాలకు తిరుగు లేదు. దీనికి తోడు అధికారంలో వున్నవారు పాదాక్రాంతులు కావడంతో వారికి ఎదురు లేకుండా పోయింది. రాష్ట్రపతి హోదాలో అబ్దుల్ కలాం సైతం ఆమె దగ్గరకు వెళ్ళడం పరాకాష్ఠ.

సత్య సాయిబాబా సత్తా

ఉస్మానియా యూనివర్సిటీ సోషియాలజీ ప్రొఫెసర్ చింతామణి లక్ష్మన్నతో నేను ఒక పుస్తకం రాస్తుండగా, చిన్నతనంలో తాను చదివిన ఉరవకొండ (అనంతపురం జిల్లా) స్కూలులో తనకు సీనియర్‌గా సత్య సాయిబాబా (సత్యనారాయణరాజు) వుండేవాడని చెప్పాడు. అప్పుడే టక్కుటమారాలు చేస్తుండేవాడన్నాడు.

సత్యసాయి ఆశ్రమ పాఠశాలలో చదివిన గుత్తికొండ శివ నాగేశ్వరరావు (విజయవాడ) చెప్పిన దాన్ని బట్టి, విద్యార్థులను ఊటి తీసుకెళ్ళి, తనకు నచ్చిన వారితో సెక్స్ కలాపాలు చేసేవాడని తెలిసింది. మరి ఎందుకు చెప్పలేదంటే చెప్పినా తల్లిదండ్రులు నమ్మలేదని పైగా మమ్మల్నే కోప్పడ్డారన్నాడు.

నా మిత్రుడు కొసరాజు సీతారామారావు చెబుతూ తన మిత్రుడి తల్లి సాయిబాబా ఆశ్రమంలో కేన్సర్ చికిత్సకు వెళ్ళగా - నయం అవుతుంది, ఇంటికి పో అని బాబా

పంపేశాడని చెప్పాడు. ఇంటికి వచ్చేసరికి ఆమె చనిపోగా, ఏడుస్తూ ఆశ్రమానికి తీసుకెళ్ళి, బ్రతికించమన్నాడట. ఆశ్రమవాసులు ఏదో చెప్పి పంపేశారన్నాడు. నా ఐ.ఎ.ఎస్. మిత్రుడు ఎం.ఆర్.పయ్ అట్టే నమ్మకమున్నవాడు కాదు. ఆయన భార్య తారకు కేన్సర్ రాగా, చివరి దశలో సత్య సాయి బాబా నయం చేస్తాడంటే, అయిష్టంగా తీసుకెళ్ళాడు. ఆమె చనిపోయింది. సత్య సాయిబాబా ఏమీ చేయలేకపోయాడు. మేరీ నాయుడు (పార్లమెంట్ సభ్యురాలు)తో సహా ఎందరో ఆస్తులు సాయిబాబాకు అప్పగించి, ఎందుకూ కొరగాకుండా పోయారు. సైన్స్ ప్రొఫెసర్ సూరి భగవంతం, ఇంగ్లీషు ప్రొఫెసర్ వి.కె.గోకక్, అమరేంద్ర (కవి, రచయిత) చివరి దశలో సత్య సాయిబాబా పట్ల ఆశలు నీళ్ళుకారిపోగా ఆశ్రమం నుండి బయటకు వచ్చేశారు. వారి అనుభవాలు రాయమంటే ఒప్పుకోలేదు. ఇలా ఎన్నో విషయాలున్నాయి.

ఎన్.టి.రామారావు ముఖ్యమంత్రిగా వుండగా సాయిబాబా హైదరాబాద్‌లో అడుగుపెట్టటానికి సాహసించలేదు. 1992లో ఆయన ఆశ్రమంలో మర్డర్లు జరిగితే, వెంటనే నిర్బంధించి విచారణ జరపమని రామారావు ఉత్తరువులు యిచ్చాడు. అవి అమలు జరక్కుండా ఎవరు ఆపారో స్పష్టంగా తెలియలేదు. అప్పుడు కీలక స్థానంలో బాబా భక్తులు చంద్రబాబునాయుడు, పోలీసు ఉన్నతాధికారి దొర ఉన్నందువల్ల వారికి తెలిసే అవకాశం ఉన్నది.

అధికారంలో వున్నవారు సాయిబాబాకు దాసోహం అని పాదాక్రాంతులౌతుండగా, సాయిబాబాను ప్రేమానంద్, నరసింహయ్య, అబ్రహాం కోవూర్ ఏమీ చేయలేకపోయారు. మేము పత్రికలలో రాసినా, టి.వి.లలో విషయాలు బయటపెట్టినా ప్రయోజనం లేకపోయింది. సాయిబాబా భారత జాతికి అవమానకరం. శాస్త్రీయ ఆలోచనకు ప్రతిబంధకం. రాజ్యాంగేతర శక్తిగా ఆయన్ను చూడడం భారత సెక్యులరిజానికి తలవంపులు తెచ్చింది.

అమెరికాలో అనుభవాలు... 1992 నుండి

నా 55వ ఏట 1992 ఫిబ్రవరి నెలలో కోమలతో కలసి అమెరికాలో అడుగుపెట్టాను. ఇంకా రాజధాని వాషింగ్టన్‌లో చలిగా వున్నది.

మేము వున్న యింటి నుండి బస్సులో వెళ్ళి రాజధాని అంతా చూడడానికి అవకాశం వుండడంతో ఎవరిపైనా ఆధారపడకుండా తిరిగి తెలుసుకుని ఆనందించాం. రాజధానిలో వైట్‌హౌస్, పార్లమెంట్ (కేపిటల్ హిల్), లైబ్రరీ ఆఫ్ కాంగ్రెస్, మాన్యుమెంట్లు, మ్యూజియంలు హాయిగా కాలినడకన తిరిగి చూచాం. లైబ్రరీ ఆఫ్ కాంగ్రెస్‌లో సభ్యత్వం తీసుకున్నందున, సందర్శకుల వలెగాక, లోపలకు వెళ్ళి అన్నీ తెలుసుకునే అవకాశం లభించింది. జఫర్సన్, మాడిసన్, ఆడమ్స్ భవనాలు మూడూ అండర్‌గ్రౌండ్ దారితో కలపబడి వున్నాయి. అదొక విజ్ఞాన ఖని.

అమెరికాలో తొలి ప్రయాణం సుదీర్ఘ యాత్రగా తలపెట్టాం. తీరా బయలుదేర బోతుంటే కోమలకు మెడలు పట్టుకపోయి కదలలేక పోయింది. కనుక నేను ఒక్కడినే తొలియాత్ర చేశాను.

ముందుగా పశ్చిమతీరాన లాస్ ఏంజలిస్ నగరం వెళ్ళాను. అక్కడ ఎం.వి.ఎస్. సుబ్బరాజు (కొత్తపేట నుండి ఎం.ఎల్.ఎ.జనత నాయకులు, నాకు మిత్రులు) కుమార్తె డా॥అన్నపూర్ణ, ఆమె కుమార్తె వత్సవాయి మనోహరి వున్నారు. దగ్గరలోనే గోగినేని కృష్ణారావు (కోమల బంధువు) వున్నారు. వారిరువురూ నన్ను ఆహ్వానించగా వారి దగ్గర వున్నాను. పసిఫిక్ సముద్రతీర బీచ్‌లు చూశాను. అన్నపూర్ణ ఆర్మీలో డాక్టర్. ఉదయం 5 గంటలకు బయలుదేరితే గంట ప్రయాణంతో ఆఫీసు చేరుకుంటుంది. కాని నేను ఉన్నందున ఇద్దరం కలసి వెడితే, కార్‌పూల్ సౌకర్యంతో, స్పీడ్ మార్గంలో వెళ్ళవచ్చు. అలా వెళ్ళేవాళ్ళం. రోజంతా నేను లాస్ ఏంజలిస్ నగరంలో చూచి, సాయంత్రానికి ఆమె ఆఫీసు నుంచి రాగా, తిరిగి యింటికి చేరేవాళ్ళం.

లాస్ ఏంజలిస్ నగరంలో పసిడేనా ప్రాంతంలో రాజు మిత్రుడు రజనీష్ పూరి కుటుంబంతో ఉన్నారు. ఆయన నన్ను హంటింగ్‌టన్ గ్రంథాలయానికి, నాసా సైన్స్ కేంద్రానికి, హాలీవుడ్ సినీ కేంద్రానికి తిప్పి చూపాడు.

ఒకరోజు అన్నపూర్ణతో కలసి తిరిగి వస్తుండగా త్రోవలో పెద్ద అలజడిగా వుంది. విషయం తెలియక గుంపును తప్పించుకుని వచ్చాం. ఇంటికి వచ్చాక టి.వి.లో చూస్తే, రాడ్నీ అనే ఒక నల్ల అతన్ని పోలీసులు పట్టుకుని నడివీధిలో చితక బాదారు. అతనేదో నేరం చేశాడన్నారు. ఆ దృశ్యంలో నల్లవారు రియాక్ట్ అయి గందరగోళం చేశారు. కాస్త ఆలస్యమైతే మేము ఇరుక్కునేవాళ్ళం. చాలా కాలం రాడ్నీ ఉదంతం పెద్ద అలజడిగా జరిగింది. నల్లవారి పట్ల విచక్షణగా అది చిత్రించారు.

జి.వి.కె.రావు చుట్టుపట్ల వున్న వృద్ధుల వసతి గృహాలకు, ఒకరోజు బస్సులో నన్ను తీసుకెళ్ళి లాస్ వెగాస్ నగరం చూపారు. వృద్ధులకు చాలా సౌకర్యాలుండేవి. బస్సు ప్రయాణం, భోజనం ఉచితం. అక్కడ గాంబ్లింగ్ ఆటలో చాలామంది పాల్గొని సాయంత్రానికి తిరిగి వచ్చేవారు.

అన్నపూర్ణ నన్ను ఆర్మీ బీచ్‌కి తీసుకెళ్ళి చూపెట్టింది. అక్కడ చాలా ప్రత్యేక సౌకర్యాలుంటాయి. రాత్రంతా గడపడానికి అన్ని సౌకర్యాలున్న వాన్ అద్దెకిస్తారు. బీచ్ చాలా పరిశుభ్రంగా వుంచుతారు. ఆర్మీవారిని వారికి తెలిసిన వారిని మాత్రమే అనుమతిస్తారు.

దగ్గరలో డిస్నీలాండ్ ఒకరోజంతా చూచి ఆనందించాం. సైన్స్ మ్యూజియం గొప్పది.

ఫినిక్స్

అలా పశ్చిమ తీరంలో గడిపి, బస్సులో ఆరిజోనా రాష్ట్రరాజధాని ఫినిక్స్ వెళ్ళాను. త్రోవలో గాలి మరలు వందలాది ఉన్నాయ్. ఆ విండ్ మిల్స్ ద్వారా కరెంటు ఉత్పత్తి చేస్తారు. ఎడారిదారి. ఇసుక, తుప్పలు, పొదలు వున్నాయి. బాగా వేడి ప్రాంతం.

ఫినిక్స్‌లో నార్ల వెంకటేశ్వరరావు నాల్గవ కుమార్తె మీనాక్షి వున్నది. ఆమె భర్త శరద్, మహారాష్ట్రుడు. వారు నన్ను రిసీవ్ చేసుకున్నారు. ఫినిక్స్‌లో కాక్టస్ మ్యూజియం చూచాను. చిన్నప్పుడు మా వూళ్ళో నాగజెముడు పొదలు చెరువు కట్టపై వ్యాపించి వుండేవి. మ్యూజియంను ఎన్నో విధాలైన జెముడు అమర్చి చూపారు. అక్కడ నుండి గ్రాండ్ కెన్యన్ బస్సులో వెళ్ళాను. త్రోవ పొడవునా వింతలు విశేషాలు చెబుతూ

బస్సు డ్రైవరు బోరుకొట్టకుండా తీసుకెళ్ళాడు. త్రోవలో నేటివ్ అమెరికా వారి ఇళ్ళు, జీవన పద్ధతులు చూపారు. గ్రాండ్ కేన్యన్ వద్ద చల్లగా వుండి కోట్లు ధరించవలసి వచ్చింది. ప్రకృతి శోభకు ప్రతీక అది. తొంగి చూస్తే ఎన్ని రంగు పొరలో మరి! కలరాడో (Colorado) నది మూడు రాష్ట్రాల గుండా ప్రవహిస్తుంది. కొందరు సాహసించి దిగి, చిత్రాలు గీయడం గమనించాను. నేటివ్ అమెరికన్ వారి ఆహార పదార్థాలు తిని చూచాం. నార్లగారి కుమార్తె మీనాక్షి నార్ల రచన 'ది ట్రూత్ ఎ బౌట్ గీత' ప్రచురణ చేయించింది. హైదరాబాద్‌లో నేనే అందుకు పూనుకున్నాను. మీనాక్షి కుమార్తె మోనా (మోనిక) లా చదివి, యూదు జాతీయుడ్ని పెళ్ళి చేసుకున్నది. నార్ల కోరిన అంతర్జాతీయ కుటుంబం వారిది.

సెయింట్ లూయిస్‌లో

ఫీనిక్స్ నుండి సెయింట్ లూయిస్ నగరం వెళ్ళాను. మిత్రులు డా॥ కాజ రామారావు నన్ను రీసీవ్ చేసుకున్నారు. అక్కడ వుండగా సెయింట్ లూయిస్ రేషనలిస్ట్ సొసైటీ వారు సమావేశం ఏర్పరచారు. మాట్లాడాను. చాలా విషయాలు అడిగారు. అందులో 90 ఏళ్ళ కురు వృద్ధుడు వాల్టర్ హెూప్స్ వున్నారు. ఆయన జర్మనీ నుండి వచ్చి స్థిరపడిన హేతువాది. సెయింట్ లూయిస్‌లోని వాషింగ్టన్ యూనివర్సిటీలో స్కెప్టికల్ సంఘం బాగా పనిచేస్తున్నది. అక్కడి కార్యకలాపాలు చూపారు. ఫోటోలు తీసుకున్నాము.

మిస్సిసిపి నది చుట్టుపక్కల చారిత్రక విశేషాలు రామారావు చూపారు. నరసరాజు (తానా అధ్యక్షులు కూడా) చక్కని కంపెనీ యిచ్చారు. కొన్ని తెలుగు కుటుంబాలు అక్కడ స్థిరపడ్డాయి.

నయాగర - బఫెలో - యాంహరెస్ట్

సెయింట్ లూయిస్ నుండి నయాగరా వెళ్ళాను. నార్ల వెంకటేశ్వరరావు చిన్న కుమార్తె రమ, ఆమె భర్త బోజడ్ల విజయ్ అక్కడ డాక్టర్లుగా ప్రాక్టీసు చేస్తున్నారు. నన్ను రిసీవ్ చేసుకుని నయాగరా సౌందర్యాలు చూపారు. బోటులో షికారు చేస్తున్నప్పుడు ప్లాస్టిక్ కోట్లు వున్నా తడిసిపోయాం. రమ చిన్నప్పటి నుండీ మా అమ్మాయి నవీనకు స్నేహితురాలు.

అక్కడ నుండి దగ్గరే బఫెల్లో నగర సివార్లలో వున్న యాంహరెస్ట్ నగరానికి చేరుకున్నాను. ముందుగా అమెరికా హ్యూమనిస్ట్ కేంద్రానికి వెళ్ళాను. ఎక్జిక్యూటివ్

డైరెక్టర్ ఫ్రెడ్ ఎడ్వర్డ్స్ స్వాగతం పలికి, అన్ని విభాగాలు చూపించి అందరినీ పరిచయం చేశారు. కొన్ని పుస్తకాలు, మాగజైన్‌లు బహూకరించాడు. కార్యక్రమాల వివరాలు చెప్పాడు. ఫోటోలు తీయించుకున్నాం.

హ్యూమనిస్ట్ కేంద్రానికి సమీపంలోనే సెంటర్ ఫర్ ఇంక్వైరీ వున్నది. అక్కడకు వెడితే పాల్ కర్జ్ స్వాగతం పలికి, కేంద్రం అంతా చూపి, అందరినీ పరిచయం చేశాడు. భవిష్యత్తు కార్యక్రమాలు చర్చించాం. అప్పుడు టిం మాడిగన్, మాట్ షెరీ అక్కడ పనిచేస్తున్నారు. పాల్‌కు పి.ఎ.గా రంజిత్ సంధు పనిచేస్తున్నాడు. అతని పూర్వీకులు ఇండియావారు.

అంతటితో నా తొలి పర్యటన 1992 జులైలో ముగిసింది. మంచి అనుభవం.

రాజధాని వాషింగ్టన్‌లో

రాజధాని నగరంలో ఎగిరేపళ్ళాల బోగస్ వ్యవహారాన్ని బయటపెట్టిన సైంటిస్టును కలసి ఇంటర్వ్యూ చేశాను. మా అల్లుడు హేమంత్ ఫోటోలు తీసి, రికార్డు చేశారు. ఆయన పేరు ఫిలిప్ జె.క్లాజ్ (Phillip J. Klass) చాలా ఓపికగా వివరంగా విషయ వివరణ చేశాడు. ఎగిరే పళ్ళాల గొడవ ఇండియాలో అంతగా ప్రబలలేదన్నాను. ఫిలిప్ జె.క్లాజ్ చాలా లోతుపాతులతో పరిశీలన చేసి, వ్యాసాలు రాసి, పుస్తకాలు ప్రచురించాడు. అతను సెంటర్ ఫర్ ఇంక్వైరీ కమిటీలో సభ్యులు. ఇంట్లో ఒక్కడే వుంటాడు. కుక్కను పెంచుతున్నారు. చాలాసేపు, మాట్లాడిన తరువాత బయట నడుస్తూ, అనేక సంగతులు ముచ్చటించుకున్నాం. నిష్ణాతుడైన పరిశోధకుడు. ఎగిరేపళ్ళాల బోగస్ వదంతులను బట్టబయలు చేశాడు. నెమ్మదిగా మాట్లాడతాడు. 2005లో అతను చనిపోయాడు. ప్రామిథియస్ బుక్స్‌వారు ఆయన పరిశోధనలు వెలికి తెచ్చారు. రాజధాని నడిబొడ్డున వున్నందున కలసి చర్చించడం సులువైంది.

ఎడ్ డోర్ (Ed Doerr)

అమెరికా హ్యూమనిస్ట్ సంఘాధ్యక్షుడుగా ఎడ్ డోర్ వున్నాడు. మంచి హాస్య వక్త. రాజధాని శివార్లలో నేనుండే ఇంటికి దగ్గరలో వున్నందున తరచు కలసి మాట్లాడాను. కలసి భోజనాలు చేశాం. ఇండియా నుండి వచ్చిన హ్యూమనిస్ట్ గౌరి మాలిక్ బజాజ్‌ను ఆయనకు పరిచయం చేశాను. ఫోటోలు తీసుకున్నాం.

నేను అమెరికాలో ప్రవేశించగానే ఎడ్ డోర్ వద్ద ఒక కోరిక వెళ్ళబుచ్చాను. సుప్రసిద్ధ హ్యూమనిస్ట్, సైన్స్ రచయిత ఐజాక్ అసిమోవ్‌ను కలవాలని అన్నాను.

ఆయన వెంటనే ప్రయత్నించగా, అసిమోవ్ భార్య కబురు చేసింది. అసిమోవ్ జబ్బుతో వున్నాడని, మెరుగుపడితే కలుసుకునే తేదీ చెబుతానన్నది. ఆశతో ఎదురు చూస్తుంటే, ఒకనాడు నేనూ, మా అమ్మాయి నవీన కారులో ప్రయాణిస్తుంటే అసిమోవ్ కాన్సర్ వ్యాధితో న్యూయార్క్‌లో చనిపోయాడని రేడియో వార్త విన్నాం.

1992 ఏప్రిల్‌లో యీ విషాదవార్త వచ్చింది. అమెరికాలో ప్రముఖ పత్రికలు, న్యూయార్క్ టైమ్స్‌తో సహా ఎడిటోరియల్స్ రాశాయి. అసిమోవ్ అమెరికా హ్యూమనిస్టు సంఘాధ్యక్షుడు. సైన్సును పాపులర్ చేసినవాడు. చిన్న పిల్లలకు సైన్స్ ఫిక్షన్ విరివిగా రాశాడు. సైన్స్ బుక్ క్లబ్ స్థాపించాడు. ఎడ్‌డోర్‌తో నిరంతర ఉత్తర ప్రత్యుత్తరాలు, తరచు కలియడం, కొనసాగింది. ఒకటి రెండు సభలలో నన్ను పిలిచి మాట్లాడమన్నాడు.

రాయ్ టార్కాసో (ROY TARCASO)

మేరీలాండ్ హ్యూమనిస్ట్ సంఘాధ్యక్షుడు రాయ్ టార్కాసోను కలిశాను. నేనుండే దగ్గరలో వీటన్ అనే ప్రాంతంలో ఆయన నివాసం. చిన్న సమావేశాలు నెలవారీగా జరిగేవి. వాటిలో టార్కాసో అతి నెమ్మదిగా మాట్లాడేవాడు. ఆయన ఉద్యోగంలో చేరబోయే సమయంలో దేవుడిపై ప్రమాణం చేయలేనని ఉద్యోగం నిరాకరించాడు. ఆ విషయంపై మేరీలాండ్ కోర్టులో పోరాడి గెలిచాడు. దేవుడి నమ్మకంలో అమెరికా వెనుకబడినతనం అంతా యింతా కాదు. 2వ ప్రపంచ యుద్ధంలో పోరాడిన యోధుడు టార్కాసో. జీవితమంతా మానవవాద నాస్తికుడుగా గడిపి 2007లో చనిపోయాడు. ఆయనతో నేను సమావేశంలో ఫోటోలు తీసుకున్నాను.

వాషింగ్టన్ సెక్యులర్ హ్యూమనిస్టు సంఘం నెలవారీగా సమావేశాలు జరుపుతుంది. వారికి వాష్ పోస్ట్ అనే మాసపత్రిక వుంది. నేను వారి సమావేశాలకు వెళ్ళి మాట్లాడాను. పత్రికలలో రాశాను. ముఖ్యంగా కెన్నెత్ మార్సలక్ (బాల్టిమోర్) నాకు దగ్గర మిత్రుడయ్యాడు. కుటుంబం అందరికీ పరిచయమయ్యాడు. విందు సమావేశాలు ఏర్పాటు చేసేవాడు. డాన్ ఎవన్స్ (Don EVANS) అనే హ్యూమనిస్ట్ వచ్చి చేరేవాడు. కెనత్‌ను తమిళ పెరియార్ సంఘానికి తీసుకెళ్ళాను. చక్కగా మాట్లాడాడు.

కెనెత్ మార్సలక్ (Kenneth Marsalak) నేను కలసి వాషింగ్టన్‌లో సుప్రసిద్ధ ఖగోళ శాస్త్రజ్ఞుడు, మానవవాది కార్ల్ శగన్ సమావేశాలకు వెళ్ళాం. ఒక మీటింగ్‌కు మా అమ్మాయి నవీన కూడా వచ్చి ఫోటోలు తీసింది.

కెనత్ 'ఫోర్స్‌డ్ ఇన్ టు ఫెయిత్', 'ఎం.ఎన్.రాయ్', 'రాడికల్ హ్యూమనిజం' మొదలైన నా ఇంగ్లీషు పుస్తకాలు కొని, నా ఆటోగ్రాఫ్‌లు తీసుకున్నాడు.

నాస్తిక టి.వి.

మాడలిన్ ఓ హేర్ ఆధ్వర్యాన ఆస్టిన్ నగరం నుండి అమెరికా నాస్తిక సంఘం టి.వి. కార్యక్రమాలు నిర్వహించింది. మాడలిన్, ఆమె కుమారుడు, మనుమరాలు ప్రధానంగా నిర్వహించారు. ఇంటర్వ్యూలు వుండేవి. పాల్‌కర్జ్ వంటివారు పాల్గొన్నారు. మాడలిన్ ఇండియాకు వచ్చినప్పుడు కలిశాను. కాని బాగా పరిచయం కాలేదు. అమెరికాలో ఫోనులో మాట్లాడాను. ఆస్టిన్ రమ్మని ఆహ్వానించింది.

ఆమెకు తీవ్రమైన అభిప్రాయాలుండేవి. లవణం గురించి ఎందుకో అయిష్టంగా మాట్లాడింది. బాల్టిమోర్ నుండి టెక్సాస్ రాష్ట్ర రాజధాని ఆస్టిన్‌కు వెళ్ళింది. అమెరికా ప్రభుత్వ స్కూళ్ళలో మత ప్రార్థనలు వుండరాదనే విషయంలో సుప్రీంకోర్టు దాకా వెళ్ళి విజయం సాధించింది. చివరకు ఆమె ఆఫీసులోనివారే డబ్బు కక్కుర్తితో ఆమెను ఎక్స్‌కర్షన్ పేరిట తీసుకెళ్ళి చంపటం దారుణం. ఆమె తరువాత ఎలెన్ జాన్సన్ సంఘాధ్యక్షురాలు కాగా నేను ఆమెకు సన్నిహితుడనయ్యాను.

మేరీలాండ్‌లో యూదుల మానవవాద సంఘ సమావేశాలు జరిగేవి. వాటికి వెడితే, మతేతరంగా కార్యక్రమాలు నిర్వహించేవారు. యూదుల కళలు, పండుగలు, ఆహారం అన్నీ వున్నా, మతం లేనందున సెక్యులర్‌గా నిర్వహించేవారు. డెట్రాయిట్‌లో వారి కేంద్రం వున్నది.

ఆటా సత్కారం

తానా తెలుగు సంఘం 1990లో (తెలుగు అసోసియేషన్ ఆఫ్ నార్త్ అమెరికా) చీలి ఒక వర్గం వారు ఆటా (అమెరికా తెలుగు అసోసియేషన్) ఏర్పాటు చేశారు. అమెరికా తెలుగు అసోసియేషన్ ప్రథమ సభలు జరుపుకోగా 1992 లో ద్వితీయ మహాసభలు న్యూయార్క్‌లో పెట్టారు. జులై మొదటివారంలో జరిగిన సభలకు నన్ను ఆహ్వానించారు. వారి సావనీర్‌కు రాయమన్నారు. ఆంధ్రప్రదేశ్ రాజకీయాల గురించి సుదీర్ఘ వ్యాసం రాయగా (60 పేజీలు) ప్రచురించారు. డా॥ రామకృష్ణయ్య నన్ను సత్కరించ నిర్ణయించినట్లు తెలిపారు. కుటుంబ సమేతంగా వెళ్ళాం. నవీన, హేమంత్, కోమల వచ్చారు. సత్కారం చేసి "శిరోమణి" బిరుదు యిచ్చారు. నన్ను గురించి బాలసుబ్రహ్మణ్యం పరిచయ వాక్యాలు చెప్పాడు. ఎన్.టి.రామారావు మంత్రివర్గంలో

పరిశ్రమల మంత్రిగా వున్న పి. రామచంద్రారెడ్డి (సంగారెడ్డి) ప్రధాన అతిథి. ఆయన నాకు సంగారెడ్డిలో 1962 నుండి మిత్రులు. ఆయన చేతి మీదుగా సత్కారం అందుకున్నాను. మిత్రులు మానవవాది ఆరమళ్ళ పూర్ణచంద్ర వీడియో తీశాడు. నండూరి రామమోహనరావు సన్మానం అందుకున్నవారిలో వున్నాడు. తెలుగు వారి సంఘం తానా నుంచి చీలి ఆటా ఏర్పడింది. అయితే వాటితో నాకు నిమిత్తం లేదు గనుక రెండు సంఘాల సభలలోనూ పాల్గొన్నాను. అనేకమంది మిత్రులను ఆ సభల సందర్భంగా కలియడం మరొక విశేషం. మా కుటుంబ మిత్రులు పమిడి ముక్కల స్వర్ణ, ఇంకా అనేక మంది అలా కలిసిన వారిలో వున్నారు. మొత్తం మీద సంతోషంగా గడిపాం.

వారెన్ ఎలెన్ స్మిత్ (Warren Ellen Smith)

వారెన్ ఎలెన్ స్మిత్ కురువృద్ధుడు. మానవవాది. సంగీతం స్టూడియో నిర్వహించేవాడు. హ్యూమనిస్టుల కళలు, హ్యూమర్ యితివృత్తాలుగా రచనలు చేస్తుండేవాడు. హాస్యప్రియులు. ఆయన ఆహ్వానంపై ఆయన యింటికి వెళ్ళాం. న్యూయార్క్ నగరం నడిబొడ్డున గ్రీనిచ్ విలేజ్ (Greenwich Village)లో 14వ వీధి సబ్ వే స్టేషన్ సమీపంలో, 10 జేన్ వీధిలో వున్నారు. ఆయన అవివాహితుడు. పరిశోధకుడు.

ఆయన మేడపైనే ఆరుబయలు సమావేశం పెట్టాడు. ఎన్నో మధుర స్మృతులు చెప్పుకున్నాం. ఎం.ఎన్.రాయ్ భార్య ఎలెన్‌తో ఉత్తర ప్రత్యుత్తరాలు దాచుకున్నాడు. అవి చూపెట్టాడు. మేము మంచి మిత్రులుగా కలసిపోయాం. ఆ తరువాత అనేక పర్యాయాలు వెళ్ళగా, గ్రీనిచ్ విలేజ్ తిప్పి, విశేషాలు చూపాడు. ఐజక్ అసిమోవ్ నివాసం, సమావేశాల గురించి చెప్పాడు. నాతోబాటు కోమల, ఆరమళ్ళ పూర్ణచంద్ర పాల్గొన్నారు. ఉత్తరోత్తరా వారెన్ ఒక పెద్ద గ్రంథం క్రోడీకరించి వెలువరించాడు. హు ఈజ్ హు ఇన్ హెల్ (Who is Who in Hell) అనేది శీర్షిక. అందులో నేను ఇండియా గురించి రాశాను.

ఇండియానా యూనివర్సిటీ – రాజు వద్దకు

మా అబ్బాయి రాజు అమెరికాలో ప్రతిష్ఠాత్మకమైన ఇండియానా యూనివర్సిటీ (బ్లూమింగ్‌టన్)లో జర్నలిజం చదివాడు. 1974 నుండీ జర్నలిజం కోర్సులు నడుపుతున్న మంచి యూనివర్సిటీగా పేరున్నది. నేనూ కోమల వెళ్ళి రెండు రోజులు

గడిపి, యూనివర్సిటీ కార్యకలాపాలు చూచాం. అది యూనివర్సిటీ నగరం. అంతా యూనివర్సిటీకి సంబంధించినవారే ఉంటారు. రాత్రి 2 గంటల వరకు కూడా రాజు లైబ్రరీలో గడిపేవాడు. నాకు థామస్ సాజ్ (Thomas Szasz) రచనలు జిరాక్స్ కాపీలు తీసి యిచ్చాడు. ఆ రచయిత అంటే నాకిష్టం అని తెలిసి అలా చేశాడు. రాజు మిత్రులు ఒకరిద్దరు అక్కడే వుండేవారు. అమెరికాలో మా తొలి పర్యటనలో అదే చివరి మజిలీ.

━━◆◆◆━━

రెండోసారి అమెరికా పర్యటన (1994)

రెండవ పర్యాయం 1994లో కోమల, నేనూ అమెరికా వెళ్ళాం. మాకు అది చాలా సంతోషకరమైన సంవత్సరం.

ఆ ఏడు మే 11న మా అమ్మాయి నవీన తన తొలి సంతానం రోహిత్‌ను ప్రసవించింది.

ఆ తరువాత నాలుగు మాసాలకు మా అబ్బాయి రాజు పెళ్ళి చేసుకున్నాడు. నవీన ఆర్భాటంగా ఏర్పాట్లు చేసింది. 'డేటన్ డైలీ న్యూస్' పేపర్లో తన సహ ఎడిటోరియల్ సెక్షన్‌లో పనిచేస్తున్న కింను రాజు వివాహమాడాడు.

జర్నలిజం కోర్సు ఇండియానా యూనివర్సిటీలో పూర్తిచేసిన రాజు, ఒహైయో రాష్ట్రంలో డేటన్ నగరం నుండి వెలువడుతున్న 'డేటన్ డైలీ న్యూస్'లో పనిచేశాడు. నేను కోమల కొన్నాళ్ళు అక్కడ గడిపాం. అప్పట్లో డేటన్‌లో మిత్రులు డా.జంపాల చౌదరి వున్నాడు. డేటన్ నగరంలో తిరిగి చూడడానికి వీలుగా బస్సులున్నాయి. ఈ నగరంలో మూడు నదులు ప్రవహిస్తుంటాయి – అందులో ఒకటి మ్యాడ్ (MAD) రివర్. డేటన్ నగరంలో రోజూ కొన్ని చోట్లకు వెళ్ళి చూచేవాళ్ళం.

తరువాత రాజు పిట్స్‌బర్గ్ నగరానికి వెళ్ళాడు. 'వాల్‌స్ట్రీట్ జర్నల్'లో రిపోర్టర్‌గా ఉద్యోగంలో చేరాడు. మేం అక్కడా కొన్నాళ్ళు వుండి నగరం చూశాం. యూనివర్సిటీ దగ్గరలో రాజు వుండేవాడు. నిష్ణాతుడైన ఫిలాసఫి ప్రొఫెసర్ అడాల్ఫ్ గ్రున్‌బాంను (Adolph Grunbaum) పిట్స్‌బర్గ్ యూనివర్సిటీలో కలిశాను. ఆయన సంతోషించి, తన రచనలు కొన్ని బహూకరించాడు. ఆయన హేతువాది 'ఫ్రీ ఇంక్వైరీ'లో రాస్తుండేవాడు.

యూనివర్సిటీలో ఒక్కొక్క దేశ సంస్కృతి ప్రతిబింబించేలా తరగతి గదుల్ని అమర్చారు. కాని ఇండియా గురించి అప్పటికి (1994 నాటికి) తరగతి గది లేదు. దానికయ్యే ఖర్చు ఆ దేశ సంఘాలవారు భరించాలి. ఇండియన్ అసోసియేషన్ వారు

వసూళ్ళు చేస్తున్నామన్నారు. పక్కనే ఉన్న మెలన్ కార్నగీ యూనివర్సిటీని చూశాం. మంచి ఆస్పత్రులు కూడా వున్నాయి. పిట్స్‌బర్గ్‌లో సిటీ బస్‌లో తిరగటానికి సౌకర్యాలున్నాయి.

తస్లీమా నస్రీన్ 1994లో మేరీలాండ్ యూనివర్సిటీలో ఇరానియన్ విద్యార్థుల సమావేశంలో మాట్లాడింది. నేను, కోమల, నవీన వెళ్ళి సమావేశానంతరం ఆమెతో మాట్లాడి, ఫోటోలు తీసుకున్నాం. ఆమె తన కవితలు వినిపించి, ప్రశ్నలకు సమాధానం చెప్పింది. కాని మంచి స్పీకర్ కాదు. ఇంగ్లీషులో నెమ్మదిగా మాట్లాడింది. ఆ పరిచయం ఉత్తరోత్తరా స్నేహంగా మారింది.

వాషింగ్టన్ సెక్యులర్ హ్యూమనిస్ట్ సంఘంవారి సమావేశాలలో మాట్లాడాను. వారి పత్రికలలో కొన్నిసార్లు రాశాను.

హ్యూమనిస్ట్ జుడాయిక్ సంఘ సమావేశాలలో పాల్గొన్నాను.

అమెరికన్ ఎథికల్ సొసైటీవారి సెక్యులర్ పాఠశాలలు పరిశీలించాను.

ఐక్యరాజ్యసమితి కార్యాలయంలో హ్యూమనిస్ట్ గదికి వెళ్ళి చర్చించాను.

న్యూయార్క్ హ్యూమనిస్ట్ సంఘ సమావేశాలకు మిత్రులు ఆరమళ్ళ పూర్ణచంద్రతో కలసి వెళ్లి పాల్గొని మాట్లాడాను.

మిత్రులు కె. రామచంద్రమూర్తి 'ఉదయం' పత్రిక తరఫున అంతర్జాతీయ విలేఖరి గుర్తింపు పత్రం యిచ్చారు. వాటి ఆధారంగా వాషింగ్టన్‌లో ఇండియన్ ఎంబెసీ ద్వారా విలేఖరి పాస్ తీసుకున్నాను. వివిధ సంస్థల గురించి వ్యాసాలు పంపగా ఉదయంలో ప్రచురించారు. వాషింగ్టన్ ప్రెస్‌క్లబ్‌లో సభ్యుడుగా చేరాను. అప్పట్లో మిత్రులు సి.హెచ్.రాజారెడ్డి కుమారుడు రాజా మోహన్ 'హిందూ' ప్రతినిధిగా వాషింగ్టన్‌లో వుండేవాడు. మేము తరచు కలుసుకునేవాళ్ళం. పార్లమెంట్‌లో సెనెట్‌కు, హౌస్ ఆఫ్ ది రిప్రజెంటేటివ్స్‌కు వెళ్ళగలిగాను. ఆ విధంగా గడిపిన తరువాత ఇండియా తిరిగి వచ్చాము.

1995లో ఓపెన్ యూనివర్సిటీ నుండి కోమల ముందే రిటైర్‌మెంట్ తీసుకొని యీసారి అమెరికాలో మా మనవడు రోహిత్‌ను పెంచాలని నిర్ణయించాం. అనేక కార్యక్రమాలలో పాల్గొంటూ అమెరికాలో హ్యూమనిస్ట్ సమాచారం ఇండియాకు అందించాను. మా మనవడు రోహిత కోసం 58వ యేట అమెరికాలో డ్రైవింగ్ నేర్చుకొని లైసెన్స్ పొందాను. అందువలన కోమల, నేనూ మా మనవడిని స్కూలుకు,

వివిధ స్కూలు కార్యకలాపాలకు, లైబ్రరీకి తీసుకెళ్ళగలిగాం. ఆ విధంగా 5 సంవత్సరాలు అమెరికాలో వుండిపోయాం. రాజు మాకు గ్రీన్ కార్డు కోసం దరఖాస్తు పెట్టగా యిద్దరికీ యిచ్చారు. సోషల్ సెక్యూరిటీ నంబరు కూడా వచ్చింది.

అమెరికాలో ఐదేళ్ళు (1996 నుంచి)

అమెరికాలో 1996 నుండీ 2000 వరకూ ముమ్మరంగా హ్యూమనిస్ట్ కార్యకలాపాలలో పాల్గొన్నాను. అది మంచి అనుభవం. సాధ్యమైనంతవరకు ఇండియాలో వివిధ పత్రికలకు ఆ విషయాలు రాశాను.

ఇబన్ వారక్ (IBN WARAQ) పరిచయం అయ్యాడు. ఆయన్ని కోమల, నవీనకు పరిచయం చేశాను. జార్జి వాషింగ్టన్ యూనివర్సిటీ (వాషింగ్టన్) లో ప్రసంగించాడు. కలసి భోజనాలు చేసి, అనేక సంగతులు ముచ్చటించుకున్నాం. తరువాత సెంటర్ ఫర్ ఇంక్వైరీలో అనేక పర్యాయాలు కలసి చర్చించాను. ఆయన రాసిన పుస్తకం "వై ఐ ఆయాం నాట్ ఎ ముస్లిం" తెలుగులో అనువదించి, హేతువాద సంఘం ద్వారా ప్రచురించాను. అతను ఇస్లాం పండితుడుగా అనేక రచనలు చేశాడు. కొన్నాళ్ళు పనిచేసి సెంటర్ నుండి వేరే ఉద్యోగాలకు వెళ్ళాడు. ఇబన్‌వారక్‌ను పెరియార్ సొసైటీకి చెందిన అరసు చెల్లయ్యకు పరిచయం చేశాను. 'కొరాన్' మూలాలకు వెళ్ళి ప్రక్షిప్త నిక్షిప్తాలను, నిజానిజాలను బయటపెట్టాడు. అందుకే పేరు మార్చుకొని వున్నాడు.

అమెరికా హ్యూమనిస్ట్ సంఘ సమావేశాలకు పిలిస్తే, డెట్రాయిట్ నగరం వెళ్ళి పాల్గొని మాట్లాడాను. మిత్రులు లవణం, నాస్తిక కేంద్రం నుండి వచ్చి పాల్గొన్నారు. ఆ సభలో హ్యూమనిస్ట్ కవి ఫిలిప్ ఆపిల్‌మన్ (Philip Appleman) కవితలు వినిపించాడు. ఆయన బహుమానాలు అందుకున్న గొప్ప మానవవాద కవి. డెట్రాయిట్‌లో మా కుటుంబ మిత్రురాలు డా॥ఉష రాజు దగ్గర వున్నాను. ఆమె కొన్నాళ్ళు తానాలో పనిచేసింది. అదే నగరంలో నార్ల వెంకటేశ్వరరావు రెండవ కుమారుడు డా॥ దుర్గాదాస్ (కార్డియాలజిస్ట్) ప్రాక్టీసు చేస్తున్నాడు. ఆయన అతిథిగా వున్నాను. నా మిత్రులు ఎం. సత్యనారాయణరెడ్డి, ఆయన కుమార్తె శోభ, అల్లుడు మల్లిఖార్జున్ ఆతిథ్యం యిచ్చారు. డెట్రాయిట్‌లో హ్యూమనిస్ట్ జుడాయిక్ (Judaik) కేంద్రం వున్నది. అక్కడకు వెళ్ళి వారితో చర్చించాను.

న్యూయార్క్‌లో థామస్ పెయిన్ (Thomas Paine) మ్యూజియం నేను, ఆరమళ్ళ పూర్ణచంద్ర కలసి చూశాం. అది నగర శివార్లలో వున్నది. ఆయన ఇల్లు మ్యూజియంగా మర్చారు. భావ విప్లవానికి ప్రోది చేసిన టాం పెయిన్ మ్యూజియం అశ్రద్ధకు గురైంది.

న్యూయార్క్‌లో 110వ వీధిలో అప్‌టౌన్‌లో నికలస్ రోరిక్ (Nicholas Roerich) మ్యూజియం వున్నది. రోరిక్ రష్యన్ చిత్రకారుడు. ఆయన సంజీవదేవ్‌కి మిత్రుడు. రోరిక్ సంజీవదేవ్‌కు రాసిన ఉత్తరాలు సంజీవదేవ్ దగ్గర వున్నవి. సంజీవదేవ్‌ను బలవంతంగా ఒప్పించి, అశ్వనీ కుమార్ ద్వారా ఆ ఉత్తరాలు తెప్పించి, రోరిక్ మ్యూజియంకు వాటిని బహూకరిస్తే, వారెంతో సంతోషించారు. లోగడ చలసాని ప్రసాదరావు (ఈనాడు) ఆ మ్యూజియంను సందర్శించాడు. రోరిక్ మ్యూజియం ఒక మూల వుండడంతో, ప్రత్యేకించి ఆసక్తి గల కొద్దిమందే చూస్తుంటారు.

ఇంగర్‌సాల్ మ్యూజియం ప్రారంభోత్సవానికి నేను, ఆరమళ్ళ పూర్ణచంద్ర వెళ్ళాం. అది న్యూయార్క్ స్టేట్‌లోని రోచస్టర్ (Rochester) లో జరిగింది. దగ్గరలో డ్రెస్‌డన్‌లోని (DRESDEN) ఇంగర్‌సాల్ యిల్లు మ్యూజియంగా మార్చారు. చలికాలం తప్ప, మిగిలిన కాలం అంతా తెరిచి వుంచుతారు.

ప్రారంభోత్సవ సభలో గార్డన్ స్టెయిన్ (Gorden Stein), టాం ఫ్లిన్ (Tom Flynn), టిం మాడిగన్ (Tim Madigan) వున్నారు. ఇంగర్‌సాల్ సాహిత్యమంతా ప్రపంచంలో ఎక్కడ ప్రచురించినా తెప్పించి పెట్టాలని గార్డన్ స్టెయిన్ తలపెట్టాడు. కాని పూర్తికాక పూర్వమే కాన్సర్‌తో చనిపోయాడు. ఆ సభ అనంతరం ఒక వీధి మలుపులో నుంచొని ఫోటోలు తీయించుకున్నాం. ఒక వైపు వీధి స్టేట్ అని, మరొక వీధి చర్చి అనీ బోర్డులున్నాయి. అక్కడ నిల్చొని ఫోటోలు తీయించుకున్నాం.

ఆ రెంటినీ వేరు చేసి, చర్చిని ప్రభుత్వ వ్యవహారాలలోకి రానివ్వకపోవడమే సెక్యులర్ రాజ్యలక్షణమని అన్నాం. అది ఒక సూచన ప్రాయమైన ఫోటో. రోచస్టర్ నగరంలోనే నా మిత్రుడు నడింపల్లి సీతారామరాజు (జర్నలిస్ట్) ఆయన కుమార్తె కలిశారు. వారితో కాలక్షేపం చేశాం.

సుప్రసిద్ధ హ్యూమనిస్ట్ రచయిత కార్లిస్ లమాంట్ (Corliss Lamont) భార్య, నేను యిద్దరం సమావేశమై, విందు ముగించి, మానవవాద ఉద్యమ సమీక్ష చేశాం.

న్యూయార్క్ నగరంలో నా కుమారుడు రాజు 'వాల్‌స్ట్రీట్ జర్నల్'లో పత్రికలో పనిచేస్తుండటం వలన నేను, కోమల అక్కడ వుంటూ నగరం తిరిగి చూడడం సులువైంది. వింతలు విశేషాలు ఆనందించాం. మ్యూజియంలు, లైబ్రరీలు, బ్రాడ్‌వే థియేటర్ షోలు చూడగలిగాం. న్యూయార్క్‌లో రైలు, బస్సు ద్వారా రాత్రింబవళ్ళు ప్రయాణం చేయటం చాలా సులువు.

డా॥ దొడ్డపనేని బాబూరావు తెలుగు సంఘం ద్వారా నాకు సత్కారం ఏర్పాటు చేశాడు. అందులో ప్రసంగించాను.

నేను, ఆరమళ్ళ పూర్ణచంద్ర అనేక సమావేశాలకు వెళ్ళగలిగాం.

క్వీన్స్ టెన్నిస్ గ్రౌండ్‌లో అగ్రశ్రేణి క్రీడాకారుల్ని చూచి, వారి ఆట తిలకించగలిగాం. సెరేనా విలియమ్స్, వీనస్ విలియమ్స్, వారి తండ్రి (కోచ్, ఫోటోగ్రాఫర్)ని కలిశాను.

గ్రెనిచ్ విలేజ్‌లో రకరకాల దేశాల భోజనం, వివిధ కళాకారుల చిత్రాలు, కవుల చిన్న సమావేశాలు, ఛెల్సియ (Chelsea) ప్రాంతంలో విశేషాలు తిరిగి చూడగలిగాం. బ్యాలే థియేటర్ ఒక ప్రత్యేక అనుభవం. అలాగే ఐక్యరాజ్యసమితి సమావేశాలు చూడగలగడం మంచి అనుభవం.

అమెరికన్ హ్యూమనిస్ట్ కేంద్రం వాషింగ్టన్‌కు మారడంతో, చాలా పర్యాయాలు ఫ్రెడ్ ఎడ్వర్డ్స్ (ఎగ్జిక్యూటివ్ డైరెక్టర్) ను కలిసి, చర్చించాను. వారి సమావేశాలలో పాల్గొనడం సులువైంది. ఆ తరువాత ఫ్రెడ్ ఎడ్వర్డ్, ఎడ్‌డోర్ ఆ సంఘానికి దూరమై వేరే సంఘాలకు వెళ్ళిపోయారు.

సెంటర్ ఫర్ ఇంక్వైరీ - బఫెలో

పాల్ కర్జ్ ఛైర్మన్‌గా వుండగా ఆయన ఆహ్వానంపై అనేక పర్యాయాలు న్యూయార్క్ రాష్ట్రంలోని యాంహెరస్ట్ (Amherst)లో వున్న సెంటర్ ఫర్ ఇంక్వైరీకి వెళ్ళాను. అక్కడ సిబ్బంది నుద్దేశించి, ప్రసంగించాను. వారు అనేక పత్రికలు, పుస్తకాలు యిచ్చారు.

'ఫ్రీ ఇంక్వైరీ' మాగజైన్‌లో వ్యాసాలు రాశాను. టాం ఫ్లిన్ దీని ఎడిటర్. ఆయన కోరికపై 'న్యూ ఎన్‌సైక్లోపీడియా అన్ బిలీఫ్'లో భారత మానవవాద ఉద్యమం, ఎం.ఎన్.రాయ్, అబ్రహాం సాలమన్, ఇందుమతి పరేఖ్ గురించి రాశాను. అది మంచి ప్రామాణ్యంగల రిఫరెన్స్ గ్రంథం.

డి.జె.గ్రోతెతో బాగా పరిచయమైంది. ఆయన తరువాత జేమ్స్ రాండీ (James Randi) సంస్థలో చేరాడు. గ్రోతె మ్యాజిక్ ద్వారా మూఢనమ్మకాలు పోగొట్టడానికి కృషి చేశారు.

మాట్ షెరీ, టిం మాడిగన్, రంజిత్ సింధు, ఇబన్ వారక్ సెంటర్‌లో వుండగా కలసి చర్చించాను. వారంతా తరువాత వేరే సంస్థలకు వెళ్ళారు.

సెంటర్ సమీపంలో ప్రామిథియస్ బుక్స్ సంస్థ వున్నది. అది పాల్ కర్జ్ స్థాపించినది. ఆయన కుమారుడు జోనతన్ నిర్వహిస్తున్నాడు. వారి కోరికపై రాసిన పుస్తకం – 'ఫోర్స్‌డ్ ఇన్ టు ఫెయిత్', 'ఎం.ఎన్. రాయ్ హ్యూమనిజం వ్యాసాలు' ప్రచురించారు. నా కోరికపై నార్ల – 'ది ట్రూత్ ఎబౌట్ గీత' అమెరికన్ ఎడిషన్‌గా ప్రచురించారు.

సెంటర్ ఫర్ ఇంక్వైరీలో జరిగిన అంతర్జాతీయ సమావేశాలలో పాల్గొన్నాను. సుప్రసిద్ధ సైంటిస్టు రిచర్డ్ డాకిన్స్, విమర్శకుడు శామ్‌హారిస్‌ను అక్కడ కలసి మాట్లాడాను. ప్రొఫెసర్ పెండ్యాల సుబ్రహ్మణ్యం ఆ నగరంలో వుంటూ సెంటర్‌ను ప్రోత్సహించాడు. ఆయన నాకు మంచి మిత్రుడు. ఆయన్ని హైదరాబాద్ తీసుక వచ్చి సమావేశం జరిపాం.

ప్రొఫెసర్ డా॥ థామస్ సాజ్‌తో సెంటర్‌లో చర్చలు చేశాను. ఆయన సుప్రసిద్ధ సైకియాట్రిక్ విమర్శకుడు, రచయిత. ఆయన అనుమతితో ఆయన రచనల ఆధారంగా ఇండియా పత్రికలలో అనేక వ్యాసాలు రాశాను. తరువాత ఆయనకు మా అమ్మాయి నవీనను పరిచయం చేశాను. అమెరికన్ యూనివర్సిటీ, వాషింగ్టన్‌లో ఆయన ఉపన్యాసాలు విన్నాం. సిరక్యూస్ వెళ్ళి థామస్ సాజ్‌తో చర్చించాను. నా వెంట రాజు మిత్రుడు ప్రవీణ్ అగర్వాల్ వున్నాడు. థామస్ సాజ్ చాలా శక్తిమంతమైన ఫ్రాయిడ్ విమర్శకుడు. 'మిత్ ఆఫ్ మెంటల్ ఇల్‌నెస్' అనేది ఆయన ప్రసిద్ధ రచన (Myth of Mental illness - (Thomas Szasz). పాల్‌కర్జ్ అనుమతితో ఆయన కీలక రచనలు కొన్ని తెలుగులోకి తెచ్చాను. ఆయన ఎంతో సంతోషించి, అందరికీ చెప్పాడు. సెంటర్‌లో మంచి హ్యూమనిస్ట్ లైబ్రరీ వుంది. నా రచనలు అందులో పెట్టారు.

పాల్ కర్జ్ సహాయ సహకారాలతో ఇండియాలో సెంటర్ పెట్టాం. బాగా కార్యక్రమాలు నిర్వహించాం. సెంటర్ నుండి పాల్ కర్జ్, ఆస్టిన్ డేసీ (Austin Dacey), ప్రొఫెసర్ ట్రిగల్ (Prof. Triggal) న్యూయార్క్ యూనివర్సిటీ నుండి, హ్యూగో ఇటలీ నుండి వచ్చి కార్యక్రమాలలో పాల్గొన్నారు. ఒకసారి పాల్ కర్జ్ ప్రత్యేకంగా ఈ సమావేశాలకు వచ్చాడు.

న్యూయార్క్‌లో కొలంబియా యూనివర్సిటీకి డా.కొల్లూరి సుబ్బారావు (తెనాలి వైద్యులు డా॥ వెంకట్రాయుడి కుమారుడు)తో కలసి సమావేశాలకు వెళ్ళాను. ఒకసారి ఫరీద్ జకారియా ఇంటర్వ్యూ చేసినప్పుడు, విదేశాంగ మంత్రి శ్రీమతి మేడలిన్ చక్కగా జవాబులిచ్చింది. సుబ్బారావు న్యూజెర్సీలో వుంటాడు. సాంకేతిక విషయాలపై నిపుణుల

పర్యటన విశేషాలు అనుభవాలు రాశాడు. మేమిద్దరం కలిసి లాస్ ఏంజెలిస్లో సైన్స్ మ్యూజియం కూడా చూచాం.

తానా

1997 జూలై మొదటి వారంలో తెలుగు అసోసియేషన్ ఆఫ్ నార్త్ అమెరికా సంఘం సమావేశాలు లాస్ ఏంజెలిస్లో డిస్నీలాండ్ వద్ద జరిగాయి. తొలినాడు నాకు అక్కినేని నాగేశ్వరరావు (సినీనటుడు) చేతుల మీదుగా సత్కారం అందజేశారు. నేను క్లుప్తంగా మాట్లాడాను. ప్రొఫెసర్ నిర్మల్ మిశ్రా (Nirmal Misra) నా కుమార్తె నవీన, భార్య కోమల వచ్చారు. సరిగా సమయానికి నవీన వీడియో పనిచెయ్యలేదు.

1998లో గ్రేటర్ డెలావేర్ (Greater Delaware) తెలుగు సంఘంవారు ఫిలడెల్ఫియాలో నన్ను సత్కరించారు. కైకాల సత్యనారాయణ ప్రధాన అతిథిగా నాకు పురస్కారం అందజేశారు. మిత్రులు వెలివోలు శ్యాంబాబు, వెలివోలు సీతారామయ్య చిన్న కుమారుడు యీ సత్కార ఏర్పాట్లు చేశారు. ఆయన నా సమావేశాలు ఒకటి రెండు తానుండే డోవర్ (డెలావేర్ ముఖ్యపట్టణం) లోనూ ఏర్పాటు చేశారు.

వాషింగ్టన్ తెలుగు అసోసియేషన్ వారు సత్కారం గావించారు. వడ్లమూడి శ్రీకృష్ణ ప్రభృతులు యిందులో పాల్గొన్నారు.

కార్ల్ శాగన్ (Carl Sagan)

సుప్రసిద్ధ ఖగోళ శాస్త్రజ్ఞుడు కార్ల్ శాగన్‌తో ఉత్తర ప్రత్యుత్తరాలు 1994 నుండీ జరిపాను. అప్పట్లో ఆయన కార్నెల్ యూనివర్సిటీలో వుండేవాడు. ఉత్తరాలకు వెంటనే జాబు రాసేవాడు. చాలా సంతోషించాను. అంత గొప్ప శాస్త్రజ్ఞుడి ఉత్తరాలు దాచుకున్నాను.

కార్ల్ శాగన్ రచనలు చదివాను. ఆయన కాస్మోస్ (COSMOS) టెలివిజన్ సీరియల్ చూచాను. అది గొప్ప అనుభవం. 'ది డెమన్ హాంటెడ్ వరల్డ్' (The Demon haunted world) గొప్ప రచన. దానివలన ఎంతో ప్రభావితుడనయ్యాను.

1982లో కార్ల్ శాగన్ ఇండియాకు వచ్చి, ఢిల్లీలో జరిగిన ప్రపంచ ఖగోళ శాస్త్రజ్ఞుల సమావేశంలో పాల్గొన్నాడు. అప్పటికి ఆయనతో నాకు పరిచయం లేనందువలన కలవలేక పోయాను.

అంగారక గ్రహాన్ని శకలాలు తాకి, నాశనం అయ్యే అవకాశం వుందని పెద్ద వదంతి పాకింది. దీనిపై కార్ల్ శాగన్ పరిశోధన జరిపాడు. శకలాలు తాకేమాట నిజమేకాని, అనుకున్నట్లు విధ్వంసం జరగబోవడంలేదని చెప్పాడు. దీనిపై వాషింగ్టన్‌లో పెద్ద సమావేశం జరిగింది. దానికి నేను, నా మిత్రుడు హ్యూమనిస్ట్ కెన్నెత్ మార్సలక్ (Kenneth Marsalak Baltimonc), నా కుమార్తె నవీన వెళ్లాం. అప్పుడు కార్ల్‌శాగన్‌ను కలసి కొద్దిసేపు మాట్లాడాను. నన్ను పరిచయం చేసుకుని ఇండియాకు ఆహ్వానించాను. మా అమ్మాయి నవీన ఫోటోలు తీసింది. అదొక మధురస్మృతి.

మరోసారి వాషింగ్టన్‌లోని ఎయిర్ అండ్ స్పేస్ మ్యూజియంలో కార్ల్ శాగన్ ఉపన్యసించాడు. గొప్ప ప్రసంగం ఖగోళ విషయాలు, భూమి స్థానం వివరించాడు. ఆ సభకు మిత్రుడు కెన్నెత్ మార్సలక్‌తో కలసి పాల్గొన్నాను.

1996 డిసెంబర్‌లో కార్ల్‌శాగన్‌కు అరుదైన బ్లడ్ క్యాన్సర్ సోకి సియాటల్ ఆస్పత్రిలో చనిపోయాడు. చాలా విచారించాను. శాగన్ అమెరికా హ్యూమనిస్ట్ సంఘాధ్యక్షుడుగా, మానవ విలువలను బాగా వ్యాప్తిలోకి తెచ్చాడు.

ఎలెన్ జాన్సన్ (Ellen Johnson)

అమెరికా ఎథియిస్ట్ సంఘాధ్యక్షురాలు ఎలెన్ జాన్సన్ (Ellen Johnson), స్టాటన్ ఐలండ్ స్టూడియోలో నన్ను గంటసేపు ఇంటర్వ్యూ చేసింది. 1998లో ఆమెతో పబ్లిక్ రిలేషన్స్ ఇన్‌ఛార్జ్ రాన్ బారియర్ (Ron Barrier) పనిచేస్తున్నాడు. మిత్రుడు ఆరమళ్ళ పూర్ణచంద్ర అప్పుడు ఫోటోలు తీశాడు. ఆ ఇంటర్వ్యూ కొన్ని టి.వి. కేంద్రాల ద్వారా ప్రసారమైంది. అది యూట్యూబ్‌లో పెట్టాను. భారతదేశంలో మానవవాద ఉద్యమాలు అనుభవాలు అందులో వివరంగా వచ్చాయి.

ఎలెన్ జాన్సన్ వాషింగ్టన్‌లో నిర్వహించిన కార్యక్రమాలలో పాల్గొన్నాను. తరువాత ఆమె స్థానంలో వేరేవారు సంఘాధ్యక్షులయ్యారు.

ఎథియిస్ట్ పత్రిక ఎడిటర్‌గా జండ్లర్ (Zendler) వుండేవాడు. ఆయన కోరికపై వారి మాసపత్రికలో వ్యాసాలు రాశాను. జండ్లర్ విజయవాడలో జరిగిన ప్రపంచ నాస్తిక సభలకు వచ్చినప్పుడు కూడా కలసి మాట్లాడుకున్నాం.

ఎథియిస్ట్ సంఘం పబ్లిక్ రిలేషన్స్ ఇన్‌ఛార్జి రాన్ బారియర్‌కు ఇబన్ వారక్‌ను పరిచయం చేశాను. న్యూయార్క్‌లో కలసి చేసిన విందులో అనేక విషయాలు చర్చించాము.

న్యూయార్క్‌లో శ్రీమతి బెత్ కార్లస్ లమాంట్ (Beth Corliss Lamont)ను కలసి మానవవాద సంఘ కార్యకలాపాలు చర్చించాను. ఆమె భర్త హ్యూమనిస్ట్‌గా సేవలు చేసి, రచనలు వెలువరించాడు. ఆమె ఆ దిశగా కృషిని కొనసాగించింది.

అమెరికాలో రీసెర్చ్

ఎం.ఎన్.రాయ్ మొదటి భార్య ఎవిలిన్ ట్రెంట్ (Evelyn Trent). ఎవిలిన్‌ని రాయ్ పెళ్ళి చేసుకొన్న విషయం భారతదేశంలో ఒకరిద్దరు హ్యూమనిస్ట్‌లు, కమ్యూనిస్ట్‌లకు తప్ప మిగిలిన వారికి తెలియదు. ఎం.ఎన్.రాయ్ ఆమె ప్రస్తావన తన రచనలలో, జీవిత చరిత్రలో తేలేదు. ఆమెను గురించి అమెరికాలో పరిశోధనకు పూనుకున్నాను. వాషింగ్టన్‌లో లైబ్రరీ ఆఫ్ కాంగ్రెస్, నేషనల్ ఆర్కివ్స్‌లో తొలుత సమాచారం సేకరించాను. తరువాత పశ్చిమ తీరాన శాన్‌ఫ్రాన్సిస్కో దగ్గర వున్న శాక్రమెంటోలో వున్న ఆమె సోదరితో ఉత్తరప్రత్యుత్తరాలు జరిపాను. లాస్ ఏంజెలిస్ వెలుపల పాంగార్డన్స్‌లో ఆమె అక్క కుమారుడు డవెన్ మెరిడెత్ (Divan Merideth) వుండడంతో ఆయన దగ్గరకు వెళ్ళాను. నా వెంట గోగినేని కృష్ణారావు, ఆయన

అల్లుడు చెరుకూరి మోహన్ వచ్చి, మా ఇంటర్వ్యూ రికార్డు చేసి, ఫోటోలు తీశారు. అప్పటికి డెవన్‌కు 80 ఏళ్ళు. ఆయన కొన్ని వ్యక్తిగత విశేషాలు చెప్పాడు. కొంత సాహిత్యం యిచ్చాడు. ఎవిలిన్ తండ్రి మెరైన్ ఇంజనీర్‌గా 1889 ప్రాంతాలలో జపాన్ వెళ్ళినప్పుడు రాసిన డైరీ యిచ్చాడు. ఎవిలిన్ ఫోటో సేకరించాను.

తరువాత స్టాన్‌ఫర్డ్ యూనివర్సిటీలో రిటైర్ అయిన రాబర్ట్ సి.నార్త్‌ను కలిసి ఇంటర్వ్యూ చేశాను. ఎవిలిన్ అజ్ఞాతంగా వుంటూ, ఉత్తర ప్రత్యుత్తరాలు ప్రొఫెసర్ నార్త్ ద్వారా జరిపింది. నార్త్‌కు ఎం.ఎన్.రాయ్ తెలుసు. డెహ్రాడూన్‌లో కలసినపుడు ఇంటర్వ్యూ చేశాడు. చైనాలో రాయ్ పాత్రపై పరిశోధన చేశాడు. నాకు యూనివర్సిటీ ఫాకల్టీ క్లబ్‌లో విందుచేసి ఎన్నో సంగతులు చెప్పాడు. ఫోటోలు తీసుకున్నాం. చెరుకూరి రాజశేఖర్ (నా మేనల్లుడు) నా వెంట వున్నాడు.

ఆంస్టర్‌డాంలో సాంఘిక పరిశోధనా సంస్థవారు ఎవిలిన్ ఉత్తర ప్రత్యుత్తరాల ప్రతి అందజేశారు.

నా పరిశోధన స్టాన్‌ఫర్డ్ యూనివర్సిటీలో హూవర్ గ్రంథాలయానికి బహూకరించాను. నా పరిశోధనకు వారెంతో సంతోషించారు. వారి యూనివర్సిటీలో గ్రాడ్యుయేట్ అయిన ఎవిలిన్ గురించి సమాచారం అందినందుకు కృతజ్ఞత తెలియచేశారు. తరువాత ఎవిలిన్ ట్రెంట్ పై 100 పేజీల పుస్తకం వెలువరించాను. నా కుమారుడు రాజు మిత్రుడు అట్లూరి అశోక్ కంప్యూటర్ కాపీ తయారుచేసి పెట్టారు. అదే అందరికీ రిఫరెన్స్ రచన అయింది. ముజఫర్ అహమ్మద్ కమ్యూనిస్ట్ పార్టీ తొలి డాక్యుమెంట్లలోనూ, ఆధికారికంగా రాసిన పార్టీ చరిత్రలోనూ ఎవిలిన్ గురించిన ప్రస్తావన వుంది. అప్పట్లో ఆమె శాంతిదేవి అనే మారుపేరు పెట్టుకుంది. ఎం.ఎన్.రాయ్ తన జీవిత స్మృతులు 1925 వరకూ మాత్రమే రాశాడు. ఆ సంవత్సరమే వారు విడిపోయారు. తరువాత రెండేళ్ళకు విడాకులు పుచ్చుకున్నారు. అయినా ఎం.ఎన్. రాయ్ ఎక్కడా ఈ విషయాలు ప్రస్తావించలేదు. రాయ్ జీవితం తొలిభాగంలో ఆమె చరిత్రాత్మక పాత్ర పోషించింది. ఇది అశ్రద్ధ చేయదగిన అంశం కాదు. నేను ఎవిలిన్‌పై ప్రచురించిన పుస్తకం ఏకైక రిఫరెన్స్ పుస్తకమైంది.

జేమ్స్‌రాండి (James Randi)

సుప్రసిద్ధ మానవవాద మెజీషియన్ జేమ్స్‌రాండీతో ఉత్తర ప్రత్యుత్తరాలు జరిపాను. ఆయన్ని 1996 ప్రాంతంలో తొలిసారి వాషింగ్టన్ స్మిత్‌సోనియన్ మ్యూజియం

సమావేశంలో కలుసుకున్నాను. భారతదేశానికి ఆహ్వానిస్తే వస్తానని కార్యక్రమాలు ఏర్పరచి, ప్రయాణ ఖర్చులు భరించాలన్నాడు. ప్రేమానంద్ అంటే ఆయనకు యిష్టం.

ఆ తరువాత సి.ఎఫ్.ఐ. సెమినార్ మేరీలాండ్‌లో కలసినప్పుడు నా కుమార్తె నవీన, నా మనుమడు రోహిత్‌ను పరిచయం చేశాను. కాసేపు విషయాలు మాట్లాడుకున్నాం.

ఫ్లోరిడా రాష్ట్రంలో ప్లాంటేషన్ ప్రాంతంలో రాండి శిక్షణా కేంద్రం ఏర్పరచి, కార్యక్రమాలు నిర్వర్తించేవాడు. ఒక ట్రస్ట్ ఏర్పరచి 5 కోట్ల రూపాయలు బ్యాంక్‌లో డిపాజిట్ చేసి ఎవరైనా హెూమియోపతి, జ్యోతిషం మొదలైనవి శాస్త్రీయం (సైంటిఫిక్) అని రుజువు పరిస్తే, 5 కోట్ల రూపాయలు డాలర్లలో స్వీకరించవచ్చనే సవాలు విసిరాడు. చాలా మంది ప్రయత్నించారు గాని సఫలం కాలేదు.

అమెరికా నుండి ఇండియాకు - 2000

అమెరికాలో 5 సంవత్సరాలు మా మనవడు రోహిత్‌ను పెంచి, వివిధ కార్యక్రమాలలో పాల్గొని, ఉపయోగకరంగా గడిపాం.

అమెరికాలో వుండగా ఇండియా నుండి సందర్శించినవారు కలిశారు. కొందరు ఇంటికి వచ్చి సత్కాలక్షేపం చేశారు. అలాంటి వారిలో కొందరు - జస్టిస్ ఆమంచర్ల గంగాధరరావు, ప్రొఫెసర్ కె. శేషాద్రి, డా॥ యలమంచిలి శివాజి, డా॥యార్లగడ్డ లక్ష్మీప్రసాద్, ఎం.వెంకయ్యనాయుడు, పాలడుగు వెంకటరావు దంపతులు, అశ్వనీకుమార్, కొసరాజు సీతారామారావు, నార్ల వినయకుమార్, చలసాని ప్రసాదరావు ప్రభృతులు వున్నారు. జర్నలిస్టులలో కె. రామచంద్రమూర్తి, ఎ.బి.కె. ప్రసాద్, కె.శ్రీనివాస రెడ్డి, నడింపల్లి సీతారామరాజు, పొత్తూరి వెంకటేశ్వరరావులను పేర్కొనవచ్చు. హ్యూమనిస్టులలో శ్రీమతి ఇందుమతి పరేఖ్‌ను వాషింగ్టన్‌లో, డా॥గౌరి మాలిక్‌ను మేరీలాండ్‌లో కలుసుకొని చర్చించాను. డా॥ గౌరి క్రమేణా అల్జైమర్స్‌తో జ్ఞాపకశక్తి కోల్పోయింది.

కార్యక్రమాల పరంపర

ఇండియాలో 2000 నుండి 2010 వరకు నిరంతర కార్యక్రమాలు నిర్వహించాం. జనవిజ్ఞాన వేదిక, మానవవికాస వేదిక, హేతువాద మానవవాద సంఘాలు, కులనిర్మూలన సంఘం, స్కెప్టిక్ సమాజం వారితో కలసి యీ కార్యక్రమాలు జరుపగలిగాం.

ఫారా అనే కొత్త సమాఖ్యను రూపొందించగలిగాం. తెనాలి నుండి ఎం. బసవ పున్నారావుతో కలసి వివిధ సంఘాల సమన్వయ కృషి చేశాం. అదే ఫెడరేషన్ ఆఫ్ ఎథీయిస్ట్, రేషనలిస్ట్, హ్యూమనిస్ట్ సంఘాల సమాఖ్య అయింది.

వివిధ పత్రికలలో రాయడం, టి.వి. కార్యక్రమాలలో పాల్గొనడంతోపాటు, విస్తృతంగా చర్చలు జరిపాం. అందులో భాగంగా మూఢనమ్మకాలపై విమర్శలు శాస్త్రీయ

పరిశీలనలు ప్రధానంగా చేపట్టాం. జ్యోతిషం, వాస్తు, బాబాల, మాతల మహత్తులు, వివిధ మూఢ నమ్మకాలను చేబట్టి, శాస్త్రీయంగా వివరించడానికి పూనుకున్నాం. నమ్మకాల ఆధారంగా వ్యాపారాలు చేస్తూ, అదే వృత్తిగా పెట్టుకున్న వారి నుండి తీవ్ర ప్రతిఘటన ఎదుర్కొన్నాం. పత్రికలు, ప్రసారసాధనాలు, కొంతవరకే తోడ్పడ్డాయి. వారు కూడా మూఢ నమ్మకాల ప్రభావానికి గురైనవారే.

సాధ్యమైనంత వరకు శాస్త్రజ్ఞులను, నిశిత పరిశీలకులను పిలిచాం. డా॥ పి.ఎం.భార్గవ, చందనా చక్రవర్తి, రఘురాం, జయప్రకాశ్ నారాయణ్ వంటివారు సహకరించారు.

హోమియోపతి అశాస్త్రీయతను తీవ్రంగా విమర్శించాం. హోమియో వీరాభిమానులు మా విమర్శలకు జవాబు చెప్పలేక మాపై హింసాయుత చర్యలకు దిగారు.

జేమ్స్ రాండీ సవాల్‌ను సమాజం ముందుంచాం. శాస్త్రీయ పరిశీలన అంటే తెలియనివారు బుకాయింపుతో కాలం గడిపారు. శాస్త్రీయ విద్య ప్రాథమిక స్థాయి నుండి కావాలన్నాం. సిలబస్ అలా రూపొందించాం.

తెలుగు యూనివర్సిటీలో జ్యోతిషంతోబాటు ఖగోళ శాస్త్రాన్ని పోల్చి చెప్పమన్నాం.

ఆవుల సాంబశివరావు కుమార్తె దాసరి (ఆవుల అని ఇంటిపేరు రాసుకుంటారు) మంజులత తెలుగు యూనివర్సిటీ వైస్ ఛాన్సలర్‌గా వుండి కూడా ఏమీ చేయలేకపోయింది. హైకోర్టులో వాస్తు బోధనను ఛాలెంజ్ చేశాం.

వివిధ బాబాల ప్రతిఘటన చూచాం. రచనల ద్వారా, ప్రదర్శనల ద్వారా వారి మోసాలను గుట్టు రట్టు చేశాం. ఇందుకు ప్రేమానంద్, విక్రం, పసల భీమన్న ప్రభృతులు సహకరించారు. ఏమైనా సాధించింది పరిమితమే.

రాడికల్ హ్యూమనిస్ట్

భారత రాడికల్ హ్యూమనిస్ట్ సంఘానికి అధ్యక్షులుగా వుండమని జస్టిస్ రాఘవేంద్ర జాగీర్దార్‌ను కోరాను. (సుప్రీంకోర్టు ఛీఫ్ జస్టిస్ గజేంద్ర గడ్కర్ అల్లుడు). ఆయన అందుకు ఒక ఆంక్షపెట్టి, నేను కార్యదర్శిగా వుంటేనే, ఒప్పుకుంటానన్నాడు. నాకు సంఘాలలో పనిచేసిన అనుభవం తప్ప పదవుల గొడవ పట్టదు. ఆయన పట్టుదల వలన కార్యదర్శిగా ఒప్పుకుని, కార్యక్రమాలు చేబట్టాం. బొంబాయి, హైదరాబాదుల్లో సభలు, చర్చలు, సెమినార్లు నిర్వహించాం. డా.పి.ఎం. భార్గవకు

నా పుస్తకం యిచ్చి, రాయ్ సిద్ధాంతాల గురించి, కూలంకషంగా మాట్లాడించాను. ఎం.ఎన్.రాయ్ తత్త్వం తెలియచేయగా, ప్రమిథియస్ ప్రచురణలవారు అమెరికాలో వెలువరించారు. దాని ఆధారంగా డా॥ భార్గవ బొంబాయిలో సుదీర్ఘ విశ్లేషణ చేశారు. అదంతా ఒక సంస్థవారు రికార్డు చేసి పోగొట్టారు. వృధా శ్రమ అయింది. జాగీర్దార్ సెక్యులరిజం గురించి రాసిన రచనలు వెలుగులోకి తెచ్చాం. రెండేళ్ళపాటు సంఘం చురుకుగా పనిచేసింది. హేతువాద సంఘంలో రాష్ట్ర కేంద్రస్థాయిలో రావిపూడి వెంకటాద్రి, సనాల్ ఎడమరుకు మొదలైనవారితో పనిచేశాను.

అనేక రచనలు, మోనోగ్రాఫ్‌లు తెలుగులో, ఇంగ్లీషులో వెలువరించాను. అనువాదాలు చేబట్టి పాల్‌కర్జ్ రచనలు కొన్ని ప్రచురించాను. పుస్తక ప్రచురణలో వెనిగళ్ళ వెంకటరత్నం, చీమకుర్తి భాస్కరరావు బాగా సహకరించారు. ఆరమళ్ళ పూర్ణచంద్రతో కలసి నార్ల వెంకటేశ్వరరావు 'ది ట్రూత్ ఎబౌట్ ది గీత' రచనకు పరిచయంరాసి, అమెరికాలో ప్రచురింపజేశాం.

శాస్త్రీయ పరిశీలనా కేంద్రం (Centre for Inquiry)

హైదరాబాద్ కేంద్రంగా భారత శాస్త్రీయ పరిశీలనాకేంద్రం ఏర్పరచి, పూనా ఢిల్లీలో ఛాప్టర్లు పెట్టాం. అంతర్జాతీయ కేంద్రం అమెరికాలోని ఆంరెస్ట్ (Amherst) న్యూయార్క్ స్టేట్‌లో వున్నది. దీని వ్యవస్థాపకుడు పాల్‌కర్జ్ అనూహ్యంగా మానవవాద సెక్యులర్ భావాలను వ్యాపింపజేశాడు.

భారతదేశ కేంద్రం అమెరికా దేశ అనుబంధ సంస్థ కాదు. స్వతంత్రశాఖ. కార్యక్రమాలు స్వయంగా చర్చించి నిర్ణయించి అమలుపరిచాం. అయితే అడిగిన సహకారం అంతర్జాతీయ సంస్థ అందించింది. ముఖ్యంగా సాహిత్యం సరఫరా చేసింది. సభలకు నిపుణులను వారి ఖర్చులతో పంపింది.

ప్రొఫెసర్ టిగల్ (న్యూయార్క్ యూనివర్సిటీ) అమరదేవ్ శర్మ (జర్మని), హ్యూగో (ఇటలీ), ఆస్టిన్ డేసీ, పాల్‌కర్జ్ వివిధ సమయాలలో వచ్చి సభలకు నిండుదనం సమకూర్చారు.

ఢిల్లీలో డా॥ జుగల్ కిషోర్, పూనాలో శాంతిశ్రీ శాస్త్రీయ పరిశోధనా కేంద్రం నడిపి, సమావేశాలు నిర్వహించారు. దేశంలో హ్యూమనిస్టులు, హేతువాదులు, స్కెప్టిక్స్, నాస్తికులు సహకరించారు.

సత్యాన్వేషణ మండలి (పుట్టా సురేంద్రబాబు), జనవిజ్ఞాన వేదిక, మానవ వికాస వేదిక, నాస్తిక కేంద్రం, పెరియార్ సంఘం, కులనిర్మూలన సంఘం, మానవవాద సంఘం, హేతువాద, సెక్యులర్ సంఘాలు బాగా సహకరించాయి.

వి.కె. సిన్హా, సంగీత మాల్, జస్టిస్ రాఘవేంద్ర జాగీర్దార్, సైంటిస్టు పి.ఎం. భార్గవ, రఘురాం, చందనా చక్రవర్తి, ప్రేమానంద్, కె.వీరమణి (మద్రాసు), పట్టధానం, సుభాంకర్, మనోజ్‌దత్, అజిత్ భట్టాచార్య, ఎస్.వి.రాజు, లవణం, విజయం, వికాస్, జయప్రకాశ్ నారాయణ, డా. కె.కృష్ణయ్య, మల్లాది సుబ్బమ్మ, ఎం. సుబ్బారావు, కె. విల్సన్, ప్రొఫెసర్ ప్రసంగి, సి. లక్ష్మన్న, తదితరులు శాస్త్రీయ పరిశీలనా కేంద్ర కార్యకలాపాలలో వివిధ రీతులలో పాల్గొని, సహకరించి, మానవ విలువల వ్యాప్తికి దోహదం చేశారు.

దిన పత్రికలు, టి.వి. ప్రసార కేంద్రాలు, చక్కగా సహకరించాయి. మూఢనమ్మకాలను ఎదుర్కొనడంలో చేసిన కృషిని యథాశక్తిగ ప్రోత్సహించారు. మాజిక్ ప్రదర్శనలకు విక్రం, భీమన్న, నరేంద్ర నాయక్, ప్రేమానంద్ అండగా నిలిచారు.

ఇసనాక మురళీధర్, సి. భాస్కరరావు, వెనిగళ్ళ వెంకటరత్నం, టి.వి.రావు, బి.సాంబశివరావు, మక్కెన రామకృష్ణ, విపరీతంగా కృషి చేశారు. వెనిగళ్ళ కోమల పుస్తకరచన, అనువాదాలకు బాగా కృషి చేశారు. శాస్త్రీయ పరిశీలనా కేంద్ర కార్యక్రమాలకు 10 సంవత్సరాలపాటు ఇసనాక మురళీధర్ అండగా నిలిచి ఒడిదుడుకులకు తట్టుకొని నిర్విరామ కృషి చేశాడు. వెబ్‌సైట్ విషయంలో సి.భాస్కరరావు నిష్కామకర్మ చేశాడు.

యంగ్ చాంగ్ (Jung Chang) రాసిన వైల్డ్ స్వాన్స్ (Wild Swans) 'అడవికాచిన వెన్నెల' పేరిట కోమల తెనిగించింది. ఇది బాగా ప్రజాదరణ పొందినది. అట్లూరి అశోక్ ప్రోత్సహించి, యంగ్‌చాంగ్ పుస్తకాన్ని తెలుగులోకి తేవడంలో అండగా వున్నారు. రచయిత్రిని, ఆమె భర్తను ఇంగ్లండ్ నుండి అశోక్ పిలిపించగా కాకతీయ హోటల్‌లో గ్రంథావిష్కరణ సభ జరిపారు. అక్షర పుస్తక ప్రచురణ వారు ఈ సభ ఏర్పాట్లు చేశారు. శాస్త్రీయ పరిశీలనా కేంద్రం ప్రచురణలో యిది ముఖ్యమైనది. కోమల రచయిత్రిని సభలో పరిచయం చేయగా, ఆమె ఎంతో మెచ్చుకున్నది. రంగనాయకమ్మ యీ అనువాదాన్ని మెచ్చుకుని, నిశిత పరిశీలనతో 'ఆంధ్రప్రభ' దినపత్రికలో సుదీర్ఘ సమీక్ష చేసింది. సరళమైన తెలుగులో కోమల గ్రంథాన్ని అనువదించింది. చైనా సమాజానికి అద్దం పట్టిన రచన ఇది.

శాస్త్రీయ పరిశీలనా కేంద్ర కార్యక్రమాలతో నిరంతర సహాయ సంప్రదింపులు అందించి, అండగా నిలిచిన మరో మిత్రులు సి.నరసింహారావు. ఆయన రచయిత. మనోవిశ్లేషణ, వ్యక్తిత్వ వికాస విషయాలు లోతుగా అధ్యయనం చేశాడు.

శాస్త్రీయ పరిశీలనా కేంద్ర ప్రచురణలు, కార్యక్రమాలలో పాల్గొని, సహాయపడి, స్పందించి, ప్రోతం నిచ్చిన సి.ఎల్.ఎన్.గాంధీ, ఆయన భార్య రాధారాణి, గురిజాల సీతారామయ్య (సి.ఎల్.ఎన్. గాంధీగారి మామగారు) నాకు కుటుంబ మిత్రులు. వారి కుటుంబమంతా మానవవాదులే. వీరంతా ఉద్యమానికి చేదోడువాదోడుగా నిలిచారు.

వ్యక్తిగతంగా నా చిరకాల మిత్రుడు తుమ్మల గోపాలరావు (లెక్చరర్), సినీనటుడు, నిర్మాత మోహన్‌బాబు (తిరుపతిలో విద్యా సంస్థలు నిర్వహిస్తున్నారు) నా కార్యక్రమాలకు ప్రత్యక్షంగానూ, పరోక్షంగానూ బలం యిచ్చారు.

ప్రచురణలు

శాస్త్రీయ పరిశీలనా కేంద్రం నుండి వివిధ అనువాదాలు, రచనలు వెలువరించాం. నేను ఆంధ్రప్రదేశ్ రాజకీయ చరిత్రను 2010 వరకు తెలుగు, ఇంగ్లీషులలో రాశాను. 'నేను కలసిన ముఖ్య మంత్రులు – మానవవాదులు' కూడా ఇంగ్లీషు, తెలుగులో ప్రచురించాం.

పాల్ కర్జ్ రచన అనువాదం 'మతంలేని మధుర జీవితం'. మరికొన్ని రచనలు బాగా ఆకట్టుకున్నాయి.

సుప్రసిద్ధ సైంటిస్టు రిచర్డ్ డాకిన్స్ (జీవపరిణామ శాస్త్రజ్ఞుడు) రచన 'ది గాడ్ డెల్యూషన్'ను 'దేవుని భ్రమలో' అనే పేరుతో అనువదించగా విజయవాడ అలకనంద ప్రచురణలవారు వేశారు.

శామ్‌హారిస్ రచన క్రైస్తవ దేశానికి బహిరంగ లేఖను, 'క్రైస్తవం యింత అమానుషమా?' పేరిట వెలువరించాను.

క్రిస్టోఫర్ హిచిన్స్ రచన 'గాడ్ యీజ్ నాట్ గ్రేట్'ను 'దేవుడంటే యిదన్నమాట' అనే పేరిట ప్రచురించాను.

కోమల తెలుగులోకి అనువదించిన అయాన్ హిర్సీ అలి రచనలు బాగా ఆకట్టుకున్నవి. 'నొమాడ్ (సంచారి)', 'మతపంజరంలో కన్య' ముస్లింలు ఇస్లాం పేరిట

స్త్రీలను అణచివేస్తున్న దారుణాలు బయటపెట్టాయి. ఆ రచనల ప్రచురణ ప్రతులు కొన్ని హ్యూమనిస్ట్ సెంటర్‌కు (ఇంకొల్లు, ప్రకాశం జిల్లా) బహూకరించాము. 'మత గ్రహణం వీడింది' అనే అయాన్ ఇర్సీ అలీ రచన, 'ఇన్ ఫిడల్' రచనలపై మంచి సమీక్షలు వచ్చాయి. శాస్త్రీయ పరిశీలనా కేంద్ర ప్రచురణలన్నీ, ఇంగ్లీషు, తెలుగులో ఇ-బుక్స్‌గానూ, బ్లాగ్‌లోనూ, వెబ్‌సైట్‌లోనూ మిత్రుడు సి.భాస్కరరావు ఏర్పాటు చేశాడు. కార్యకలాపాలన్నీ సి.ఎఫ్.ఐ. (వెబ్‌సైట్) ఇండియా విభాగంలో పెట్టారు.

అనువాదాలు ఆయా రచయితలకు అమెరికాలో మహాసభలలో బహూకరించడం మరో విశేషం.

అగేహానందభారతి స్వీయగాథల్ని ఆకర్ రోబ్ (Ochre Robe) పేరిట రాస్తే 'సన్యాసి సత్యం పలికితే' అనే పేరిట నవ్య వార పత్రికలో సీరియల్‌గా వేశారు. దాన్నికూడా వెబ్‌సైట్‌లో పెట్టాం.

రీసెర్చ్

వెయ్యిమంది సైంటిస్టుల సెక్యులర్ మత, భావాలపై రీసెర్చి ప్రాజెక్టు చేశాం. అమెరికాలోని కనెక్టికట్ రాష్ట్రంలో హార్ట్‌ఫర్డ్ రాజధాని నుండి ట్రినిటి కాలేజి కేంద్రం వారు యీ ప్రాజెక్టు తలపెట్టారు. ప్రొఫెసర్ కాస్మిన్ బారీ నేను కలసి సెక్యులర్ సొసైటీ పక్షాన పరిశోధన చేశాం. సైంటిస్టులకు ప్రశ్నలు పంపి వివిధ అంశాలపై జవాబులు తెప్పించాం. దైవ నమ్మకాలు, జ్యోతిషం, బాబాల భక్తి వాస్తు మొదలైన అంశాలలో చాలామంది సైంటిస్టులకు అశాస్త్రీయ ధోరణులు ఉన్నట్లు వెల్లడయ్యాయి. ఈ పరిశోధనా ఫలితాలు పుస్తకరూపంలో ప్రచురించాం.

న్యూజెర్సీ (అమెరికా)లో ఈక్వల్ టైం ఫర్ ఫ్రీథాట్ వారు నన్ను గంటసేపు రేడియో ఇంటర్వ్యూ చేశారు. ఫ్రెడ్ బ్రడ్‌మన్ యిది నిర్వహించాడు. ఇంటర్వ్యూ వెబ్‌సైట్‌లో పెట్టారు. ఇదీ భారతదేశ సెక్యులర్ మత భావాలకు చెందినదే.

ఫిల్ జుకర్మన్ రాసిన 'సెక్యులారిటీ ఎథియిజం' పుస్తకంలో ఇండియా పై నా వ్యాసం ప్రచురించారు. అమెరికాలో ఉన్న ప్రాగోర్ సంస్థ దీనిని ముద్రించింది.

న్యూ ఎన్‌సైక్లోపీడియా అన్ బిలీఫ్‌ను టాం ఫ్లిన్ ప్రచురించగా, అందులో భారతదేశ మానవవాదం, మానవవాదుల గురించి రాశాను. ఇది బృహత్తర గ్రంథం.

జ్యోతిషం - ఖగోళ శాస్త్రాలను పోల్చి, జ్యోతిషం ఎలా నమ్మకాలపై ఆధారపడిందో రుజువు చేశాం. రోహిత్ (మా మనవడు) 13 సంవత్సరాలకే పరిణామ శాస్త్రం

పరిశీలించి, ఖగోళ శాస్త్రంలో ఆసక్తి కనబరిచాడు. అతను హైదరాబాద్ వచ్చినప్పుడు స్లేట్ స్కూల్లో వాసిరెడ్డి అమరనాథ్, టి.వి. రావులు ఒక పరిశోధన చేయించారు. సైన్సు టీచర్లతో వార, దినఫలాల గురించి జరిపిన పరిశీలనల్లో అదంతా నమ్మకంపై ఆధారపడిన ఆచారంగా చూపాడు. తరువాత నవగ్రహాలు, నక్షత్ర రాసులు వివరించి, ఖగోళంతో పోల్చి, జ్యోతిషం ఎలా అసత్యాల పుట్టో చూపాడు. మీడియావారు రికార్డు చేశారు. టీచర్లు ఆశ్చర్యపోయారు.

అలాంటి పరిశీలన హైదరాబాద్‌లోని జూబ్లీహిల్స్ పబ్లిక్ స్కూల్లో, ఖైరతాబాద్‌లోని స్కూల్లో నేను, టి.వి.రావు, విక్రం చేశాం. టీచర్లను ఎడ్యుకేట్ చేయడానికి కృషి చేశాం. ఎలక్స్ ఆర్బిటో (Alex Orbito) ఫిలిప్పిన్స్ నుంచి వచ్చి ఆపరేషన్ చేయకుండా సర్జరీ చేసి, రోగాలు నయం చేస్తానని భ్రమ పెట్టి విపరీతంగా డబ్బు గుంజాడు. సమాజంలో పేరున్న కొందరు వెంటబడటంతో, అతనికి పేరు వచ్చింది. వెంటనే హైదరాబాద్ ప్రెస్‌క్లబ్‌లో ప్రదర్శన ఏర్పాటు చేసి అంతా బోగస్ అని చూపాం. ఎం. సుబ్బారావును బల్ల మీద పరుండబెట్టి, విక్రమ్ మ్యాజిక్ ద్వారా ఆపరేషన్ చేసి చూపాడు. పొట్టలో నాలుగు వేళ్ళు గుచ్చినట్టుగా చూపి వేళ్ల మధ్యలోనూ, గోళ్ళలోనూ ఎర్రని రంగు నింపిన చిన్న ప్లాస్టిక్ సంచులు పెట్టుకుని నొక్కుతాడు. పక్కన సహాయం అందించే వ్యక్తి ఒక చేతి రుమాలు ఇవ్వగా దానితో రక్తం తుడుస్తున్నట్లు చూపుతూ చేతి రుమాలులో దాచిన మాంసం ముక్కలు చిన్నవి, కత్తిరించిన పేగు ముక్కలు పొట్టలో నుంచి తీసినట్లు భ్రమకల్పిస్తాడు. రోగికి వాటిని చూడగానే మానసికంగా రోగం ఉపశమించినట్లు అనిపిస్తుంది. ప్రేక్షకులు కూడా నమ్ముతారు. ప్రెస్‌వారు వీడియో తీసి ప్రముఖంగా ప్రచురించడంతో, ఆర్బిటో బెంగుళూరుకు అక్కడ నుండి ఫిలిప్పైన్స్‌కు పారిపోయాడు. లోగడ అతని మోసాల్ని అమెరికాలో జేమ్స్‌రాండీ బయటపెట్టి తరిమేశాడు.

చేపమందు

హైదరాబాద్‌లో స్థానికంగా ఒక అశాస్త్రీయ ఆచారం గుడ్డిగా అనుసరిస్తున్నారు. చిన్న చేప నోటిలో ఏదో మూలికల పేస్టు కుక్కి ఆ మందే ఆస్థమా రోగనివారిణిగా ప్రచారం చేశారు. ఏడాదికి ఒక్కసారే ఏరువాక ప్రారంభంలో జూన్ 7న యీ కార్యక్రమం జరుగుతుంది. దీనిపై శాస్త్రీయ పరిశీలన చేయించి ఉబ్బసవ్యాధి నివారణకి యీ చికిత్స పనికిరాదని, ఇందులో ఏమాత్రం శాస్త్రీయత లేదని ఏటా ప్రచారం చేశాం. కొన్నేళ్ళు చేయగా పూర్తిగా అరికట్టలేకపోయాం గాని చాలావరకు జనం

రాక తగ్గించగలిగాం. వివిధ సంఘాలు సహకరించాయి. కాని ప్రభుత్వం చౌకబారు ఒత్తిళ్ళకు లొంగి చేపమందు వైద్యాన్ని వెనకేసుకొచ్చింది. దానిపై విమర్శలు చేయగా మీడియా బాగా సహకరించింది.

ప్రత్యామ్నాయ చిట్కా వైద్యాలు

అఖిల భారత మెడికల్ సైన్స్ బోర్డు నిపుణులు సుదీర్ఘ పరిశీలన గావించి, చిట్కా వైద్యాలపై భారత ప్రభుత్వానికి నివేదిక సమర్పించారు. దానిని అమలుపరచమని, కేంద్రప్రభుత్వం రాష్ట్రాలను కోరింది. కాని రాష్ట్రాలు యీ చిట్కా వైద్య చికిత్సలను నిషేధించడానికి భయపడి, చౌకబారు పాపులారిటీ కోసం మిన్నకున్నాయి. మూత్రవైద్యం, సంగీత చికిత్స, రత్నాలు రాళ్ళ వైద్యం, హోమియోపతిలో ఎలక్ట్రో పద్ధతులు మొదలైన 10 వైద్య విధానాలు అశాస్త్రీయమని స్పష్టం చేశాయి.

ఈ విషయమై బాగా ప్రచారం చేశాం. రాష్ట్ర కేంద్ర ప్రభుత్వాలకు విజ్ఞప్తులు చేశాం. కాని ఎవరూ ముందుకు రాకపోవడం, వారి అశాస్త్రీయత స్థాయికి నిదర్శనం. హోమియో శాస్త్రీయతపై సైంటిస్టుల సంఘాన్ని నియమించమన్నాం. కానీ శక్తిమంతమైన లాబీ వర్గాలకు లొంగి వుంటున్నారు.

2000 నుండి 2010 వరకు శాస్త్రీయ ప్రచారానికి వివిధ రంగాలలో కృషి జరిపాం. తరువాత నేను, కోమల మరోసారి అమెరికా వచ్చాం. పాల్‌కర్జ్ కొత్త అంతర్జాతీయ సంస్థ నెలకొల్పారు. సైన్స్ అండ్ హ్యూమన్ వాల్యూస్ అనే సంస్థ కార్యకలాపాలలో 2010లో పాల్గొన్నాను. వివిధ తెలుగు సంఘాలు నిర్వహించిన కార్యక్రమాలలో ప్రసంగించాను. అందులో త్రిపురనేని రామస్వామి భావాలు ప్రసారం చేయడం, ఆచార్య రంగా రైతులకు చేసిన సేవ తెలియపరచడం ప్రధానం.

నార్ల వెంకటేశ్వరరావు, ఆవుల గోపాల కృష్ణమూర్తి భావాల వ్యాప్తికై బ్లాగ్‌లు పెట్టాం. ఎలవర్తి రోశయ్య (కాలేజీలో నా గురువు) వెబ్‌సైట్ ఆయన కుమారుడు రామరాజు పెట్టగా అందుకు సహకరించాం. సి. భాస్కరరావు కృషితో రావిపూడి వెంకటాద్రి బ్లాగ్ పెట్టాం. ఆంధ్రప్రదేశ్‌లో రాడికల్ హ్యూమనిస్ట్ ఉద్యమ చరిత్ర 1940 నుండీ సంక్షిప్తంగా రాశాను. వి.ఆర్.నార్ల పుస్తకం అమెరికాలో ప్రచురింపచేసి, ప్రచారంలో పెట్టాం.

ఎం.ఎన్.రాయ్ హ్యూమనిజం రచనలు సంకలనం చేసి అమెరికాలో ప్రచురించగా మిత్రులు ఆరమళ్ళ పూర్ణచంద్ర 100 కాపీలు కొని, అమెరికా మిత్రులకు పంచడం విశేషం.

గుంటూరు జిల్లా చరిత్ర

రాబర్ట్ ఫ్రికెన్‌బర్గ్ (విస్కాన్సిన్ యూనివర్సిటీ, రిటైర్డ్ (ప్రొఫెసర్) రాసిన గుంటూరు జిల్లా చరిత్రను ఆక్స్‌ఫర్డ్ వారు ప్రచురించగా, ఆయన కోరికపై దాన్ని తెనిగించి, వెలువరించాను.

గుంటూరు జిల్లా చరిత్రను 19వ శతాబ్దాంతం వరకు అమెరికాలోని ప్రొఫెసర్ రాబర్ట్ ఫ్రికెన్‌బర్గ్ పరిశోధనా గ్రంథంగా రాశాడు. ముఖ్యంగా బ్రిటీష్ వాళ్ళ పాలనలో రెవెన్యూ విధానం స్థానిక జమీందారుల పెత్తనం మహారాష్ట్ర నుండి వలస వచ్చిన కీలక ఉద్యోగుల నిర్వాకం. కరణాల గ్రామ పెత్తనం, మొదలైన విషయాలు లోతుగా పరిశీలించి రాశాడు. గుంటూరు జిల్లాపై ఆయన రాయడానికి కారణం అక్కడ పుట్టి పెరిగిన నేపథ్యం. జిల్లాపైన తెలుగు భాషపైన మక్కువ పెంచుకుని అలా పరిశోధన గావించాడు. ఈయన విస్కాన్సిన్ యూనివర్సిటీలో రాజకీయ శాస్త్రాచార్యుడుగా రిటైర్ అయ్యాడు. తెలుగు మాట్లాడతాడు. ఆయన గ్రంథాన్ని ఆక్స్‌ఫర్డ్ యూనివర్సిటీ ప్రెస్ వారు 1965లో ప్రచురించారు. నేను మొట్టమొదట ఆ పుస్తకాన్ని ఇన్‌స్టిట్యూట్ ఆఫ్ ఏషియన్ స్టడీస్ రిఫరెన్స్ గ్రంథాలలో చూశాను. తరువాత రచయితతో అమెరికాలో పరిచయం ఏర్పడింది. ఆయన అనుమతితో, ఆయన కోరికపై ఆ పుస్తకాన్ని 2010లో అనువదించి ప్రచురించాను. దానికాయన ఎంతో సంతోషించాడు. ఈ అనువాదానికి అనూహ్య ఆదరణ లభించింది. సమీక్షలు కూడా అలాగే వచ్చాయి. దీన్ని చికాగోలో రాబర్ట్ ఫ్రికెన్ బర్గ్ స్వయంగా ఆవిష్కరించాడు. గుంటూరు జిల్లా పుస్తకం నమూనాగా తీసుకుని మిగిలిన జిల్లాల వారు కూడా పరిశోధన చేసి ప్రచురిస్తే రాష్ట్ర సమగ్ర చరిత్ర 20వ శతాబ్దం వరకూ రూపొందుతుందని ఫ్రికెన్‌బర్గ్ ఆశాభావం. ఏమైనా ఈ అనువాదం నాకు చాలా తృప్తినిచ్చింది. దీనిపై జంపాల చౌదరి వివరంగా సమీక్ష రాశాడు.

అమెరికాలో వివిధ మానవవాద కార్యక్రమాలలో పాల్గొంటున్నాను.

❖◆❖

అమెరికాలో సంఘాలు, ఉద్యమాలు

1992 నుండీ అమెరికాలో భారతీయ సంఘాలను పరిశీలించాను. రాష్ట్రాల వారీగా, భాషాపరంగా యీ సంఘాలను ఏర్పరచుకున్నారు. కొద్దిమందితో ఆరంభమై, సంఖ్య పెరిగే కొద్దీ సంఘాలలో చీలికలు వచ్చాయి. ఇది అన్ని సంఘాలలో వున్నది. తెలుగు, మళయాళీ, తమిళ, కన్నడ, హిందీ, గుజరాతీ, కాశ్మీరీ, బెంగాలీ, పంజాబీ, మరాఠీ, ఒరియా, సంఘాలను తిలకించాను. రెండేళ్ళకోసారి పెద్ద సమావేశాలు, మధ్యలో చిన్న సభలు జరుపుతున్నారు. ఇవన్నీగాక, భారతీయ సంఘం కూడా వున్నది.

తెలుగు సంఘం తొలుత ఒక్కటే. అది తానా (తెలుగు అసోసియేషన్ ఆఫ్ నార్త్ అమెరికా). 1990 నాటికి అది చీలగా, ఆటా (అమెరికా తెలుగు సంఘం) తలెత్తింది. అంతటితో ఆగక ఆటా రెండుగానూ, తానా రెండుగానూ చీలింది. వివిధ ప్రాంతాలలో స్థానిక సంఘాలున్నవి. స్థానికంగా పత్రికలు నడుపుతున్నారు. నన్ను అన్ని సంఘాలవారు పిలిచి, పురస్కారం అందించి, సన్మానించారు. తానా, ఆటా, డెలవేర్, న్యూయార్క్, వాషింగ్టన్ సంఘాలవారి సన్మానాలు స్వీకరించాను. వారి కోరికపై సంచికలకు ప్రత్యేక వ్యాసాలు రాశాను. చీలిక తెలుగువారికే పరిమితం కాదు. అన్ని సంఘాలకూ వ్యాపించింది. నేను తమిళ సంఘ సమావేశాలలో పాల్గొన్నాను. అక్కడ పరిస్థితి కూడా యింతే.

ఈ సంఘాలేవీ పటిష్ఠంగా నిర్మాణాత్మకంగా లేవు. తమ తమ వ్యక్తిగత మత విశ్వాసాలు, మూఢనమ్మకాలు, ప్రాంతీయ విభేదాలు, సంఘాలలోకి తెచ్చారు. మత విశ్వాసాన్ని వ్యక్తిగతంగా అట్టిపెట్టక, సంఘపరం చేయడం ప్రధాన దోషం. అంతటితో వివిధ మత శాఖలు, బాబాలు, మాతలు ఆ సంఘాలలో చోటు చేసుకున్నారు. గుడులు కట్టి, ఆచారాలు పాటించడాన్ని "సంస్కృతి"గా భావించడం ప్రధాన లోపం.

ఇండియా నుండి తమకు చిన్నప్పటి నుండీ అంటుకున్న ఆచారాలు, మత క్రతువులు అమెరికా వీధుల్లోకి తెచ్చారు. అది సభలలో ప్రదర్శిస్తున్నారు. అందులో బాబాలు జొరబడి వ్యక్తిగత ఆర్జనకు, ప్రభావానికి దుర్వినియోగం చేస్తున్నారు. అలా

జరగకుండా, వ్యక్తులు తమ సొంత నమ్మకాలను తమ గృహాలకు పరిమితం చేయాలి. అలాగే రాజకీయాలు ఇండియాలోనే వదలి వస్తే బాగుండేది. అవి అమెరికాలో అనౌచిత్యం. కాని తెచ్చారు. ఎవరికివారు తమ అభిమాన నాయకులను పిలిచి గౌరవించాలని తాపత్రయపడి, ఇంకా కలహాలకు ఆజ్యం పోస్తున్నారు. రాజకీయాలు మతం పక్కన బెడితే సంఘాలు సాంస్కృతిక కేంద్రాలుగా పనిచేస్తాయి. అది అందరికీ క్షేమకరం.

దేవాలయాలలో శివ, విష్ణు, మురుగన్, లక్ష్మీనారాయణ, వెంకటేశ్వర, షిర్డీ – యిలా ఎవరి కుంపటి వారు వెలిగించకుండా యిళ్ళకు పరిమితం గావడం బాగుంటుంది. అలా చేయలేకపోయారు.

మరొక ప్రధాన అంశం ఏమంటే, అమెరికాలో నివసిస్తున్న తెలుగువారి వివిధ సంఘ నాయకులు ఇండియా వెళ్ళి అధికారంలో ఉన్న వారి చుట్టూ ప్రదక్షిణలు జరుపుతున్నారు. ట్రస్ట్‌ల పేరిట, ప్రాజెక్టుల నెపంతో ఇండియాలో ప్రాబల్యానికి కక్కుర్తి పడుతున్నారు. సంఘం యావత్తుకు దీనివలన చెడ్డ పేరు వస్తున్నది. అధికార పార్టీలకు, ప్రధాన ప్రతిపక్షాలకు నీరాజనం పట్టడం సంఘాలను తాకట్టు పెట్టడమే. అమెరికాలో వుంటూ ఆ సంఘం వాతావరణంలో ఉత్తమ లక్షణాలు వంటబట్టలేదనే విమర్శకు గురౌతున్నారు. దీనివలన తొలుత సంఘంలో చేరిన వారు క్రమేణా దూరం అయి తటస్థంగా వుంటున్నారు. ఈ దురలవాట్లు మతపరంగా ఏర్పడ్డ సంఘాలలోనూ వున్నవి. క్రైస్తవ, ముస్లిం, హిందూ, సిక్కు సంఘాలలో విపరీత చీలికలు ఎవరి కుంపటి వారు పెట్టుకుని ఇతరులపై బురద జల్లడం జరుగుతున్నది.

మతపరంగా స్వాములు, మాతలు, బాబాల అవినీతి బయటపడి బజారు పాలవుతున్నారు. సంఘాలు వాటికి దూరంగా వుండాల్సిన సమయం వచ్చింది.

పుట్టెడాముదంలో మునిగినా అంటేదే అంటుతుందన్నట్లు అమెరికాలో వుండి కూడా కులజాడ్యాన్ని మాతృదేశంలో వదిలేసి రాలేకపోయారు. కులపరంగా సంఘంలో ఆధిపత్యం సాగించి, అదే కారణంగా చీలిపోయారు. అంతటితో ఆగక ప్రాంతీయ పరంగా చీలిపోయారు. భావితరాలకు, యువకులకు ఏ సందేశాన్ని అందిస్తున్నామని ఆలోచిస్తే, ఇండియాలో రుగ్మతలన్నీ అక్కడే వదలివుండాల్సింది.

హ్యూమనిస్ట్ (మానవవాద) ఉద్యమాలు

ఇండియాలో మొదటినుండీ మానవవాద ఉద్యమాలలో పనిచేశాను. వీటికి తోడుగా హేతువాద (రేషనలిస్ట్), సెక్యులర్, స్కెప్టిక్, నాస్తిక సంఘాలు ఉన్నాయి.

అన్నిటితో సంబంధం పెట్టుకుని పనిచేశాను. కాని ప్రధానంగా మానవవాద సంఘం కీలకమైనది. దీనిని ఎం.ఎన్.రాయ్ 1948లో ప్రారంభించగా, అనేకమంది కృషి చేశారు. నేను రాయ్‌ను, ఆయన భార్య ఎలెన్‌ను కలవలేదు. 1955లో రాయ్ చనిపోగా, 1960లో ఎలెన్ హత్యకు గురయింది. నేను 1956 నుండి ఎలవర్తి రోశయ్య, ఆవుల గోపాలకృష్ణమూర్తి ప్రభావంతో హ్యూమనిస్ట్ వుద్యమంలో యధాశక్తిగా పనిచేశాను. పత్రికలలో రాశాను. అనువాదాలు చేశాను. ఎం.ఎన్.రాయ్‌తో సహా ప్రధాన మానవాదుల సాహిత్యాన్ని తెలుగులో అనువదించ గలిగాను. వివిధ అధ్యయన తరగతులలో పాఠాలు చెప్పాను. వీటిలో రేషనలిస్ట్, సెక్యులరిస్ట్, స్కెప్టిక్, నాస్తిక సంఘాలవారు వుండేవారు.

రాష్ట్రస్థాయిలో అఖిలభారత స్థాయిలో హ్యూమనిస్టు సంఘంలో, మానవాద నాయకులతో కలసి కృషి జరిపాను. అది మంచి అనుభవం. ఇందులో జస్టిస్ వి.ఎం. తార్కుండే, జస్టిస్ ఆవుల సాంబశివరావు, జస్టిస్ రాఘవేంద్ర జాగీర్దార్, ప్రొఫెసర్ శిబ్‌నారాయణ రే, ఎ.బి.షా, మల్లాది రామమూర్తి, రావిపూడి వెంకటాద్రి, కొల్లి శివరామరెడ్డి, సి.హెచ్. రాజారెడ్డి ప్రభృతులెందరో వున్నారు. ఆంధ్రలో, ఇండియాలో యించుమించు హ్యూమనిస్టులందరితో కలసి పనిచేయడం విశేషం. పేర్ల జాబితా చాలా పెద్దది.

రేషనలిస్ట్ సెక్యులరిస్ట్ ఉద్యమాలు యించుమించు హ్యూమనిస్టులకు దగ్గరగా వుండేవి. ఆ విధంగా ఎస్. రామనాథన్, లొఖండవాలా, సాలమన్ అబ్రహాం, వి.కె.సిన్హా సనాల్ ఎడమరుకు, ప్రేమానంద్, నరేంద్రనాయక్, జయగోపాల్ వున్నారు.

నాస్తిక సంఘం విజయవాడలో గోరా ఆధ్వర్యాన స్థాపితమై, ప్రపంచ దృష్టిని ఆకర్షించింది. వారితో కలసి పని చేశాను. స్థాపకుడు గోరా, తరువాత కొనసాగించిన లవణం, సరస్వతి గోరా, హేమలత, విజయం, వికాస్, సమరంలతో కలసి కృషి జరిపాం. బొంబాయి, మద్రాసు, ఢిల్లీ, కలకత్తా, హైదరాబాద్, కేరళలలో యీ ఉద్యమ కార్యక్రమాలు జరిపాం.

ఇండియాలో అన్ని సంఘాలు కలసి పనిచేయడానికి ఒక ఫెడరేషన్ ఏర్పాటు చేశారు. ప్రేమానంద్ దీనికి సారధ్యం వహించారు. కొంత సాగింది. అయితే అందరూ కలసి రాలేదు. ప్రస్తుతం నరేంద్రనాయక్ ఆధ్వర్యాన సమాఖ్య నడుస్తున్నది.

నేటి పరిస్థితి (2011) ఏమంటే ఇండియాలో హ్యూమనిస్ట్ తదితర సంఘాలేవీ బలంగా లేవు. చెదురుమదురుగా వున్నాయి. డబ్బు కొరతేగాక, మనుషుల కొరత

వున్నది. విద్యాసంస్థలకుగాని, యువతరానికి గాని మెసేజ్ అందలేదు. కనుక ఉద్యమాలు కుంటుపడుతున్నాయి. మరోవైపు మత తీవ్రవాదం, తిరోగమనం విజృంభించాయి. చదువుకున్న వారు సైతం తమ వృత్తిలో తప్ప, శాస్త్రీయ ధోరణికి తిలోదకాలిచ్చారు. మీడియా సహకారం అంతంత మాత్రమే. రాజకీయ పక్షాలన్నీ మతాలకు లొంగిపోయాయి.

అంతర్జాతీయ స్థాయిలో

అమెరికా, యూరోప్‌లలో హ్యూమనిస్ట్ సంఘాలతో పని చేశాను. అంతర్జాతీయ హ్యూమనిస్ట్ సంఘం 1952లో ఆంస్టర్‌డాంలో ఏర్పడింది. చాలా సమర్థులైన సైంటిస్టులు, ప్రతిభావంతులు యిందులో వున్నారు. ఎం.ఎన్.రాయ్ దీనికి వైస్ ఛైర్మన్. కాని అది ప్రపంచ సంఘాల సమాఖ్యగా బలపడలేకపోయింది. రెండేళ్ళకోసారి సభలు జరపడం. ఇతర సంఘాల పనులతో సహకరించడానికే పరిమితమైంది. కనీసం మంచి గ్రంథాలు ప్రచురించలేదు. రానురాను యీ సంఘం నామమాత్రం అయింది. నేను యీ సంఘంలో చిన్నపిల్లల విభాగ పరిశీలనలో వున్నాను.

ఇండియాలో సంఘాలవలె అమెరికా, యూరోప్‌లలో హ్యూమనిస్ట్ సంఘాలున్నవి. వాటితో నాకు సంబంధాలున్నాయి. అమెరికాలో హ్యూమనిస్ట్, సెక్యులరిస్ట్, రేషనలిస్ట్, స్కెప్టిక్, నాస్తిక సంఘాలున్నాయి. స్థానికంగా చిన్న ఫౌండేషన్లు వున్నాయి. ఇండియాలో వలె వీటి సభ్యులు కొద్దిమందే. సెంటర్ ఫర్ ఇంక్వైరీని పాల్‌కర్జ్ స్థాపించి బాగా పేరు తెచ్చారు. అనేక పుస్తకాలు మాగజైన్లు ప్రచురించారు. మేము ఆ సంఘంతో కలసి 10 ఏళ్ళు పనిచేశాం. ఇండియాలో ఒక స్వతంత్ర శాఖను పెట్టి వివిధ కార్యకలాపాలు సాగించాం. పాల్‌కర్జ్ స్థాపించిన ప్రామిథియస్ ప్రచురణలు (Promotheus books) మానవవాద సాహిత్యాన్ని బాగా వెలుగులోకి తెచ్చింది. నా పుస్తకాలు, నార్ల రాసిన గీత, వీరు ప్రచురించారు. అమెరికాలో హ్యూమనిస్ట్ సంఘంలో పాల్గొని ప్రసంగించాను. నాస్తిక సంఘంవారు నన్ను ఇంటర్వ్యూ చేసి, ప్రసారం చేశారు.

కాని అమెరికాలో యీ సంఘాలు అల్పసంఖ్యతోనే వున్నాయి. వీటి ప్రభావం తక్కువే. పాలకులు వీరిని ఎప్పుడోగాని పట్టించుకోరు. అమెరికాలో క్రైస్తవ తిరోగమనం హెచ్చు. దీనిపై మానవవాద సంఘాలు పోరాడుతూ మతాన్నీ, పాలనను వేరు చేయమంటున్నాయి. పాలకులు ఒకోసారి మానవవాద సంఘాల డిమాండ్లను వింటారు. వీటిలో సైంటిస్టులు వుండడం వలన వీటికి బలం చేకూరింది. కార్ల్‌శాగన్, రిచర్డ్

డాకిన్స్, ఐజక్ అసిమోవ్‌లు ఎంతో మద్దత్తు యిచ్చారు. ఏమైనా అమెరికాలో మానవవాద సంఘాలు బలపడవలసి వుంది.

2011 నాటికి పాల్‌కర్జ్ 85వ ఏట సైన్స్ అండ్ హ్యూమన్ వాల్యూస్ అనే కొత్త సంస్థ స్థాపించి, హ్యూమన్ పర్‌స్పెక్టివ్ (Human Perspective) అనే పత్రిక పెట్టాడు. ఆ విధంగా అమెరికాలో అన్ని సంఘాలు చీలిపోయి పనిచేస్తున్నాయి. నేను అమెరికాలో అన్ని సంఘాలతో సంబంధాలు పెట్టుకుని, వారి సమావేశాల్లో పాల్గొన్నాను. కొందరు సుప్రసిద్ధుల రచనలు తెలుగులోకి తెచ్చాను. కోమల కూడా అయాన్ హిర్సీ అలీ (Ayan Hirsi Ali) పుస్తకాలు అనువదించింది. ఇదంతా గొప్ప అనుభూతి. రిచర్డ్ డాకిన్స్, శామ్‌హారిస్, క్రిస్టోఫర్ హిచిన్స్ రచనలు అత్యుత్తమ ప్రచురణలుగా వ్యాప్తి చెందాయి. వారి ముగ్గురితో పరిచయం అయింది.

అమెరికాలో కార్యక్రమాలు మాత్రం నిరంతరం హ్యూమనిస్ట్ సంఘాలు జరుపుతున్నాయి. అమెరికాతో పోల్చితే యూరోప్‌లో నార్వే. స్వీడన్, హాలండ్, ఇంగ్లండ్‌లో మానవవాద సంఘాలు బలంగా వున్నాయి. సభ్యత్వం కూడా హెచ్చు. బెల్జియంలో నేను ఓపెన్ యూనివర్సిటీలో ప్రసంగించినప్పుడు బాగా రిసీవ్ చేసుకున్నారు (2004). అక్కడ హెూమియోపతి వంటి అశాస్త్రీయ వైద్యాల్ని ఎదుర్కొంటున్నారు.

న్యూజిలాండ్, ఆస్ట్రేలియా, ఆఫ్రికా దేశాలలో మానవవాద సంఘాలు పనిచేస్తున్నాయి. వారందరితో పరిచయం అయింది. అరబ్బు దేశాలలో అలాంటివాటికి చోటు లేదు. చైనా, రష్యాలలో చిన్న సంఘాలు ఏర్పడ్డాయి. 2010 నుండి నేను వివిధ హ్యూమనిస్టు, తెలుగు వారి సంఘాలలో పాల్గొని ప్రసంగించాను. మిత్రులు చిట్టెంరాజు హ్యూస్టన్ నగరంలోనూ, డాలస్ నగరంలో అనంత మల్లవరపు, న్యూయార్క్‌లో ఆరమళ్ల పూర్ణచంద్ర, వాషింగ్టన్‌లో డాక్టర్ హేమప్రసాద్, డోవర్‌లో వెలివోలు శ్యాంబాబు ఏర్పాటు చేసిన సభలలో పాల్గొని ప్రసంగించి, నా అనుభవాలు పంచుకున్నాను.

ధన్యవాదాలు

ఈ స్వీయగాథను పరిశీలించి అభిప్రాయం చెప్పమని అమెరికాలోనూ, ఇండియాలోనూ కొందరిని కోరాను. చాలామంది ఓపికగా పరిశీలించి తమ అభిప్రాయాలను తెలియజేసారు. సవరణలు, మార్పులు, కూర్పులూ చేశారు. తొలుత ఓపికగా, విసుగు చెందకుండా మళ్ళీ మళ్ళీ చదివి ఎప్పటికప్పుడు కంప్యూటర్లో టైపుచేసి పూర్తి సహకారాన్ని అందించి దామరాజు నాగలక్ష్మి శ్రీకారం చుట్టారు. అది అనన్యసామాన్యం. ఈ ప్రతిని ఆసాంతం చూచి, తమ సొంత పనిగా భావించి సరి చూసినవారు నా ఆప్తమిత్రులు శ్రీ వెనిగళ్ళ వెంకటరత్నం, చీమకుర్తి భాస్కరరావు. వారి కృషి వెనుక ధన్యవాదాలకు మించిన త్యాగం వున్నది. ఈ ప్రతిని ప్రతీఅక్షరం దుర్భిణి వేసి చూసి చెప్పిన మిత్రులు ముత్తేవి రవీంద్రనాథ్. నా భార్య వెనిగళ్ళ కోమల అందరికంటే ముందు చదివి నిష్కర్షగా దిద్ది సలహాలు చెప్పారు. స్థూలంగా ప్రతిని పరిశీలించినవారు మిత్రులు డా॥ జంపాల చౌదరి (చికాగో, అమెరికా). ఇక మరికొన్ని కోణాలలో పరిశీలించి మిత్రులుగా సలహాలు అందించినవారు డా॥ పొన్నగంటి కృష్ణారావు. ఈ రచన ప్రచురించమని ప్రోత్సహించిన వారు అనంత మల్లవరపు (డాలస్, అమెరికా), ప్రొఫెసర్ ఆలపాటి కృష్ణ కుమార్ (మేరీలాండ్, అమెరికా), సత్రశాల శ్రీనివాస్, లింగుట్ల శ్రీనివాస్, శ్రీనివాస్ ప్రవీణ్ పేర్కొనదగినవారు. నిష్కర్షగా అభిప్రాయాలు వెల్లడించి మార్పులు చేయడానికి దోహదం చేసిన మిత్రులు ఎలవర్తి రామరాజ భూషణుడు, గద్దె రామచంద్రరావు, మైనేని గోపాల కృష్ణ, రాచకొంచ నరసింహ శర్మ, తప్పనిసరిగా పేర్కొనదగినవారు. దీనితోపాటు రాధాదేవి భిన్నకోణంలో వెల్లడించిన అభిప్రాయాలు స్వాగతించాను. ఇంగ్లీషు ప్రతిని బాగా గమనించినవారు కెన్నెత్ మార్షలక్, డాన్ ఎవన్స్ (అమెరికాలో మానవవాద ప్రముఖులు) శ్రేయోభిలాషులుగా సలహాలిచ్చారు. సి. హెచ్. మాధవరావు చిరకాల మిత్రుడుగా నాకు తోడ్పడిన తీరు గమనార్హం. ఇసనాక మురళీధర్ నాకు ఎప్పుడూ అండగా నిలిచి తోడ్పడిన మానవవాది. ఆయనకు సదా ధన్యవాదాలు.

మలిపలుకు

2012 సంవత్సరం అనేక ఘట్టాలతో కూడుకున్నది. 75వ జన్మదినం నుంచి 76లో అడుగిడిన ఏడు అమెరికాలో అనేక తెలుగు సంఘాలతో మానవవాద సంఘాల కార్యక్రమాలతో నేను యథాశక్తి పాలుపంచుకున్నాను. చర్చలు, ఉపన్యాసాలు, రచనలు, ఇంగ్లీషులోను తెలుగులోను సాగాయి. బ్లాగుల నిర్వహణ కూడా ఉభయ భాషలలో కొనసాగుతున్నాయి. 20 సంవత్సరాలుగా అతి సన్నిహితంగా పనిచేసిన మానవవాద నాయకుడు ప్రొఫెసర్ పాల్‌కర్జ్ అక్టోబర్ 20న 86వ ఏట చనిపోయాడు. వ్యక్తిగతంగా నాకు అది బాధాకర విషయం. నా పుస్తకాలు అమెరికాలో ప్రచురించటానికి ఆయన తోడ్పడ్డారు. సిలికన్ వాలీలో తెలుగు సంఘం వారు మిసిమి వ్యాసాలు అనే నా పుస్తకాన్ని, డాలస్ నగరంలోని తెలుగు సంఘంవారు రాడికల్ హ్యూమనిజం ఉద్యమ చరిత్రను విడుదల చేయటం కూడా ఆనందదాయకమైన సంఘటన. పాల్‌కర్జ్ కొత్తగా హ్యూమన్ వాల్యూస్ అనే సంస్థను ప్రారంభించగా నేను కూడా సహకరించాను. ఈ విధంగా అమెరికాలో స్థిరపడిన నేను కార్యక్రమాలలో పాల్గొన్నాను. శాస్త్రీయ పద్ధతి (వైజ్ఞానిక రీతి) ప్రచారం చేయటంలో నిమగ్నమయ్యాను. ఇది జీవితంలో నాకు తృప్తిని ఆనందాన్ని ఇచ్చినటువంటి విషయం. ప్రస్తుతం జీవిత విలువల అనుభవాలను ఇంతటితో తాత్కాలికంగా ముగిస్తున్నాను.

థామస్ సాజ్ అమెరికాలో సుప్రసిద్ధ మనోవిజ్ఞాన విమర్శకుడు, మానవవాది, బహుగ్రంథకర్త ఆయన తన 92వ ఏట చనిపోయారు. ఆయనతో నాకు సన్నిహిత పరిచయం ఉండేది. వ్యక్తిగతంగా చర్చలు జరపటం మా అమ్మాయి నవీన నేను కలసి ఆయనతో సైకాలజీ విషయాలు చర్చించటం ఆయన ఉపన్యాసాలకు హాజరు కావటం చక్కని అనుభవాలు. అంతర్జాతీయ హ్యూమనిస్టు సభలలో మేమిరువురం పాల్గొన్నాము. చివరిదాకా ఆయనతో ఉత్తర ప్రత్యుత్తరాలు జరిపాను. ఆయన రచన మిత్ ఆఫ్ మెంటల్ ఇల్‌నెస్, ఆయనపై తెలుగులో వ్యాసాలు కూడా ప్రచురించాను.

Paul Edwards, Prof. in Philosophy, New York.

390 West End Ave. New York. N.Y. 10024

2 January 1998

Narisetti Innaiah
173 19 Buehler Road
Olney, Maryland 20832

Dear Mr. Innaiah:

Thank you for your letter of 24 December 1997. I would very much like to meet you, but unfortunately my health at the moment makes it impossible to receive visitors. I recently underwent major surgery and my recovery seems to be extremely slow.

If and when my health is sufficiently improved I will write to you.

With all the best wishes.

Paul Edw

Paul Edwards

PS: If you have an English text of your review of my book, I would like to see it.

142 Chapman Road
Woodside, CA 94062
September 10, 1997

Dear Dr.Innaiah

I am sorry for my delay in responding to your letter, but in fact, I have not found a photograph of myself other than those in which I am holding a great grand daughter or son. I'll have one taken some time soon.

Although I have been spending some time each week filing the accumation of letters, notes and manuscripts from the past, I have not come upon any further materials concerning any one of the Mrs. Roy. If, however, as I proceed with the filing I discover any notes or any materials, I shall certainly send you copies.

Sincerely,

Robert C. North

Robert C. North

Narisetti Innaiah
17319 - Buehler Road
Olney, Maryland 20832

Good Evening Dr. Innaiah:

Received your letter, photograph & credentials & thank you very much for them.

I am now over 80 years of age, of questionable health, but O.K. I guess. Considering my life, including a couple of wars, W.W. 2 & the Korean conflict, I'm lucky to be alive perhaps. I refused to go to Viet Nam, & had enough time to retire, fortunately, so did.

Enclosed is a copy of a letter that I wrote to a couple of papers recently, On Abortion.

Wish I had better health & could do more things.

Anyhow, thank you. The picture of you was good, as were the list of credentials.

The best of everything to you.

Sincerely,

Baird A. King

Baird A. King

319 - 365-9640
BAIRD A. KING, LT. COL. (RET.)
208 28th St. Drive, S. E.
Cedar Rapids, IA 52403

నరిసెట్టి ఇన్నయ్య

Oslo, 19 January 1996

Dr. Narisetti Innaiah
A-60 Journalist Colony, Jubilee Hills
Hyderabad 500 033,
Andhra Pradesh, India.

Dear Innaiah,

Further to my letter of 13 January. Could you, in addition to the questions which I raise in my earlier letter, also say something about the circulation of any rationalist or humanist journals that you know of, journals that you or other groups publish, either in English or in one or more of the local languages (and in case in which)? Which of the journals has the largest circulation, and what is its circulation?

Do you still have an extra copy of your "The Philosophical Consequences of Modern Science" and could you in case send it to me? You can, of course, bill me. Are there any other important atheistic books that I should see before I finalize my essay "Atheism in India"?

When I was in Madras, I was quite impressed by the number of buildings which the Dravidar Kazhagam owns. I have the impression that the other atheistic organizations, with the exception of the Atheist Centre at Vijayawada, do not own any buildings, or at most only some small ones. Ordinarily the home of the chairman or secretary is also the "headquarter" of the organization. Is this not true?

The Dravidar Kazhagam also, to a much larger extent than the other atheistic organizations, seems to be a mass movement (or at least approaching something that might be called a mass movement). The rationalists and the radical humanists do not seem to have anything resembling a mass movement, and this seems to apply both to the Hyderabad group and to that of Sanal Edamaruku. I know that Sanal Edamaruku collaborates very closely with his father, but are there any other important persons in his group?

I am in the possession of a number of books by Malladi Subbamma. In that connection I ask myself how important she has been for Indian feminism. Is she a nationally known feminist, or is her importance mainly limited to Andhra Pradesh? Who are the nationally best known Indian feminists, and are any of them atheists?

I hope you can give me some response relating to these topics.

Best wishes,

From:

Dr. Finngeir Hiorth
Kirkehaugsveien 3
N-0283
Oslo Norway.

మానవవాద జర్నలిస్ట్ ఇన్నయ్య జర్ని

State University of New York
Health Science Center
Syracuse

College of Medicine
Department of Psychiatry
Syracuse

May 4, 1994

Mr. N. Innaiah
17319 Buehler Road Olney,
MD 20832

Dear Mr. Innaiah,

Many thanks to your kind letter and the pictures. I have never been to India, but would love to go (I suppose I am waiting for an invitation).

Best wishes,

Sincerely yours,

Thomas Szasz, M.D.
Professor of Psychiatry Emeritus

నరిసెట్టి ఇన్నయ్య

CORNELL UNIVERSITY

Center for Radiophysics and Space Research

SPACE SCIENCES BUILDING

Ithaca, New York 14853-6801

Telephone (607) 255-4971
Fax (607) 255.9888

Laboratory for Planetary Studies

April 22, 1994

Mr. N. Innaiah
17319 Buehler Road
Olney, MD 20832

Dear Mr. Innaiah:

Many thanks for your kind letter and many thanks for the congratulations. I'm afraid that my schedule is absolutely saturated during my April trip to Washington but I'd appreciate it if you would convey my thanks to your Indian colleagues.

With best wishes,

Cordially,

Carl Sagan

CS:ajb

FREE INQUIRY

A Quarterly Published by the
Council for Democratic and Secular Humanism (CODESH, Inc.)
Box 664, Buffalo, NY 14226

Editor: **Paul Kurtz**
Senior Editors: Vern Bullough, Gerald **Larue**
Executive Editor: **Timothy J. Madigan**

Warren Allen Smith
Editorial Associate
31 Jane Street (10-D) New York, NY 10014
(212) 366-6481
[E-Mail: SecularHum@AOL.com.

7 March 1994

TO:

Dr. N. Innaiah, 17319 Buehler Road. Olney. MD 20832

Your letter mailed from Maryland on February 24th arrived today. I believe It came via Sri Lanka and the South Pole.

Yes, I simply could not meet the deadline for *The Humanist Way.* But I had planned a humorous article which included the Buddhist in New York City who gave his order to a side walk vendor of hot-dogs: "Make me One with everything."

[Translation for non-New Yorkers: Hot-dogs are frankfurters, which are cured cooked sausages of beef or beef and pork—options which can be added include mustard, pickles, sauerkraut, etc. Often, humor is one vicinity *is* unrecognizable in another, as your wife and daughter *will* confirm.)

I have forwarded your letter to the current issue of *Pique:* Ed McCartan, 325 East 57th Street (12-D), New York, NY 10022. He might care to have *you* speak or, if the schedule is full, you might care to visit one of the monthly meetings.

Carl Sagan's address: c/o Cornell University Space Science Building, Ithaca, NY 14853.

నరిసెట్టి ఇన్నయ్య

Finally, thanks for remembering me to Prof. Ray. And remember me again to the beautiful English prof who accompanied you on your last visit.

Humanist vically,

HUMANIST LAUREATES IN CODESH'S ACADEMY OF HUMANISM: Pieter Admiraal, medical doctor, The Netherlands; Steve Allen, author, humorist; Ruben Ardila, professor of psychology. Univesidad de Colombia; Kurt Baler, professor of philosophy, U of Pittsburgh; Dame R. Nita Barrow, Governor-General, Barbados; Sir Isaiah Berlin, professor of philosophy, Oxford U; Sir **Hermann** Bondi, Fellow of the Royal Society, Past Master of Churchill College, London; **Yelena** Bonner, noted defender of human rights and wife of the late Andrei Sakharov; Bonnie Bullough, professor of nursing. SUNY at Buffalo; Mario Bunge, professor of philosophy of science, McGill U; Jean-Pierre Changeux, College de France and Institute Pasteur; Patricia Smith Churchland, professor of philosophy. U of California at San Diego; Bernard Crick, professor of politics, U of London, Francis Crick, Nobel Laureate in Physiology, Salk Inst.; Richard Dawkins, Fellow of the New College, Oxford University; Jose **Delgado,** chairperson of the Dept. of Neuropsychiatry, U of Madrid; Milovan Djilas, author, former vice-president of Yugoslavia; **Jean Dommanget,** astronomer. Belgium; **Paul Edwards,** professor of philosophy, New School for Social Research. New York; Luke Ferry, professor of philosophy at the Sorbonne and the University of Caen; Sir Raymond Firth, professor emeritus of anthropology, C of London, Betty Friedan, author, founder of the National Organization for Women (NOW); **Yves** Galifret. professor emeritus of physiology at the Sorbonne and General Secretary of l'Union Rationaliste; John Galtung, professor of sociology. U of Oslo; Stephen Jay Gould, Museum of Comparative Zoology, Harvard; Adolf Grfinbaum, professor of philosophy, U of Pittsburgh; Murray Gehl-Mann, Nobel Laureate itt physics, California Institute of Technology; Herbert Hauptman, Nobel Laureate in Medicine and professor of microbiology, Institute Pasteur; Sergei Kapitza. Chairman of Physics at the Moscow Institute of P..ytics and Teclmology; Thelma Lavine, president of the Society for the Advancement of American Philosophy; Paul MacCready, president, AeroVironnxnt, Inc; Mihailo Markovic, professor of philosophy. U of Belgrade; Adam Michnik, co-founder of KOR, the organization of dissident intellectuals that helped to end communist rule in Poland; Indomati **Parlkh,** president. Radical Humanist Association of India; John Passmore, professor of philosophy, Australian National U; Octavio **Paz,** Nobel Laureate in Literature, Mexico; Warded Baxter Pomeroy, psychotherapist and author; Sir Karl Popper, professor emeritus of logic and scientific method. U of London; W. V. Qulne, professor of philosophy. Harvard; **Marcel** Roche, emeritus researcher, Institute Venezolano de Investigaciones Cicntffica (IVIC), Venezuela; Max Rood, professor of law, former Minister of Justice in Holland; Richard Rorty, professor of philosophy. U of Virginia; Carl Sagan, astronomer, Cornell; Leopold Sedar Senghor, former president, Senegal; Wole Soyinka, Nobel Laureate in Literature, Nigeria; Svetozar Stojanovic, professor of philosophy, U of Belgrade; **Thomas Szasz,** professor of psychiatry, SUNY Medical School; V. M. Tarkunde, chairman, Indian Radical Humanist Association; **Richard** Taylor, professor of plulosophv. Union College; **Rob** Tielman. co-president, International Humanist and Ethical Union (IHEU); Alberto Hidalgo Tunon, president of the Sociedad Asturiana de Fitosofia, Oviedo. Spain; Peter Ustinov, noted actor, director, writer; Simone Veil, Deputy to European Parliament, France; Kurt Vonnegul Jr-, novelist; Mourad **Wahba,** professor of education, U of Ain Shams, Cairo; G. A. Wells, professor of German, U of London: **Edward** O. Wilson. professor of sociobiology. Harvard. *Deceased.'* George O. Abell, Isaac **Asimov,** Sir Alfred J. Ayer, Brand Blanshard, Joseph Fletcher; Sidney Hook, Lawrence **Kohlherg,** Franco Lombardi, Ernest Nagel, George Oliney, Chaim Perelman, Andrei Sakharov, Lady Barbara Wooton.

మానవవాద జర్నలిస్ట్ ఇన్నయ్య జర్నీ

Martin Gardner
110 Glenbrook Drive
Hendersonville,
N.C.28739
(704) 693-3810

20 Jul, 94

Dear Dr. Innaiah

Thank you for your letter, I am pleased that you would want to meet me, but I must respectfully decline. I am getting too old to travel (I will be 80 in October) long distances, and there is no possibility of my going to India. Now is not a good time for you to visit here because we are in the midst of selling a house and moving into another one.

Perhaps our paths can cross at some future time.

All best,

Mart Gardner

నరిసెట్టి ఇన్నయ్య

NICHOLAS ROERICH MUSEUM

319 West 107th Street, New York 10025-2799 • phone:212-864-7752 • fax:212-864-7704 • e-ma.1-roerich@igc.org

July 15, 1998

Mr. Sanjiv Dev
TUMMAPUDI
Guntur District
Andhra Pradesh
India 522330

Dear Sir:

This is a repeated mailing; apparently my previous letter has gone astray.

Last spring, Mr. Narisetti Innaiah spoke with me about some correspondence with Nicholas Roerich that you have in your possession. We have been actively seeking out and collecting all materials around the world that relate to Nicholas Roerich, adding them to our archive, which is studied by Roerich specialists from around the world.

Mr. Narisetti Innaiah said that you were interested in donating the correspondence in your possession to our Museum, for safeguarding. This would be a greatly appreciated gesture, for which we would be most grateful. Please know that you are welcome to forward this material to us at any time that is convenient for you, and it will immediately he placed in our archive.

With gratitude, sincerely,

Daniel Entin, Director
Nicholas Roerich Museum, New York

మానవవాద జర్నలిస్ట్ ఇన్నయ్య జర్నీ   183

भारतीय राजदूतावास
वाशिंगटन, डी० सी०

EMBASSY OF INDIA

2107 Massachusetts Ave.,
N.W. Washington, DC 20008
TEL: (202) 939-7000
FAX: (202) 939-7027

50th Anniversary of India's Independence

December 4, 1998

TO WHOM IT MAY CONCERN

This is to certify that Dr. Innaiah Narisetti continues to be correspondent of VAARTHA, a daily newspaper published in India. He may be given accreditation and other facilities usually given to foreign correspondents in Washington.

(A.D. Ku reja)
Attache (Information)

HOOVER INSTITUTION
ON WAR, REVOLUTION AND PEACE

August 6, 1998

Dr. Narisetti Innaiah
173 19 Buehler Road
Olney, MD 20832

Dear Dr. Innaiah:

Many thanks for donating your book on Evelyn Trent to the Hoover Institution Library. It is especially nice to have a copy autographed by the author.

A few years ago I interviewed Professor Robert C. North about his remarkable career. His encounters with Evelyn Trent formed one of the most fascinating chapters.

If you have original documents relating to M N Roy and Evelyn Trent, I hope that you will consider the Hoover Institution Archives as the logical repository for preserving them.

Sincerely,

Elena S. Danielson

Elena S. Danielson, Ph.D.
Archivist

INTERNATIONAAL INSTITUUTVOOR SOCIALE GESCHIEDENIS

INTERNATIONAL INSTITUTE OF SOCIAL HISTORY
INTERNATIONALES INSTITUT FOR SOZIALGESCHICHTE
INSTITUT INTERNATIONAL D'HISTOIRE SOCIALE

Mr. N. Innaiah
General Secretary
Indian Rationalist Association
A60, Journalist colony
Jubilee Hills,
Hyderabad - 500033
India.

Amsterdam, 1.6.95
      C95&601.MY4 :
Our ref.
Your ref.:

Dear Mr. Innaiah,

In reply to your letter of May 13, 1995 I want to inform you that we do not keep the papers of M.N. Roy. However in the inventory of the Sneevliet archive held here I came across some entries concerning him-mainly letters from him and Evelyn to Jack Horner (ps. of Sneevliet).

For your information I enclose the relevant pages of the inventory. We charge F1.0,40 for each copy.

Your sincerely,

Mieke Ijzermans
Information Dept.

enclosures

Cruquiusweg 31 — NL-1019 AT AMSTERDAM —Tel 31-20-6685866 · Fax .31-20-6654181
ABN-AMRO Bank 41.13.90.805 · Postgiro 4740245

నరిసెట్టి ఇన్నయ్య

Free Inquiry

Published by the Council for Secular Humanism at the Center for Inquiry

P.O. Box 664, Amherst, New York 14226-0664 • (716) 636-7571 • Fax (716) 636-1733

August 12, 1996

Dr Innaiah Narisetti, PhD,
c/o 17319 Buehler Road Olney MD 20832

Dear Dr. Innaiah,

May I thank you for your recent letter We are pleased to hear that the conflict between the two rationalist associations has reached a compromise.

Thanks for the information about M.N. Roy. I trust the meetings at the Smithsonian were interesting.

With best personal wishes,

Sincerely,

Paul Kurtz

Free Inquiry

Published by the Council for Democratic and Secular Humanism, Inc.
P.O. Box 664, Buffalo, New York 14226-0664 • (716) 636-7574 • FAX (716) 636-1733

August 19, 1994

Innaiah N.
Buehler Raod 17319
Olney, MD. 20832

Dear Mr. Innaiah N,

I expect that by now you will have heard from our Chief Development Officer James Kimberly about our Price of Reason Campaign. I hope you received the information which you requested. If you did not, let me know and I will take care of it right away.

Please give Mr. Kimberly an opportunity to explain the options available. We have consulted with our Architects, who are preparing working drawings, and we are scheduled to begin construction this spring.

With your assistance, the new Center for Inquiry will become a reality. I am confident that you will give the Center for Inquiry every consideration.

Sincerely yours,

Tim Madigan
Executive Editor

నరిసెట్టి ఇన్నయ్య

Adolf Grünbaum
7141 ROYCREST PLACE
PITTSBURGH, PENNSYLVANIA 15208-2737
(412) 241-7036

As from
Franklin, Maine
August 24, 1994

Dr. Nasiretti Innaiah
17319 Buehler Road
Olney, MD. 20832

Dear Dr. Innaiah,

I hope that, before this letter reaches you, the mailing from my secretary to you will have arrived. It includes some of my secular humanist writings. Also, my apology for the delay in responding to your very welcome letter of July 26. I was meeting a deadline when it came.

I was glad to see your biographical data, which I passed on to a philosopher-friend of mine in Calcutta.

It would have been very nice to see you in Pittsburgh. Since you are intrigued by Thomas Szasz's criticisms of psychiatry, you may be interested in my critical books and articles on psychoanalysis. They have received wide general publicity in Time magazine (last fall in the issue whose cover asks "Is Freud Dead?"), in the New York Review of Books (e.g. see my debate-exchange with Thomas Nagel in the Aug. 11, 1994 issue), and in the London Times Literary Supplement, which published a bad-review of my 1993 book Validation in the Clinical Theory of Psychoanalysis, A Study in the Philosophy of Psychoanalysis.

As for Thomas Szasz, I cannot agree with your judgment of him. He did render a service by ex—
I agree,

మానవవాద జర్నలిస్ట్ ఇన్నయ్య జర్నీ

posing the pretensions of psychiatrists that go way beyond what they can warrantedly claim to know, especially when they prevaricate for either the prosecution or the defense in courts of law.

But I totally reject his argument for his position! He himself is a bundle of contradictions: He calls himself a practicing psychoanalyst but indicts Freud as a fraud in the manner of a gutter journalist. His claim that the concept of disease applies only to somatic disorders is demonstrably false. At a meeting in New York, he put forward the silly argument that psychiatry as such is wrong-headed, because psychiatrists have changed their ideas about the causation of mental dysfunction. When I pointed out to him publicly that physicists too change their theories, and that indeed the history of science is the history of discarded theories, he replied irrelevantly & demagogically: "But physicists do not confine people to mental institutions against their will." When I discussed the matter with him privately, he was evasive.

In my graduate course, I assign some critical readings on Szasz to my students. If you would like, my secretary could send you the references.

I have a daughter who lives in Rockville, Maryland, and if I get to visit her before you return to India, I shall gladly let you know, as you kindly suggested.

I have never been to India, although the distinguished astrophysicist J. Narlikar has invited m to visit his Institute, and two philosopher friends (in New Delhi & Calcutta respectively) also invited me. Perhaps I shall be able to come a couple of years hence.

Many thanks for writing, and all best wishes. Sincerely yours,
Adolf Grünbaum

చలసాని ప్రసాదరావు

CHALASANI PRASADA RAO
B-76, Journalists Colony, Jubilee Hills, Hyderabad-500 033, INDIA.
Phone :3547 996

18.5.99

ఇన్నయ్య గారూ,

మే 11వ తేది జాబు. నాకు E.mail పంపడం చూస్తే చికాకు వ్యవహారం. మాకు ఫ్లోర్‌లో ఉన్న మా computer divisi- కు వెళ్ళి అక్కడ ఎవర్నైనా ఆ కంప్యూటరు తెరిపించి ఉద్యోగిని బ- తిమాలించుకోవాలి. General గా ఏ లేఖలు వచ్చాయో To find out if there is a mail: అలా ఆ కంప్యూటర్ కూర్చుంటే, ఇటువంటివాళ్ళు మాకు టైం వేస్ట్ అని తగ్గించాల- నడానికి ఈ E-mail 4 నెలల క్రిందటే TANA వాళ్ళ కోసం అని తెలుసుకున్నాను. ఆ TANA లో తెల్సున్న వాళ్ళు తప్ప మరెవరూ లేర- తెలుగుని ప్రోత్సహించటం మానేశారు.

వాళ్ళు Art exhibition, photos అనీ ఇవీ ఏవేవో చూపిస్త- న్నారు. మనం శ్రమదానానికి సదా సిద్ధమే. కాని, అక్కడ ఏ- ర్పాటుకు చేస్తారు. నా వంతుగా అనుభవంలో సౌకర్యానికి, బుద్ధిగా ఉండటం అలవాటు అయింది ignore చేయా- లనుకుంటున్నాను. రావటమూ లేదు, ఏమీ చేయాలనుకోవటమూ లేదు.

ఇంకా ఏమంటే చూశాక మళ్ళీ అమెరికా సందర్శనకే సరదా ఉండటం లేదు. Art exhibition ఏర్పాట్ల కోసం రావాలి గనక అలా అనుకున్నాను, తప్పని సరయి వస్తామని. ఆ ఫోటోలకే ఒప్పుకోవాలి కాదు గదా అలాగ ఇక్కడ # నేను collect చేసిన paintings చాలా పోవటం ఏమయిందో. ఏ తేదీనా వచ్చినా ఇక్కడ నాకేమీ ఇబ్బందులు లేవు.

ఏమైనాక ఇక్కడ పని వత్తిడి చాలా బాగా ఉంది. అందాకని వస్తున్నాను. ఇళ్ళు చూడాలి అంత తేలికైతే గదా!

12855 Oaks Ave Apt 109
Chino, CA 91710
(909) 624-6824

December 8, 94.

My dear Innaiah garu:

I have your letter of 30th Nov and noted contents. We have also received Komala's letter addressed to Sujata. With phones available all around, we tend to be easy on letter writing! Once or twice we had problem to get you on the phone. But later on we forgot about it.

I note that you both will be arriving on Dec 31st afternoon and MR. Rajneesh Puri will be receiving you. I will be in contact with him at (818) 821 - 1964. This is a long awaited trip and I hope you will give us an opportunity to host you for at least a week.

I am in touch with local library and so far no success. I am still following up and hope for some worthwhile result by the time you arrive.

We will make a trip to Palm Desert to visit MR. Diven Meridith. I will personally accompany you to that place.

Sujata and Vijaya join me in sending our best wishes to Komala and Naveena and love for Rohit.

More when we meet

Sincerely,
G. V. A. Rao

Professor SIBNARAYAN RAY

Former Chairman, Indian Studies, Melbourne University
Former Associate Professor, California University (Santa Barbara)
Former Director of Seminar on Asian Intelligentsia, Mexico University
Chairman, First International Congress on Modernisation, Korea University
Former Director, Rabindra-Bhavan, Visva-Bharati University
Emeritus Fellow in Literature, Deptt. of Culture, Govt. of India
Former Chairman, Raja Rammohun Roy Library Foundation
Founder-Editor, *Jijnasa*, a Journal of Ideas and Inquiry
Senior Research Fellow, Indian Council of Historical Research

Bichitra Abasa
BC 43/3, Sector
Salt Lake, Kolkata 700 06

Telephone : 2358-924
5519-313.

"Rudra-Palash
63, Purvapal
Santiniketan - 731 235, Indi
Telephone : (953452) 25394
9232 870471

Date.... 18/10/07

Dear Innaiah,

I hope you have already seen the fourth and final volume of my autobiography (the volume published in two parts). I am sure you will send me a copy of the Telugu translation of the third volume when it is published & available, and live up to the tradition of the final volume when you have to time. It has taken me nearly twenty years of research and writing to prepare this book. I am sure the translation has already taken & will take you several years. I deeply appreciate your dedication — all the more since none of our radical colleagues are ever likely to translate the work in Bengali.

I have now to make you a request. I understand that Babu Jafferoni is now settled in Hyderabad. But I have lost contact with him & do not know his present address. Will you convey to him my request to write in *International Humanism* about the publication of the four volumes on the life & times of one of the founders of IHEU. Should he wish to secure a set of the four volumes for himself he should order directly for his copies to

Sri Kanai Paul
Manager, The Renaissance Publishers,
15 Bankim Chatterjee Street,
Office House 2nd Floor Kolkata

I have now moved to Santiniketan & taken to double work till time I have still left to write ① My autobiography, and ② an updated formulation of my philosophy of life in which, besides Truth and Freedom, I put a lot of emphasis on the values of love and friendship, art and beauty, integrity and compassion. Whether radical humanism is the right label for such a philosophy, does not matter to me. What is important is to strive in clean terms what life has taught me — to be truthful to the logic of experience. When you will & correspond in future please use my Santiniketan address.

I trust you are in good health and spirit.

Best wishes

SNR

నరిసెట్టి ఇన్నయ్య

Please also from me & Pacha of Sankaran etc.
give it the children.

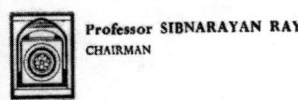

Professor SIBNARAYAN RAY
CHAIRMAN

RAJA RAMMOHUN ROY LIBRARY FOUNDATION
(Established by the Department of Culture, Government of India)
राजा राममोहन राय पुस्तकालय प्रतिष्ठान
(भारत सरकार के संस्कृति विभाग द्वारा प्रतिष्ठापित)

28/12/97

Dear Innaiah,

I did get your undated letter in due course, but the Foundation's work has kept me fully stretched and it leaves me little time to attend to other matters. During the year we have held a large number of seminars and workshops with librarians from Kerala, Tamilnadu, Karnataka, Andhra, Maharashtra, Gujarat, Goa & ~~Andhra~~ Rajasthan — on the Library Scenario in India in the 21st Century. Several more are forthcoming to cover the North-eastern states, the East and the North, culminating in a seminar in Delhi in May, 1998.

This letter concerns some other matter. An old radical friend of ours, Sushil Bhaduri, is lying ill and incapacitated; he is a bachelor, has no relations to look after him, has been in our movement since the early forties, and is now in his mid seventies. He assisted me for several years when I started Jijnasa quarterly & later when I began editing the Selected Works of M.N. Roy. He lives in the Jijnasa office. I have been looking after him, have arranged for his medical treatment and a day nurse and am looking for a decent Old men's home where he might better be looked after. At present he costs me about Rs1000/- per month.

But in West Bengal finding a suitable Old men's home is very difficult — either they are very expensive, or they are very poorly run. I have contacted a few where the charges are moderate and the arrangements seem to be reasonable. But admission requires an advance payment of about Rs 15,000 for the charges of one full year, is absolutely [illegible].

My position at the Foundation, though very demanding, is absolutely honorary. And with my very modest pension I find it difficult to meet the entire cost of Sri Bhaduri's upkeep. ~~without difficulty~~.

I am, therefore, appealing to 10/12 personal friends to contribute about Rs1000/- each towards the cost of one year, the balance I shall meet myself. I am only asking those who might be able to afford it and who are likely to have sympathy for an old radical in distress. I don't wish to make any public appeal — that will hurt his self-respect. I am also writing to [illegible] Reddy. If you wish to help you may send me a draft for Rs1000 or its equivalent in dollars drawn in my favour on the City Bank or American Express at Calcutta (Add the ~~charges for~~ bank charges for cashing the draft — at the present rate of exchange probably $30/35 will be sufficient). You may remit the draft to my Calcutta residence with [illegible] of the letter. I shall send you a receipt note.

With best wishes for a happy new year

Yours ever

SNR.

Office : DD-34, Sector-I, Salt Lake, Calcutta-700 064 • Phone : 337-3463-65, Fax : 033-3373465
Resi. : BE-161, Sector-I, Salt Lake, Calcutta-700 064 • Phone : 337-2859
Rudra Palash, 63, Purvapalli, Santiniketan • Phone : (03463) - 53948

Muppalla Basavapunna Rao
BSc., BEd.

© 26262

4-13-6, Ithanagar
TENALI - 522 20

Date. 10.10.98

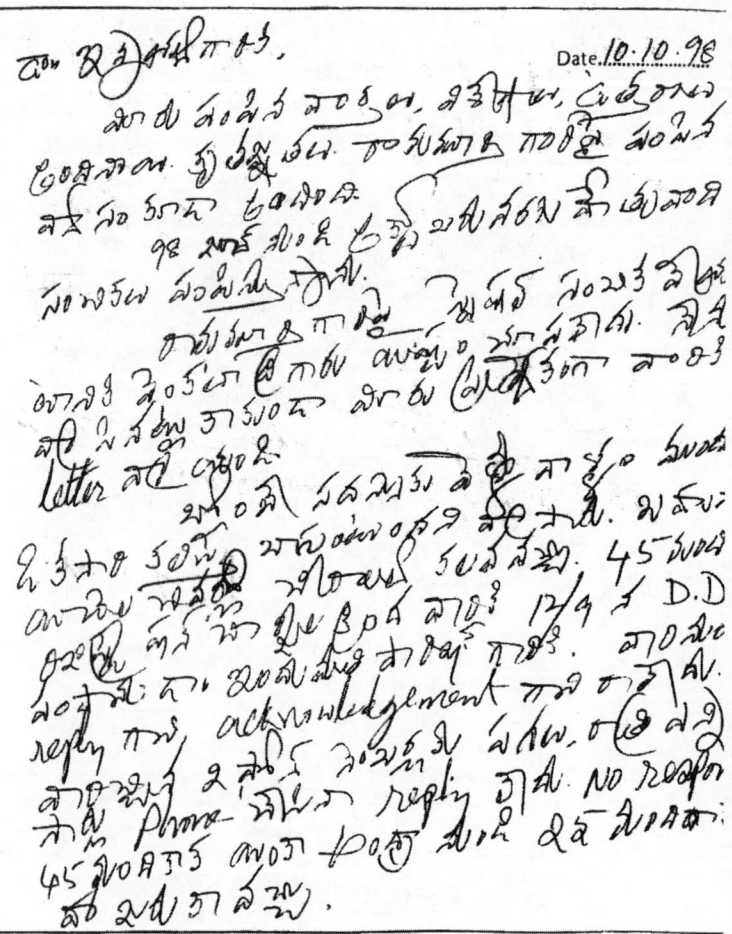

MANAGING EDITOR	: HETUVADI, TENALI.
GENERAL SECRETARY	: KAVIRAJU TRIPURANENI FOUNDATION, TENALI.
GENERAL SECRETARY	: A. P. RADICAL HUMANIST ASSOCIATION, TENALI
SECRETARY	: CONSUMERS' COUNCIL, TENALI.

నరిసెట్టి ఇన్నయ్య

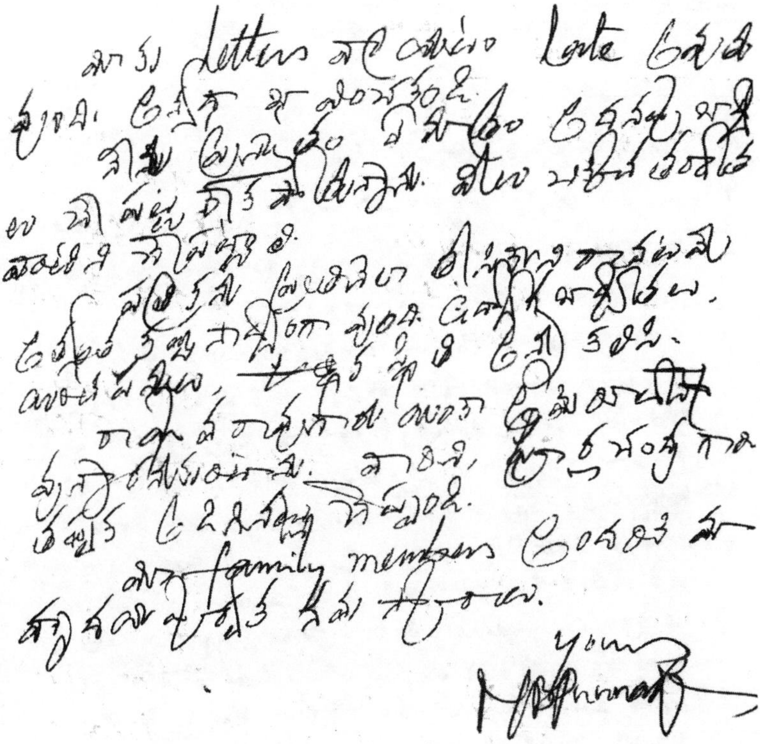

మాకు letters వ్రాయటం late అవుత
ప్రాది. అన్నగా శా వుంచండి.
వాళ్ళు పంపుతారు వో హంలం అక్షరాలు, యిప్ప
టి వ్రాయట్లు నాకు వ్రాస్తారు. వీటి అన్నింట వరకు
వాటిని స్రోపదిస్తా వి.
అన్నగా సులభంగా వొస్తాని రావటం
అన్నగా క్రొత్త నాక్రొత్తగా వుంది. అన్నగా (చి) కలసి.
అంటే వచ్చారు, బొత్తిగా శానీ (ని) కలసి.
రామ్ వ రామ్క్రొత్తారు అంతా వాళ్ళకు వాళ్ళి
వున్నారుసుమా. వారికి, ప్రార్థ వరద్య గారు
కళ్ళక అన్నింట్లు వొచ్చారు.
సింకా family members అందరికి వా
వ్రాయ్ కల్ల అన్నిక నమ్ స్తారు.

yours

M. Phanna

Letter from
Avula Gopalakrishnamurthy to N. Innaiah

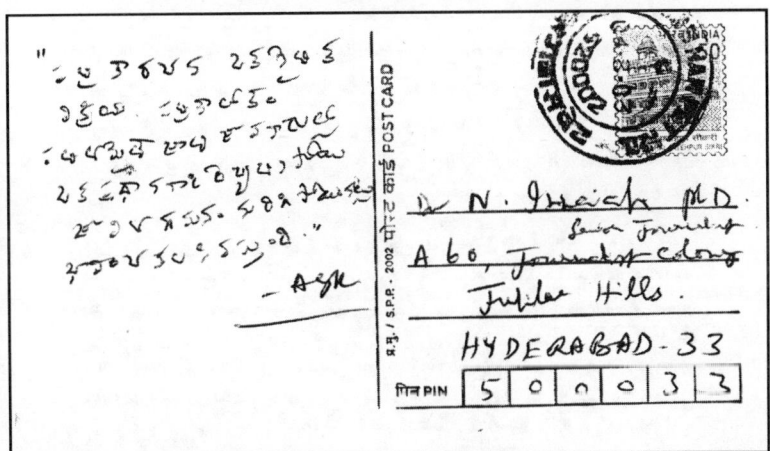

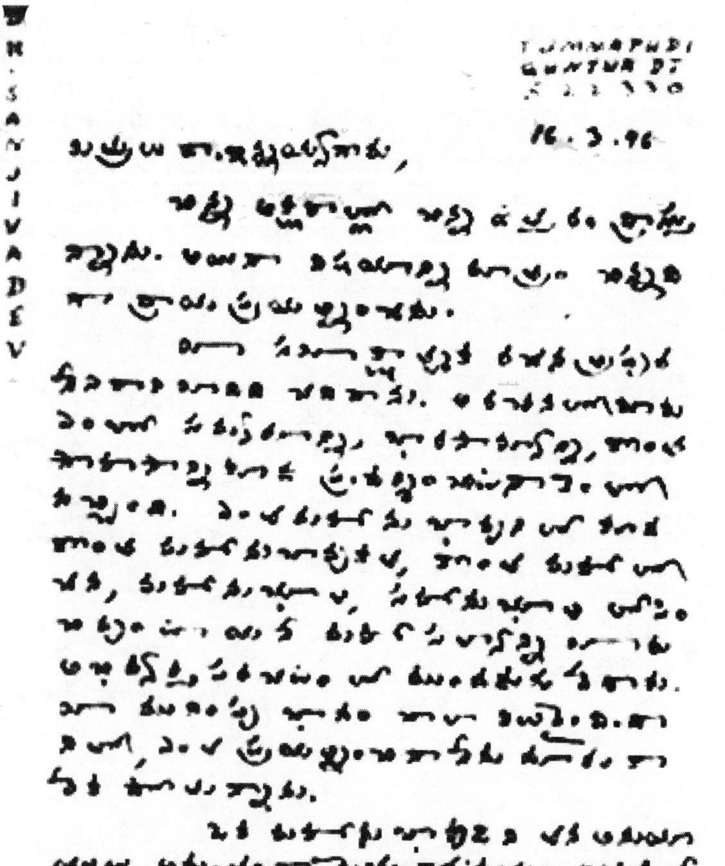

మిత్రులు కా. ఇన్నయ్యగారు,

...

నరిసెట్టి ఇన్నయ్య

ఎన్. ఇన్నయ్య

జననం	- అక్టోబర్ 31, 1937
జన్మ స్థలము	- పాతరెడ్డి పాలెం (చేబ్రోలు, గుంటూరు జిల్లా, ఆంధ్రప్రదేశ్, ఇండియా)
అకడమిక్ క్వాలిఫికేషన్స్	- ఎం.ఎ. (ఫిలాసఫీ), ఉస్మానియా యూనివర్సిటీ పిహెచ్.డి. (ఫిలసాఫికల్ కాన్సీక్వెన్సెస్ ఆఫ్ మోడరన్ సైన్స్) ఉస్మానియా విశ్వవిద్యాలయం
ప్రస్తుతము	- రచయిత, మానవవాద ఉద్యమ కర్త. ఫ్రీలాన్స్ జర్నలిస్ట్ (1982 నుండి)
బాధ్యతలు	
సహసంపాదకులు	- "ప్రసారిత" - తెలుగు త్రైమాసిక పత్రిక (సోషియల్ సైన్సెస్, 1972-75)
ఛీఫ్ రిపోర్టర్&స్పెషల్ కరస్పాండెంట్	- "ఆంధ్రజ్యోతి" దినపత్రిక (1975-81)
అధ్యక్షులు	- భారత సామాన్యశాస్త్రాల అకాడమీ, హైదరాబాద్, ఆం.ప్ర. (1988-90)
అధ్యక్షులు	- ఆంధ్రప్రదేశ్ రేషనలిస్ట్ అసోసియేషన్ (1994-96)
కార్యదర్శి	- భారత రాడికల్ హ్యూమనిస్ట్ సంఘం, ఆంధ్రప్రదేశ్ (1992-94)
ప్రధానకార్యదర్శి	- ఆంధ్రప్రదేశ్ హేతువాద సంఘం (1991-93)
జనరల్ సెక్రటరీ	- ఇండియన్ రేషనలిస్ట్ అసోసియేషన్,(1994-96)
సహ అధ్యక్షులు	- భారత హేతువాద సంఘం (1996 నుండి)
సమన్వయకర్త	- నాస్తిక, హేతువాద, మానవవాద సంఘాల సమాఖ్య, ఆంధ్రప్రదేశ్ (2003-2005)
ప్రధానకార్యదర్శి	- భారత రాడికల్ హ్యూమనిస్ట్ సంఘం, (2005-2007)
ఛైర్మన్	- పిల్లలపై అత్యాచారాల నిరోధక కమిటీ, ఐ.హెచ్.ఇ.యు. లండన్ (2004 నుండి)
ఛైర్మన్	- సెంటర్ ఫర్ ఇంక్వయిరీ, ఇండియా, 2006

ఇంగ్లీషులో

- న్యూ ఎన్‌సైక్లోపీడియా ఆఫ్ అన్‌బిలీఫ్ - **2008** (అన్ బిలీఫ్ ఇన్ ఇండియాలో వ్యాసం)
- లెట్ శానిటీ ప్రీవైల్ - ఇండియా, 2007
- ఫోర్స్‌డ్ ఇన్ టు ఫెయిత్ - ప్రమిథియస్ బుక్స్, అమెరికా, 2009
- ఎన్‌సైక్లోపీడియా ఆఫ్ అన్‌బిలీఫ్ - (6 వ్యాసాలు), ప్రమిథియస్ బుక్స్, అమెరికా, 2007
- ఎమ్.ఎన్.రాయ్ ర్యాడికల్ హ్యూమనిస్ట్ - ప్రమిథియస్ బుక్స్, అమెరికా, 2005
- ఎమ్.ఎన్.రాయ్ ఫోటో ఆల్బమ్ - రేషనలిస్ట్ వాయిస్ పబ్లికేషన్స్, హైదరాబాద్, 2003
- ఎ సెంచరీ ఆఫ్ పోలిటిక్స్ ఇన్ ఆంధ్రప్రదేశ్ - రేషనలిస్ట్ వాయిస్ పబ్లికేషన్స్, హైదరాబాద్, 2002
- ఎమ్.ఎన్.రాయ్, ఎవిలిన్, ఎలెన్ - ఎ బిబ్లియోగ్రఫీ, (బుక్‌లింక్స్ కార్పోరేషన్, హైదరాబాద్, 1995)
- బిట్వీన్ ఛరిష్మా అండ్ కరప్షన్ - ఎ.పి. పోలిటిక్స్, 1991.
- శత్రఫాన్‌స్టార్ ఓవర్ ఆంధ్రప్రదేశ్ - ఎ స్టడీ ఆఫ్ కాంటెంపరరీ ఆంధ్ర పోలిటిక్స్, (బుక్‌లింక్స్ కార్పోరేషన్, హైదరాబాద్, 1984)
- ది ఫిలసాఫికల్ కాన్సీక్వెన్సెస్ ఆఫ్ మోడరన్ సైన్స్ - బుక్‌లింక్స్ కార్పోరేషన్, హైదరాబాద్, 1982
- ది బర్త్ అండ్ డెత్ ఆఫ్ పొలిటికల్ పార్టీస్ - బుక్‌లింక్స్ కార్పోరేషన్, హైదరాబాద్, 1982
- పోలిటిక్స్ ఫర్ పవర్ - ఎ స్టడీ ఆఫ్ కాన్టెంపరరీ ఆంధ్రప్రదేశ్ పోలిటిక్స్, (సైంటిఫిక్ సర్వీసెస్, హైదరాబాద్, 1982.)
- స్టేట్ గవర్నమెంట్ & పోలిటిక్స్ - ఎ స్టడీ ఆఫ్ ఎ.పి. పోలిటిక్స్, 1885–1985, (సైంటిఫిక్ సర్వీసెస్, హైదరాబాద్.)
- ఇన్‌సైడ్ ఆంధ్రప్రదేశ్ - బుక్‌లింక్స్ కార్పోరేషన్, హైదరాబాద్, 1980.

డిప్రెస్డ్ గ్రూప్ స్టూడెంట్స్ - కో-ఆథర్ డా॥ సి. లక్ష్మన్న,
(కాలేజ్ బుక్ హౌస్, త్రివేండ్రమ్, 1977.)

ట్రెడిషన్ & మోడరానిటీ ఇన్ తెలుగు & - కో - ఎడిటర్, డా॥ ఆలమ్ కుంద్‌మిరి,
ఉర్దూ లిటరేచర్ 1969,

తెలుగులో

- ర్యాడికల్ హ్యూమనిస్ట్ మూవ్‌మెంట్ ఇన్ ఆంధ్రప్రదేశ్ **2012**
- మిసిమి వ్యాసాలు **2012**
- నేను కలిసిన ముఖ్యమంత్రులు, మానవవాదులు **2011**
- **100** సంవత్సరాల ఆంధ్రప్రదేశ్ రాష్ట్ర రాజకీయచరిత్ర **2011**
- ఆంధ్రప్రదేశ్‌లో రాజకీయపార్టీలు
- అబద్ధాలవేట, నిజాలబాట (వ్యాససంకలనం) **2008**
- ఎమ్.ఎన్.రాయ్ జీవితం **2001** (వార్త దినపత్రికలో సీరియల్)
- మతాల చిత్రహింసలో చిన్నారులు, **2001**
- చిట్కావైద్యాలు, చిల్లర డాక్టర్లు, **1998**
- అబద్ధాల వేట, **1995**
- **20**వ శతాబ్దంలో నరహంతకులు, **1992**
- ఈ దేశంలో పునర్వికాసం రాదా?, **1989**
- నార్ల జీవితం, ఆలోచనలు, **1987**
- ఆంధ్రప్రదేశ్‌లో కుల రాజకీయాలు, **1984**
- ఖద్దరు నుండి - కాషాయం వరకు, **1983**
- ఆంధ్రప్రదేశ్ ప్రభుత్వం - రాజకీయాలు, **1983, 1991**
- పార్టీలెన్ని మారిస్తేనేం పైన ఖద్దరే గదా! **1982**
- మార్క్స్ - మార్క్సిజం, **1976**
- కార్ల్ మార్క్సుకు కమ్యూనిస్టులు పట్టించిన గ్రహణం, **1976**
- రాజారామ్‌మోహనరాయ్ నుండి ఎం.ఎన్.రాయ్ వరకు, **1973**
- సామాజిక సమూహాలు - సంబంధాలు, **1972**
- తత్వశాస్త్రం - సామాన్య వివేచనం, **1971**
- ఆంధ్రలో రాజకీయాలు, **1970**
- ఆంధ్రలో రాజకీయాలు - పరిణామం, **1970**
- ఆంధ్రలో స్వాతంత్ర్య పోరాటం, **1972** (మామిడిపూడి వెంకటరంగయ్యగారితో)
- ఆంధ్రప్రదేశ్‌లో రాజకీయ పార్టీలు

ఇంగ్లీషు నుంచి తెలుగుకు అనువాదాలు

- దేవుడి భ్రమలో - రిచర్డ్ డాకిన్స్
- దేవుడంటే ఇదన్నమాట - క్రిస్టఫర్ హిచిన్స్
- క్రైస్తవం ఇంత అమానుషమా - శామ్‌హారిస్
- మతంలేని మధుర జీవితం - పాల్‌కర్జ్
- గీతారహస్యం - వి,ఆర్.నార్ల
- నేనెందుకు ముస్లింను కాదు? - ఇబ్నువారక్
- మారుతున్న భారతదేశం - ఎం.ఎన్,రాయ్
- వ్యాసాలు - ఎ.బి.షా
- కళాపూర్ణోదయం - జి.వి.కృష్ణారావు
- సాహసించండి, మారండి - పాల్‌కర్జ్
- కాషాయవస్త్రం - అగేహానందభారతి
- ఎం.ఎన్.రాయ్ జీవితం - శిబ్‌నారాయణ్‌రే, రెండుభాగాలు
- బ్లాస్‌ఫెమీ - జస్టిస్ రాఘవేంద్ర జహగీర్దార్, రేషనలిస్ట్ వాయస్ పబ్లికేషన్స్
- సెక్యులరిజం - జస్టిస్ రాఘవేంద్ర జహగీర్దార్, రేషనలిస్ట్ వాయస్ పబ్లికేషన్స్
- ఎఫర్‌మేషన్స్ - పాల్‌కర్జ్, సెంటర్ ఫర్ ఇంక్వరీ ఇండియా
- తెలుగు దినపత్రిక - పిహెచ్.డి. థీసీస్ (ఎథియిస్టిక్)
- ది కరేజ్ టు బికమ్ - హ్యూమనిస్ట్ వర్ట్యూస్ - పాల్‌కర్జ్ (హేమా పబ్లికేషన్స్)
- ఇన్ ఫ్రీడమ్స్ క్వెస్ట్ - ఎమ్.ఎన్.రాయ్ జీవితం (మొదటి భాగం, రెండవ భాగం), శిబ్‌నారాయణ్ రే (తెలుగు యూనివర్సిటీ)
- హమీద్ దల్వాయ్ - ముస్లిమ్ పాలిటిక్స్
- లక్ష్మణ్ శాస్త్రి జోషి - క్రిటిక్ ఆఫ్ హిందూఇజం

తెలుగు అకాడమీ ప్రచురణలు

- **పార్టీలు - అధికారం - రాజకీయాలు** - ఎం.ఎన్.రాయ్
- **రష్యా విప్లవం** - ఎం.ఎన్.రాయ్
- **చైనాలో విప్లవం** - ఎం.ఎన్.రాయ్
- **వివేచన, ఉద్వేగవాదం, విప్లవం** - ఎం.ఎన్.రాయ్
- **ఎం.ఎన్.రాయ్ రాజకీయ చరిత్ర** - వి.బి.కార్నిక్
- **భారతదేశంలో సమ్మెలు** - వి.బి.కార్నిక్
- **భారతదేశంలో కార్మికసంఘాలు** - వి.బి.కార్నిక్
- **ఇస్లాం తత్వం** - డా. ఆలం కుందుమిరి
- **శాస్త్రీయ పద్ధతి** - ఎ.బి.షా
- **ఉన్నత సంప్రదాయం - అల్పసంప్రదాయం** - అగేహానందభారతి
- **గ్రామీణ సామాజికశాస్త్రం** - ఎ.ఆర్.దేశాయ్

జస్టిస్ జగన్మోహనరెడ్డి పుస్తకాలు

అల్పసంఖ్యాకులు - రాజ్యాంగం, మన రాజ్యాంగం - అంటే ఏమిటి?, మన రిపబ్లిక్‌ను కాపాడుకోగలమా?, మన గవర్నర్లు, చట్టం - సమాజం.

ఆంగ్ల వ్యాసాలు - ప్రచురించిన పత్రికలు

అమెరికన్ ఎథీస్ట్, ఫ్రీ ఇంక్వయిరీ, వాష్‌లైన్, అమెరికన్ రేషనలిస్ట్, ఇండియన్ రేషనలిస్ట్, రాడికల్ హ్యూమనిస్ట్, సెక్యులరిస్ట్, రేషనలిస్ట్ వాయిస్, ఇండియన్ స్కెప్టిక్.

తెలుగు వ్యాసాలు - ప్రచురించిన పత్రికలు

ఆంధ్రపత్రిక, ఆంధ్రప్రభ, ఆంధ్రజ్యోతి, గోల్కొండ పత్రిక, ఈనాడు, ఉదయం, వార్త - ప్రజావాణి, వాహిని, తెలుగు విద్యార్థి, ప్రజాతంత్ర, సమీక్ష, రాడికల్ హ్యూమనిస్ట్, వికాసం, హేతువాది, సుప్రభాతం, మానవవికాసం, స్వేచ్ఛాలోచన, జనబలం.

ఇతర సమాచార వ్యవస్థలు

ఆల్ ఇండియా రేడియో, ఫ్రీ రేడియో (అమెరికా), దూరదర్శన్, టివి-9, ఈటివి, మాటివి, జెమిని టివి మొదలైన వాటిలో మానవవాద ఉద్యమ డాక్యుమెంటరీలు, టాక్‌షోలు ప్రసారం అయ్యాయి.

అవార్డులు, గౌరవాలు

- ఆటా, అమెరికా శిరోమణి అవార్డు, 1992
- తానా అవార్డు, మానవాద జర్నలిస్ట్ అవార్డు, 1997
- డెలెవర్ లోయ తెలుగు సంఘం అవార్డు, 1998
- న్యూయార్కు, తెలుగు సంఘం అవార్డు, 1998
- వాషింగ్టన్ తెలుగు సంఘం అవార్డు, 1999
- నార్ల వెంకటేశ్వరరావు తన ఆఖరి నాటకం 'నరకంలో హరిశ్చంద్ర'ను అంకితమిచ్చారు.
- 1992 సంవత్సరం నుండి అమెరికాలో మానవవాద, హేతువాద ఉద్యమ కార్యక్రమాల్లో పాల్గొంటున్నారు.
- మంత్రాలు లేని సెక్యులర్ వివాహాల్ని నిర్వహించారు.
- అమెరికన్ లైబ్రరీ ఆఫ్ కాంగ్రెస్‌లో ఇన్నయ్య రచించిన, సంపాదకత్వం వహించిన, అనువదించిన 25 పుస్తకాలను క్యాటలాగ్‌లో వుంచారు.

కుటుంబ వివరాలు

కోమల వెనిగళ్ళ (భార్య) – అంబేద్కర్ ఓపెన్ యూనివర్సిటీ (రిటైర్డ్) ఇంగ్లీషు ప్రొఫెసర్ హైదరాబాద్, ఆం,ప్ర., ఇండియా

తెలుగు అనువాదాలు

శోధ్ (తస్లీమా)	–	చెల్లుకు చెల్లు
కేజ్డ్ వర్జిన్ (అయాన్ హిర్సీ అలీ)	–	మతపంజరంలో కన్య
నొమాడ్ (అయాన్ హిర్సీ అలీ)	–	సంచారి
వైల్డ్‌స్వాన్స్ (జంగ్ ఛాంగ్)	–	అడవిగాచిన వెన్నెల
మెమొరీస్ ఆఫ్ క్యాట్ (ఎమ్.ఎన్.రాయ్)	–	పిల్లి ఆత్మకథ

ప్రస్తుతం అమెరికాలో ఉన్నారు.

నవీన హేమంత్ (కుమార్తె) – ఎం.డి. (పిల్లల మానసిక వైద్యురాలు) (అమెరికా) ఫీలింగ్స్ (ఇంగ్లీషు కవితలు)

రాజు నరిసెట్టి (కుమారుడు) – వైస్ ప్రెసిడెంట్, న్యూ కార్పొరేషన్, న్యూయార్క్ ఫార్మర్ మేనేజింగ్ ఎడిటర్, వాల్‌స్ట్రీట్ జర్నల్

పదానుక్రమణిక

208

211

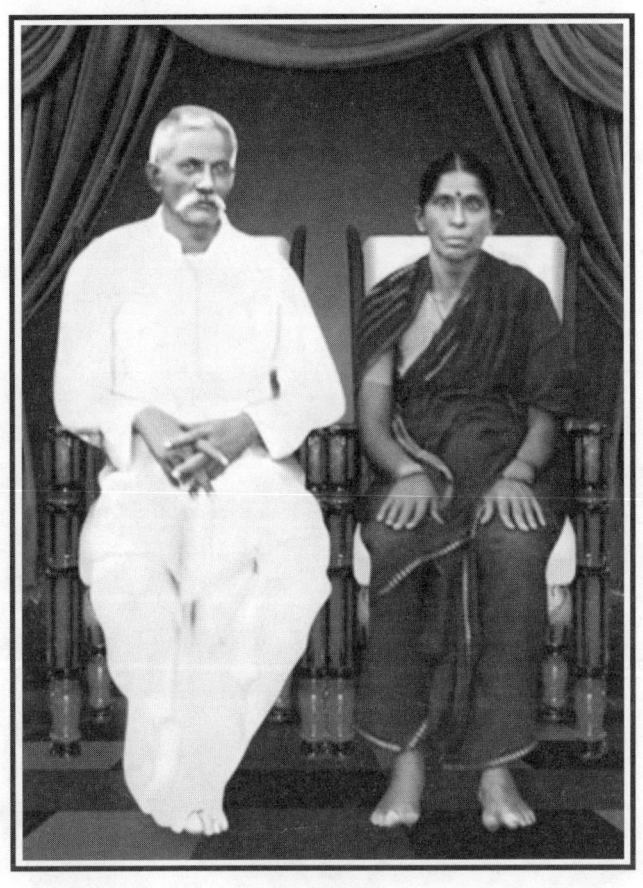

నాన్న రాజయ్య
అమ్మ ఆంథోనమ్మ

INVITATION

For the marriage of **N. INNAIAH** *with* **KOMALA** *daughter of Mr. Venigalla Venkata Subbaiah on 31-5-1964 at 5-30 p.m. in the Municipal Girls High School, Tenali, your presence is cordially solicited.*

The Radical Humanist Movement will play the host.

TENALI
16 – 5 – 1964

yours
AVULA GOPALAKRISHNA MURTHY

నరిసెట్టి ఇన్నయ్య వివాహ ఆహ్వానపత్రిక రాజయ్య, ఆంథోనమ్మ

75వ జన్మదిన సందర్భంగా కుటుంబ సభ్యులతో
ఇన్నయ్య, రోహిత్ (మనుమడు), జోలా (మనుమరాలు), లేలా (మనుమరాలు), నవీన (కుమార్తె), రాహుల్ (మనుమడు), కోమల (భార్య), వెనుక ఉన్నవారు హేమంత్ (అల్లుడు), రాజు (కుమారుడు)

కర్నూలులో గోరాశాస్త్రిగారితో, ఆయన 50వ పుట్టినరోజు ఫోటో
ఎడమవైపు కూర్చున్న వారిలో మొదటివారు శశాంక, మూడవవారు గోరాశాస్త్రి
నుంచున్నవారిలో మొదటివారు సి.ధర్మారావు, రెండవవారు ఇన్నయ్య
మూడవవారు శివస్వామి, నాలుగవవారు మండవ శ్రీరామమూర్తి (1968)

తార్కుండే హైదరాబాదు వచ్చి
నిజామ్ కాలేజీలో ఉపన్యాసం ఇచ్చినప్పుడు
ఎడమనుంచి మొదటి వరుస
వి.ఎమ్.తార్కుండే, గోపాలరావు ఎక్బోటే,
ఆవుల సాంబశివరావు
రెండవవరుస
ఎ.హెచ్.వి.సుబ్బారావు, పి.వి.రాజగోపాల్
మూడవ వరుస
రెండవవారు అలం కుంద్‌మరి,
నాలుగవ వారు జి.ఆర్. దల్వి
నాలుగవ వరుస
మొదటివారు ఎన్.కె.ఆచార్య, రెండవవారు
వడవల్కార్,
నాలుగవవారు ఎన్. ఇన్నయ్య
5వ వరుస
జాస్తి శూలపాణి, కొసరాజు సాంబశివరావు,
పి.ఎస్.నారాయణ

నిలబడిన సి. ధర్మారావు, మొదట కూర్చున్నవారు గోరాశాస్త్రి,
రెండవవారు పి. వి. నరసింహారావు

ఇన్నయ్యగారిచే డా.ఎన్.గోపి (తెలుగు యూనివర్సిటీ వి.సి.) వివాహ కార్యక్రమము
శ్రీ కృష్ణదేవరాయ భాషా నిలయం, హైదరాబాదులో జరుపబడిన సందర్భం
మొదట కూర్చున్నవారు డా. శివలింగ ప్రసాద్ (అంబేద్కర్ ఓపెన్ యూనివర్సిటీ వి.సి.)
కూర్చున్నవారిలో రెండవవారు జె.వీరాస్వామి (ప్రెసిడెంట్, కేస్ట్‌లెస్ సొసైటీ)

ఎగ్జిబిషన్ క్లబ్, హైదరాబాదులో
ఆవుల మంజులత, సుబ్రహ్మణ్యేశ్వరరావుల వివాహకార్యక్రమం నిర్వహిస్తున్న ఇన్నయ్య

ఉపన్యసిస్తున్నవారు ఆవుల గోపాలకృష్ణమూర్తి (న్యాయవాది, రచయిత, హేతువాది,
ఆదర్శవివాహ నిర్వాహకులు, 1964 అమెరికా యాత్ర చేశారు)
కూర్చున్నవారు ఎథియిస్ట్ లీడర్ గోరా, హ్యూమనిస్ట్ లీడర్ మల్లాది రామమూర్తి, ఎడిటర్,
వెనుక కూర్చున్నవారు ఎన్. ఇన్నయ్య

తాజ్ రూఫ్ గార్డెన్స్, హైదరాబాదులో వి.ఆర్.నార్ల
ఆలిండియా రేడియో హిందీ కార్యక్రమ నిర్మాత దండమూడి మహీధర్‌లతో ఎన్.ఇన్నయ్య

సి.నారాయణరెడ్డి, కవి - దేవులపల్లి రామానుజరావు, ఎమ్.వి. రాజగోపాల్, ఐ.ఎ.ఎస్.,
మామిడిపూడి వెంకట రంగయ్య, హిస్టోరియన్
(స్టేట్ బుక్ క్లబ్ ప్రారంభోత్సవ సందర్భంలో), ఎన్. ఇన్నయ్య

ఉపన్యసిస్తున్నవారు ఎన్.ఇన్నయ్య, కూర్చున్నవారు సి.నారాయణరెడ్డి, సంజీవదేవ్
రవీంద్రభారతి మినీథియేటర్, హైదరాబాద్ (1973)

సుప్రీంకోర్టు జడ్జి పింగళి జగన్మోహన రెడ్డిగారిని
ఇంటర్వ్యూ చేస్తున్న ఎన్. ఇన్నయ్య

మెదక్ డిస్ట్రిక్ట్, సంగారెడ్డిలో సోదరుడు విజయరాజకుమార్, డా. నారాయణదత్, కోటేశ్వరరావు (పోస్టు మాస్టర్), నుంచున్నవారు ఎడమ నుంచి రెండు స్కూలులో చదివినప్పటి నుండి స్నేహితుడు గోలినాగేశ్వరరావు, నాలుగవవారు ఎ.సి.అన్నప్ప, మనోహరరావు, మధుసూదనరావు, వెంకటేశ్వరరావు (1963)లతో నుంచున్నవారిలో మొదట ఇన్నయ్య

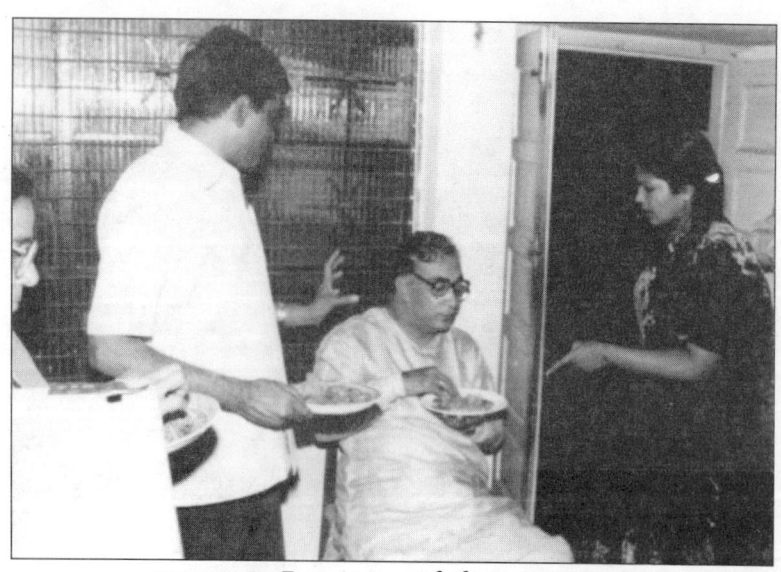

భవనం వెంకట్రామ్ (ముఖ్యమంత్రి)తో కోమల, ఇన్నయ్య, నవీన

నుంచున్నవారు ఎమ్. శ్రీరామమూర్తి, కోనేరు కుటుంబరావు,
ఎ.బి.షా (మానవవాద ఉద్యమ నాయకుడు) ఎన్.ఇన్నయ్య

ఎన్. ఇన్నయ్య,
(ఆంధ్రజ్యోతి దినపత్రిక
బ్యూరో ఛీఫ్)
లోక్‌సభ స్పీకర్
నీలం సంజీవ రెడ్డిని
బేగంపేట
విమానాశ్రయంలో
ఆహ్వానిస్తున్న
సందర్భం

ఇండియాలోని ముస్సోరీలో మల్లాది రామమూర్తి, ఎన్. ఇన్నయ్య
(1970 లో మానవవాద, హేతువాద స్టడీ కార్యక్రమం తరువాత)

ఎన్. ఇన్నయ్య, ఇందుమతి పరేఖ్
అధ్యక్షురాలు, రాడికల్ హ్యూమనిస్ట్ అసోసియేషన్

హేతువాద ఉద్యమ కార్యక్రమం

పి.ఎమ్.భార్గవ (శాస్త్రవేత్త), ప్రేమానంద్ (ఇండియన్ స్కెప్టిక్), ఎన్. ఇన్నయ్య

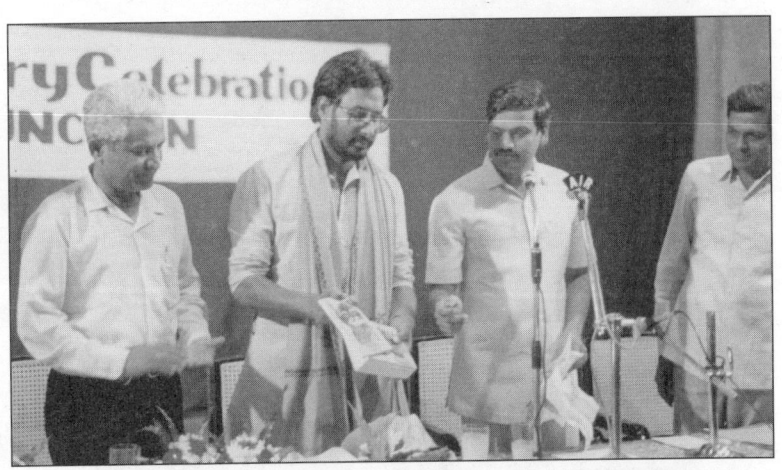

ఎమ్.ఎన్.రాయ్ శతవార్షికోత్సవ ఉత్సవాలలో తెలుగు అకాడమీ ముద్రించిన

ఎమ్.ఎన్. రాయ్ తెలుగు అనువాద పుస్తకాల విడుదల సందర్భంగా

ప్రొఫెసర్ సి. లక్ష్మన్న (రాజ్యసభ సభ్యుడు),

దగ్గుపాటి వెంకటేశ్వరరావు (ఎన్.టి.ఆర్.మంత్రివర్గంలో మంత్రి)

ఇంద్రారెడ్డి (విద్యాశాఖామంత్రి), ఎన్. ఇన్నయ్య (1987, విజయవాడ, ఆం.ప్ర)

రావిపూడి వెంకటాద్రి, మధ్యకూర్చున్నవారు ఎన్. ఇన్నయ్య, ఎన్. రాఘవరావు
చీరాల, ఆం.ప్ర.

ఎన్. ఇన్నయ్య, ప్రొఫెసర్ యార్లగడ్డ లక్ష్మీప్రసాద్ (రాజ్యసభ సభ్యుడు)

ఎన్. ఇన్నయ్య, మల్లాది సుబ్బమ్మ (మానవవాద నాయకురాలు)

ఎన్. ఇన్నయ్య రాసిన ఎ.పి.పాలిటిక్స్ పుస్తకం విడుదల సందర్భంగా
నుంచున్నవారు కె.రామచంద్రమూర్తి, ఎడిటర్ హాన్స్ ఇండియా,
ఇన్నయ్య, అమర్, కె.శ్రీనివాస రెడ్డి, ఎడిటర్ విశాలాంధ్ర,
రాజేంద్రప్రసాద్, బ్యూరో ఛీఫ్, హిందు; బండారు శ్రీనివాసరావు, జర్నలిస్ట్, ఎఐఆర్,
(ఫిబ్రవరి 4, 2002, ప్రెస్ క్లబ్)

ఇన్నయ్య, జీవితకాల మిత్రులు వెనిగళ్ల వెంకటరత్నం

మంత్రి రోశయ్యగారికి హక్కుల పత్రం సమర్పిస్తున్నవారు
మొదట కూర్చున్నవారు సాంబశివరావు, రెండవవారు ఇన్నయ్య
నుంచున్నవారు టి.వి.రావు, సి.ఎన్.ఎన్. గాంధీ

కోమల, ఇన్నయ్య, ఎస్సై పంతులు

అలాస్కా సెంటర్ ప్రారంభోత్సవంలో జయప్రకాశ్ నారాయణ్
కుడివైపు చీమకుర్తి భాస్కరరావు, వెనుక ఎన్. ఇన్నయ్య

తస్లీమా పై మజ్లీస్ పార్టీ ముస్లిం నాయకులు దాడి చేస్తుండగా
ఆమెను రక్షించడానికి ప్రయత్నిస్తున్న ఇన్నయ్య (2008)
ప్రెస్ క్లబ్, హైదరాబాద్.

ఇన్నయ్య, డి.వి. నరసరాజు (హేతువాది, సినీ రచయిత)

వీరమాచినేని సరోజిని (చిన్నారిపాపలు సినీదర్శకురాలు), ఇన్నయ్య

విశిష్ట పురస్కారం అక్కినేని నాగేశ్వరరావు ద్వారా అందుకుంటున్న ఇన్నయ్య
తానా ఉత్సవము, 1997, లాస్ ఏంజలస్, అమెరికా

క్రిస్టోఫర్ హిచిన్స్‌కు 'గాడ్ ఈజ్ నాట్ గ్రేట్' అనువాదం అందిస్తున్న ఇన్నయ్య, నవీన

చైనా ప్రతినిధులతో పాల్‌కర్జ్, ఇన్నయ్య
సిఎఫ్ఐ సమావేశం, ఆంరెస్ట్, అమెరికా

కుడివైపు ఇన్నయ్య, మధ్యలో రిచర్డ్ డాకిన్స్ (ఆంరెస్ట్‌లో శాస్త్రవేత్త)
సిఎఫ్ఐ సమావేశం, న్యూయార్క్

ఇన్నయ్య, శామ్ హారిస్ ('ఎండ్ ఆఫ్ ఫెయిత్' రచయిత) ఆంరెస్ట్, అమెరికా

ఇన్నయ్య, పాల్కర్జ్

అంగారక గ్రహం భూమి సమీపించే విషయాన్ని గురించి
కార్ల్ శాగన్‌తో చర్చిస్తున్న ఇన్నయ్య
వాషింగ్టన్ డిసి (1995)